மனிதனும் மர்மங்களும்

மனிதனும் மர்மங்களும்

மதன்

கிழக்கு

மனிதனும் மர்மங்களும்
Manithanum Marmangalum
by *Madhan* ©

First Edition: August 2006
160 Pages
Printed in India.

ISBN: 978-81-8368-161-2
Title No: Kizhakku 131

Kizhakku Pathippagam
177/103, First Floor,
Ambal's Building, Lloyds Road
Royapettah, Chennai 600 014.
Ph: +91-44-4200-9601

Email : support@nhm.in
Website : www.nhm.in

Kizhakku Pathippagam is an imprint of New Horizon Media Private Limited

This book is sold subject to the condition that it shall not, by way of trade or otherwise, be lent, resold, hired out, or otherwise circulated without the publisher's prior written consent in any form of binding or cover other than that in which it is published and without a similar condition including this the rights under copyright reserved above, no part of this publication may be reproduced, stored in or introduced into a retrieval system, or transmitted in any form or by any means (electronic, mechanical, photocopying, recording or otherwise), without the prior written permission of both the copyright owner and the above-mentioned publisher of this book.

வாசகர்களே! என்மீது நம்பிக்கை வைத்து என்னோடு வாருங்கள். நமக்குப் புரிபட்ட உலகத்தின் விளிம்பில் நின்று, நமது அறி வாற்றலையெல்லாம் தாண்டிய, ஓர் இனம்புரியாத உலகத்தை எட்டிப் பார்ப்போம். ஒவ்வொரு மர்மத்தையும் நெருக்கத்தில் காணும்போதும் நாம் வெறுமனே வாய்பிளந்து பிரமித்து நிற்கவேண்டும் என்பது அவசியமல்ல. பகுத்தறிவைக் கழற்றி வைக்காமலேயே நாம் பயணிப்போம்.

- மதன்

உள்ளே

ஒரு தூள் உப்பு எனும் ராஜகுமாரி	...	9
1. ஒரு சிம்பிளான ஆவி!	...	13
2. பயப்பட்டால்தான் ஆபத்து!	...	17
3. கிறீச்சிட்ட பூனை!	...	21
4. காதருகே பெருமூச்சு!	...	24
5. லிஃப்டில் நிகழ்ந்த பயங்கரம்!	...	38
6. உயிரோடு ஓர் ஆவி!	...	32
7. 'உள்ளே வாயேன்!'	...	36
8. நூறாவது குரங்கு ஆச்சரியம்!	...	40
9. லிஃப்ட் கேட்ட பெண்!	...	43
10. அம்மாவுக்கு ஆபத்து!	...	47
11. நடுங்கிய எலிகள்!	...	51
12. மர்மச் சிறுமி இல்கா!	...	55
13. மூன்றாவது கண்...	...	58
14. டைட்டானிக் - ஒரு ஞான திருஷ்டி!	...	62
15. கனவில் வந்த கருப்பு மேகம்!	...	65
16. ரத்த வெள்ளத்தில் ஜனாதிபதி!	...	69
17. அலெக்ஸாந்தரின் கவலை!	...	73
18. மிதந்தது மேஜை!	...	77
19. விஸ்வரூபம்!	...	82

20.	விண்வெளியில் ஒன்பது சக்திகள்!	86
21.	யூரி - செக்ஸில் கில்லாடி!	91
22.	கிராமத்தைக் காப்பாற்றிய கர்னல்!	95
23.	மேகம் செய்த ராகிங்!	100
24.	வானத்திலிருந்து சிலந்தி வலை!	104
25.	உயிரோடு தவளை மழை!	109
26.	வயிற்றுக்குள் நெருப்பு!	113
27.	மெழுகுவர்த்தி பயங்கரம்!	117
28.	இறங்கியது பறக்கும் தட்டு!	121
29.	நோட்டம் விடும் வேற்றுக்கிரகவாசிகள்!	125
30.	பறக்கும் தட்டுகள் உண்மையா, போலியா?	129
31.	பூமி - ஒரு கடுகு!	132
32.	ரகசியம்... பரம ரகசியம்!	135
33.	மூன்று கல்லறைப் பெட்டிகள்!	138
34.	நம்மை கவனிக்கும் இன்னொரு உலகம்!	142
35.	ஸிரிஞ்ச் மூலம் கொஞ்சம் ரத்தம்!	146
36.	'ஏலியன்' பெண்ணுடன் செக்ஸ்!	150
37.	சின்னச் சின்னதாகக் குழந்தைகள்!	154

ஒரு தூள் உப்பு எனும் ராஜகுமாரி!

'மனிதனும் மர்மங்களும்' என்கிற தலைப்பில் எதை வேண்டுமானாலும் எழுத முடியும். எது மர்மம்? எதெல்லாம் தான் மர்மம் இல்லை? 'எல்லாமே மாயை!' என்று பெரியவர்கள் கூறுவது போல 'எல்லாமே மர்மம்தான்' என்று அசால்ட்டாகச் சொல்லி நியாயப்படுத்திவிட முடியும்!

நான் அப்படியெல்லாம் சொல்லப் போவதில்லை! ஆனால், ஒன்றை நாம் மறுக்க முடியாது. மனிதனுக்கு உள்ளேயும், அவனைச் சுற்றியும் வியாபித்திருக்கும் மர்மங்கள் ஒன்றல்ல, இரண்டல்ல - ஆயிரக்கணக்கானவை என்பதுதான் உண்மை!

ஒரு விஷயம்! தயவு செய்து அகதா கிறிஸ்டியின் நாவல்களில் இழையோடும் மர்மம், ஸ்டீபன் கிங் கதைகளில் உள்ள பயங்கரம் - இதையெல்லாம் மட்டும் எதிர்பார்த்து இந்தப் பக்கங்களைப் புரட்ட வேண்டாம். இது ஒரு திகில் புத்தகமும் அல்ல, நாம் சந்திக்கப்போகும் மர்மங்கள் எல்லாமே பயங்கர மானவையும் அல்ல!

அதே சமயம் திடீரென்று அவ்வப்போது பயங்கரமான விஷயங்கள் வந்தால் உங்களை முன்னதாகவே எச்சரிக்கை செய்யும் எண்ணமும் எனக்கு உண்டு!

பரவலாகப் பார்த்தால் ஒவ்வொரு (உயிருள்ள, ஜட) பொருளுக்குள்ளேயும் ஏதாவது மர்மம் பொதிந்திருக்கத்தான் செய்கிறது. கார்ல் ஸெகான் எழுதிய Broca's Brain என்ற புத்தகத்தில் ஓரிடத்தில் அவர் கூறுவதுபோல ஒரே ஒரு தூள் உப்புகூட மர்மமான, வியப்பான விஷயமே!

மைக்ரோஸ்கோப் துணையில்லாமல், நல்ல கண்பார்வை உள்ளவர் நெருக்கமாகச் சென்று பார்த்தால் மட்டும் கண்ணுக்குத் தெரிகிற, ஒரே ஒரு மைக்ரோகிராம்

உப்புத்தூளை A grain of Table salt எடுத்துக்கொள்ளுங்கள்! அந்த ஒரே ஒரு துகளுக்குள்ளே ஒரு கோடி பில்லியன் (1 பில்லியன் - 100 கோடி) குளோரின் மற்றும் சோடியம் அணுக்கள் இயங்குகின்றன என்பது ஓர் ஆச்சரியம்தான். அதில் ஒவ்வொரு அணுவுக்கு உள்ளேயும் நியூக்ளியஸ், எலக்ட்ரான்ஸ் என்று தனி உலகம் வேறு! அதுமட்டுமல்ல. அந்த உப்புத் துகளுக்குள் குளோரின், சோடியம் என்று அணுக்கள் கச்சிதமாக மாற்றி மாற்றி வரிசையாக அடுக்கப்பட்டிருப்பதும் ஓர் ஆச்சரியம்! அப்போதுதான் அது உப்பு ஆகிறது! இன்னொரு பெரிய ஆச்சரியம் குளோரின் (முதலாம் உலகப் போரில் பயன் படுத்தப்பட்ட) பயங்கர விஷம் பொருந்திய கெமிக்கல். சோடியமும் அதே கதைதான். தண்ணீரில் போட்டால் எரிகிற ஒரு கொடூரமான பொருள் அது. இந்த இரு வில்லன்களும் இரண்டறக் கலக்கும்போது சோடியம் குளோரைடு என்கிற ராஜகுமாரி - குமாரி உப்பு - அவதரிப்பது ஓர் உச்சகட்ட ஆச்சரியம்!

'கெமிஸ்ட்ரி' என்று இதைக் கூறினாலும் எவ்வளவு வியப்பான விஷயம் இது!

அதேபோல, சக்திவாய்ந்த மைக்ரோஸ்கோப்பின் வழியாகப் பார்த்தால் மட்டுமே தெரிகிற ஒரு சின்னஞ்சிறு 'புள்ளி'யிலிருந்து ஒரு ஐன்ஸ்டீனோ, ஜூலியா ராபர்ட்ஸோ, ரஜினியோ, செஸ் விஸ்வநாத்தோ, டெண்டுல்கரோ, சந்தனக் கடத்தல் வீரப்பனோ, எம்.எஸ். சுப்புலக்ஷ்மியோ, பிரேமானந்தாவோ, சதாம் ஹுசேனோ, நீங்களோ, நானோ உருவெடுப்பதும் ஆச்சரியம்தான்!

மனிதன் கருவாக உருவாவது பற்றி விஞ்ஞானிகள் புரிந்து கொண்டது சில நூறு ஆண்டுகளுக்கு முன்புதான். அதற்கு முன்புவரை பிறப்பு என்பதே ஒரு மர்மமாகத்தான் இருந்தது. கரு உருவாவதில் ஆணுக்குச் சரிபாதிப் பங்கு இருக்கிறது என்பதுகூட பண்டைக் காலத்தில் யாருக்கும் தெரியாது!

ஆகவே, உலகில் உள்ள மர்மங்கள் பற்றி விஞ்ஞானம் புரிந்து கொண்டிருப்பது மேலெழுந்தவாரியாக இழையோடும் ஒரு விளிம்பைத்தான். அந்த விளிம்பைத் தாண்டி விஞ்ஞானத்துக்குப் புரிபடாத வியப்பூட்டுகிற மர்மங்கள் ஆயிரக்கணக்கில் இருக்கின்றன. ஆனால், விஞ்ஞான சட்டதிட்டங்களால் நிரூபிக்கப்படாத எந்த விஷயத்தையும் விஞ்ஞானம் ஏற்க மறுக்கிறது.

இப்படிப்பட்ட விஷயங்களில் விஞ்ஞானிகள் பல பிரிவுகளாகப் பிரிந்து நிற்கிறார்கள். 'சுத்த பேத்தல், கற்பனை, ஏமாற்று வேலை' என்பவர்களும் உண்டு. 'இல்லை! விஞ்ஞானத்தை மீறிய ஆச்சரியங்கள் உண்டு. சந்தேக மில்லை!' என்று ஏற்றுக் கொள்பவர்களும் உண்டு. மதில்மேல் பூனைகளும் இதில் அடக்கம்!

இதில் எந்தப் பிரிவிலும் சேரும் எண்ணம் எனக்கு இல்லை! இதுபற்றி யெல்லாம் ஓரளவு படித்த ஒரு சாமான்யனாக, எதையும் பிரமிப்போடும், பிறகு அறிவுபூர்வமாகவும் பார்த்து, அதை நடுநிலைமையோடு எழுதும் ஒரு 'ரிப்போர்ட்டர்' என்கிற முறையிலேயே இந்தப் புத்தகத்தை ஆரம்பிக் கிறேன்.

வாசகர்களே! என்மீது நம்பிக்கை வைத்து என்னோடு வாருங்கள். நமக்குப் புரிபட்ட உலகத்தின் விளிம்பில் நின்று, நமது அறிவாற்றலையெல்லாம் தாண்டிய, ஓர் இனம்புரியாத உலகத்தை எட்டிப் பார்ப்போம். ஒவ்வொரு மர்மத்தையும் நெருக்கத்தில் காணும்போதும் நாம் வெறுமனே வாய்பிளந்து பிரமித்து நிற்கவேண்டும் என்பது அவசியமல்ல. பகுத்தறிவைக் கழற்றி வைக்காமலேயே நாம் பயணிப்போம்.

ஏனென்றால், இன்றைய மர்மம் நாளைய விஞ்ஞானமாகலாம். ஏன்? பூமி உருண்டையா, தட்டையா என்பதேகூட ஒரு காலத்தில் மர்மமாகத்தானே இருந்தது!

நாம் பயணிக்கவிருக்கும் 'அத்தியாயத் தெரு'க்களில் எந்த நிமிஷத்தில் என்ன அனுபவம் ஏற்படும் என்பதை முன்கூட்டியே என்னால் சொல்ல முடியவில்லை. இனம்புரியாத சக்திகள் இழுக்கும் இழுப்புக்கு நான் போக வேண்டியிருக்கும்! கலவரப்படாமல் பின்தொடர்க!

விஞ்ஞானிகளின் ஏராளமான சோதனைகளுக்கு உட்பட்டும் புரியாத ஒரு மாபெரும் மர்மம் - ஆவி உலகம்! இன்றைக்கும் உலகெங்கும் ஆவிகளைப் பற்றிய ஆராய்ச்சிகள் நூற்றுக்கணக்கில் நடந்து கொண்டிருக்கின்றன. 'ஆவி என்பது ஒரு பிரமை' என்று சில ஆய்வாளர்கள் கூறினாலும், எதையும் சுலபத்தில் ஒப்புக்கொள்ளாத, அறிவாற்றலும் பகுத்தறிவும் மிகுந்த பல விஞ்ஞானிகள் ஆவிகளை அலட்சியப்படுத்தத் தயாராக இல்லை. நாம் பாமரத்தனமாகக் குறிப்பிடுகிற பேய், மோகினிப் பிசாசு, குட்டிச்சாத்தான் பற்றியெல்லாம் 'கதையெழுதுவது' வேறு! உண்மையிலேயே ஆவிகள் உண்டா என்று ஆராய்ச்சி செய்வது வேறு! அப்படிப்பட்ட ஆராய்ச்சியாளர் களோடுதான் நாம் நடந்து செல்லப் போகிறோம்!

'எடுத்த எடுப்பிலேயே ஆவிகளைப் பற்றி எழுதவேண்டிய அவசியம் என்ன?' என்று சிலர் கேட்கலாம். இதற்குத் தமாஷாக ஒரு பதில் அளிக்க முடியும். ஆங்கிலத்தில் ஆவிகளுக்கு Apparitions என்று பெயர். ஆங்கில முதல் எழுத்தான 'A'யில் ஆரம்பமாகும் சொல் அது! ஆவிக்கு அரூபம் என்றும் ஒரு பெயர் உண்டு. இப்படி ஆங்கில A, தமிழ் அ என்று ஆரம்ப எழுத்துகளோடு முன்னணியில் நிற்கிறது ஆவி!

ஆனால், ஆவியை நான் முதலில் எடுத்துக்கொள்ளக் காரணம் இதுவல்ல! உலகில் 'நிழலாடும்' மிகமிகப் பிரபலமான மர்மம் இன்றளவில் - ஆவிதான்! ஆயிரக்கணக்கான நாவல்களுக்கும் நூற்றுக்கணக்கான ஹாலிவுட் மற்றும் தமிழ் சினிமாக்களுக்கும் காரணமாக இருந்து, அத்தனை பேர் மனத்திலும் ஒரு கேள்விக்குறியாக அல்லாடும் விஷயம் - ஆவிகள்! ஆகவே, முதலில் ஆவி களை நாம் சந்தித்துவிட்டால் பிறகு வரவிருக்கும் அத்தியாயங்களில் இன்னும் பல ஆச்சரியமான, மர்மங்களைப் புரிந்துகொள்ளும் பக்குவம் நமக்கு வந்துவிடும். இதையெல்லாம் நான் யோசித்ததால்தான் ஆரம்பத்திலேயே ஆவி!

முதலில் நான் உங்களுக்குச் சில ஆவிகளை அறிமுகப்படுத்தப் போகிறேன். ஆவிகள் (அல்லது பேய்கள்) எப்படி இருக்கும், எப்படி நடந்துகொள்ளும், அவை ஆபத்தானவையா என்பது பற்றியெல்லாம் முதலில் நாம் தெரிந்துகொள்ள வேண்டியிருக்கிறது.

அதற்குமுன்...

நீங்கள் சற்று மென்மையானவராகவோ, கற்பனை சக்தி அதிகம் உள்ளவராக இருந்தாலோ தனியாக வசிப்பவராக (ஹாஸ்டல் மாதிரி) இருந்தாலோ, இரவில் நிசப்தமான நேரத்தில் இந்த புத்தகத்தைப் படிப்பதைத் தவிர்க்கலாம். என் எழுத்தில் ஒரு பயங்கரமும் இருக்காது என்றாலும் இந்தப் புத்தகத்தைப் படித்து முடித்த பிறகு உங்கள் கற்பனைகள் அதீதமாக, பயங்கரமாக இருக்கலாம். என் கவலையெல்லாம் அதுதான்!

ஆவி (பேய்) என்றால் என்ன?

அண்மைக்காலமாகச் சற்றுப் பரவலான விளக்கங்கள் பேய்களைப் பற்றித் தரப்பட்டாலும் நூற்றுக்கணக்கான ஆண்டுகளாகப் பேய்களைப் பற்றி சுருக்கமான கருத்து ஒன்று உண்டு. அதாவது, ஆவி என்பது ஒரு 3D உருவம். கண்ணுக்குத் தெரிகிற சற்றே அவுட் ஆஃப் போகஸில் தோற்றமளிக்கிற ஒரு Physical Object. அதன் கால்கள் நமக்குத் தெரியாமல் இருக்கலாம். சில சமயம் தெரியவும் செய்யலாம். எப்போதாவது அது பேசக் கூடும் (ஆவிக்கு வாயசைப்பு இருக்கிறதோ இல்லையோ நம் காதில் குரல் கிசுகிசுக்கும்). முக்கியமாக, அது இறந்துபோன ஒருவருடைய உருவமாக இருக்கும். ஆவி ஒருவருடைய கண்களுக்கு மட்டும் தெரியலாம். சில சமயம் பலராலும் கூட்டமாக அதைப் பார்க்க முடியும்.

நம் கண்களுக்குத் தெரிவதற்கு முன்பே நாய், பூனை, குதிரை போன்ற வளர்ப்புப் பிராணிகளை ஆவியின் நடமாட்டம் பாதிக்கிறது. அருகில் ஆவிகள் நடமாடுவது அவற்றுக்குப் புரிகிறது. உடனே இந்தப் பிராணிகள் நிலை கொள்ளாமல் தவிக்கின்றன. கிறீச்சிடுகின்றன. பதுங்குகின்றன!

இன்னொரு விஷயம் - ஆவிகளுக்கு கதவுகள், சுவர்கள் ஒரு பொருட்டல்ல. சுவருக்குள் புகுந்து மறைந்து அடுத்த அறைக்கு அவற்றால் போக முடியும். (ஆவிகள் 'பளார்' என்று அறையுமா? அது பற்றிப் பிறகு...)

- மதன்

1. ஒரு சிம்பிளான ஆவி!

டாக்டர் கென்னத் வாக்கர் உலகப் புகழ் பெற்ற மருத்துவ மேதை. நியூரோ சர்ஜன். இன்றைய பிரபல சர்ஜன்களுக்கெல்லாம் பீஷ்மர் போன்றவர். சாமான்யர்கள் புரிந்து கொள்ளக்கூடிய வகையில் அவர் எழுதிவிட்டுப்போன 'The Story of Medicine' போன்ற மருத்துவ மற்றும் மனோ தத்துவ புத்தகங்கள் நிறைய உண்டு. குறிப்பாக, ஆவிகளைப் புரிந்துகொள்வதில் மிகுந்த ஆர்வம் காட்டினார் அந்த டாக்டர். The Unconscious Mind என்ற அவருடைய புத்தகத்தில் Appartions என்கிற அத்தியாயத்தில் விவரிக்கப்படும் ஆவி இது!

வாக்கரின் மிக நெருங்கிய நண்பர் டாக்டர் ரோவல். மூடநம்பிக்கைகள் எதுவும் இல்லாத, ரொம்ப பிராக்டிகலான மனிதர் அவர். லண்டனில் உள்ள மிகப்பெரிய மருத்துவமனை ஒன்றில் பணிபுரியும் ரோவல், கென்னத் வாக்கரிடம் விவரித்த நிகழ்ச்சி இது!

மிகவும் சிம்பிளான ஆவி இது! வாக்கர், இது பற்றி புத்தகத்தில் எழுதியதற்கான காரணத்தை அவரே குறிப்பிடுகிறார் - 'டாக்டர் ரோவல் என் நீண்டகால நண்பர். பொய் சொல்லிக் காலை வாரிவிடுபவரோ, அதிகப்படியாகக் கற்பனை செய்து திரித்துச் சொல்பவரோ இல்லை. அவர் ஒன்றைப் பார்த்தால் நான் பார்த்ததைப்போல!'

டாக்டர் ரோவல் விவரித்தது இதோ அப்படியே!

'மதியம் 12 மணி அடிக்க இன்னும் பத்து நிமிஷங்கள் இருந்தன. என் ரவுண்ட்ஸை முடித்துக்கொண்டு (செயிண்ட் ஃப்ரையாஸ்) ஆஸ்பத்திரியிலிருந்து பக்கத்தில் உள்ள மெடிக்கல் ஸ்கூலுக்கு நடந்தேன். இரண்டு கட்டடங்களையும் இணைக்கும் பாலம் போல ஒரு வராண்டா உண்டு. நான் அதில் நடந்து சென்றபோது எதிரே ஒரு நர்ஸ் மெல்ல நடந்து வந்தார். வயது ஐம்பதுக்கு மேல் இருக்கும். மருத்துவமனையின் யூனிஃபார்ம் - வெளிர் நீலத்தில் வெள்ளைப் புள்ளிகள் கொண்ட உடையை அணிந்திருந்த அவரை நான் அதுவரை அந்த ஆஸ்பத்திரியில் பார்த்ததில்லை. நான் அருகில் சென்றபோது சற்று ஒதுங்கிய அவரைப் பார்த்து, நாகரிகம் கருதி என் தொப்பியைத் தொட்டு மரியாதை காட்டினேன். அவரும் மெல்லத் தலையசைத்துவிட்டு என்னைத் தாண்டிச் செல்ல, எனக்கு ஏதோ பொறி தட்டியது. அவர் அணிந்திருந்த யூனிஃபார்மில் ஏதோ மாறுதல். கைப்பகுதி சற்று பழைய ஸ்டைலாக (old fashioned) இருந்தது. அது நீளமான வராண்டா. அந்த நர்ஸ் என்னைத் தாண்டி சில அடிகள் கூடப் போயிருக்க முடியாது. சரேலென்று நான் திரும்பிப் பார்த்தபோது, அங்கே நர்ஸ் இல்லை. இருபுறமும் தோட்டம். சத்தியமாக அதற்குள் அவர் எங்கேயும் போயிருக்க முடியாது.

அதாவது, கண்ணுக்குத் தெரியாமல் மறைந்துவிட்டார் என்பதுதான் உண்மை! எனக்குப் பயம் எதுவும் ஏற்படவில்லை. ஆனால், திடீரென்று ஒருவர் எப்படி முழுசாக மறைய முடியும்? வியப்புணர்வுதான் நிறைய இருந்தது. மாணவர்களுக்கு ஒரு லெக்சர் தரவேண்டியிருந்தது. அதை முடித்துவிட்டு, லஞ்ச் சாப்பிட்டுவிட்டு மறுபடி ஆஸ்பத்திரிக்குப் போனேன். வழியெல்லாம் என் கண்கள் அலைபாய்ந்தன. தலைமை மேட்ரனைத் தேடினேன். அவர் இல்லாததால் மற்ற சீனியர் நர்ஸ்களை ஆபீஸ் அறைக்கு அழைத்தேன். 'சுமார் 50 வயதுள்ள சற்றே நீளமான மூக்கோடு கூடிய நர்ஸ் இங்கே பணிபுரிகிறரா?, என்று நான் ஆரம்பித்த உடனேயே அங்கே ஓர் இறுக்கமான மௌனம் நிலவியது. பிறகு உதவித் தலைமை மேட்ரன் மெல்லிய குரலில் கேட்டார். 'டாக்டர், எட்டாம் நம்பர் வார்டு சிஸ்டரைப் பார்த்தீர்களா?'

மேலும் விசாரித்ததில், ஐந்தாறு நர்ஸ்கள் 'அதை'ப் பார்த்திருக்கிறார்கள் என்று புரிந்தது. எல்லோரும் ஒரே மாதிரி அடையாளங்கள் சொன்னார்கள். கொஞ்ச நேரத்துக்குப் பிறகு இன்னொரு பணியாளர் மெதுவாகச் சொன்னார். 'டாக்டர்! பெரிய பிரச்னையாக இருக்கிறது. எட்டாம் நம்பர் வார்டில் (வார்டு) டியூட்டிக்குப் போக எல்லோருமே தயங்குகிறார்கள். பகல், இரவு என்றில்லை. சற்று கூட்டமில்லாமல் அமைதியான நேரத்திலெல்லாம் குறுக்கும் நெடுக்குமாக அந்த நர்ஸ்! ஆகவே, நாங்கள் தனியாக அந்த வார்டில் உட்காருவதைத் தவிர்க்கிறோம்' என்றார்.

என்னைப் போலவே இன்னும் சில சீனியர் மருத்துவர்கள் அந்த நர்ஸை நேருக்கு நேர் பார்த்திருக்கிறார்கள். அப்படி ஒருவரான, ரிட்டயர் ஆகிவிட்ட டாக்டர் ப்ராங்க் என்பவர் வீட்டுக்குப்போய் இது பற்றிக் கேட்டேன்.

(நர்ஸுகள் ஏதாவது கதைகட்டி விடலாம் இல்லையா!) டாக்டர் ப்ராங்க் தானும் அந்த நர்ஸைப் பார்த்ததாக ஒப்புக்கொண்டார். அவர் பார்த்தது மாலை 6 மணி - லேசாக இருட்ட ஆரம்பித்த நேரம். ப்ராங்க் பார்த்ததும் அதே வராண்டாவில்தான். சில வித்தியாசங்கள் இருந்தன. அந்த நர்ஸ் சற்று வேகமாக நடந்து வந்ததாகவும், முகத்தில் ஏதோ கலவரம் படிந்திருந்த தாகவும், தன்னை நோக்கி வரும்போதே, கண்ணெதிரே 'பளிச்' சென்று மறைந்து போனதாகவும் சொன்னார் ப்ராங்க்!

- இத்தனையும் டாக்டர் ரோவல், கென்னத் வாக்கரிடம் சொன்ன விஷயங்கள்.

ஆக, யாருக்கும் பிரச்னையேற்படுத்தாத எளிமையான ஆவி என்பது இதுவே!

டாக்டர் வாக்கரின் விளக்கப்படி, ஆவிகளுக்குக் கால்கள் தெரியாது என்பதும், அது தரையிலிருந்து சில அங்குலங்கள் உயரத்தில் மிதந்து வரும் என்பதும் தவறான கருத்து. 'எட்டாம் வார்டு சிஸ்டர் நன்கு தரைபதிய நடந்து வந்தார். புகை மண்டலமெல்லாம் இல்லை. உடம்பின் அவுட்லைன், மூக்கு, கண்கள் எல்லாம் தெளிவாக, 'ஷார்ப்'பாக இருந்தன. அதைவிடப் பெரிய விஷயம், நர்ஸ் நடந்து வந்தபோது மெலிதாக அவருடைய நிழலும் வராண்டாவில் கூடவே வந்தது!' என்கிறார் அந்த டாக்டர். ஒரே ஒரு நர்ஸ் டாக்டரிடம் சொன்ன பின்னணிக் கதையான 'அந்த நர்ஸுக்கும் மேலதிகாரிகளுக்கும் ஏதோ வாக்குவாதம் ஏற்பட - ஒரு தலைமை டாக்டர் கடுமையாக நர்ஸிடம் ஏதோ சொல்ல, சென்ஸிடிவ் டைப்பான அந்த நர்ஸ் மனம் உடைந்து ஓடிப்போய் அந்த ஆஸ்பத்திரியின் நாலாவது மாடியிலிருந்து குதித்துத் தற்கொலை செய்துகொண்ட கதை இப்போது தேவையில்லை.

அடுத்தது சற்று வித்தியாசமான, முரட்டுத்தனமான ஆவி!

'This World and That' என்ற புத்தகத்தை எழுதிய ஃபீபி பாய்ன் என்கிற பெண்மணி, ஆவிகள் பற்றி நிறைய ஆராய்ச்சிகள் செய்தவர். டிஸ்கவரி சேனலில், எங்கோ உள்ள ஓர் உயிரினத்தைப் பார்க்க காடு மலையெல்லாம் தாண்டுகிற ஆராய்ச்சியாளர் மாதிரி இவரும் உலகில் எங்கு ஆவி நடமாட்டம் இருப்பதாகக் கேள்விப்பட்டாலும், உடனே அங்கே கிளம்பிப் போய்விடுகிற டைப்! ஸ்காட்லாந்திலிருந்து லண்டனுக்கு (வீட்டுக்கு) தன் செகரெட்டரி யுடன் திரும்பிக் கொண்டிருந்தார் அவர். வழியில் காரில் ஏதோ சின்னக் கோளாறு. இரவு நேரம். அருகே உள்ள லாட்ஜ் (ஹைவேயில் உள்ள Motel) ஒன்றில் ராத்திரி தங்கிவிட்டுப் போகலாம் என்று முடிவு செய்தார் பாய்ன்.

நடந்ததை அவரே சொல்லட்டும்!

'லாட்ஜ் உள்ளே நுழைந்து ரிஜிஸ்தரில் கையெழுத்துப் போடும் போதே என் உள்ளுணர்வுகள் சிலிர்த்தன! மாடியில் ஓர் அறையில் நானும் இன்னொரு அறையில் உதவியாளரும் தங்கினோம். அதற்குமுன் நான் இரு அறைகளையும் பார்வையிட்டேன். குறிப்பாக நான் தங்கப்போகிற அறைக்குள் நுழைந்தபோது மறுபடியும் என் உள்ளுணர்வு எச்சரித்தது. சாப்பிட்ட பிறகு நேராக அறைக்குள் போய்ப் படுத்த சில நிமிஷங்களில்...

ஆழ்ந்து தூங்கிவிட்டேன். ஓரிரு மணிகள் கடந்திருக்கும். லேசாக விழிப்பு வந்தது. அந்த அறை இப்போது சற்றுக் குளிர்ந்ததுபோல் தோன்றியது. ஒரு தர்மசங்கடமான ஜில்லிப்பு!

சற்றுப் பதற்றமானேன். படுக்கையிலிருந்து எழுந்துகொள்ளப் பார்த்தபோது... அது நிகழ்ந்தது. இரு முரட்டுக் கரங்கள் என் கழுத்தைப் பற்றின. மூச்சுத் திணறியது. என் பார்வை சற்று உயர்ந்தபோது... தொள தொளவென்று பச்சைநிறக் கோட்டு அணிந்து, சற்று முகம் வெளிறிப் போன ஒருவன் - ஓர் உருவம் - கட்டில்மீது அமர்ந்து என் கழுத்தை நெரிக்க ஆரம்பித்தான்.

அறையில் ஜில்லிப்பு மேலும் சற்று அதிகரித்தது!

2. பயப்பட்டால்தான் ஆபத்து!

பாயின் என்கிற அந்தப் பெண்ணின் பேய் அனுபவத்தை நான் பகிர்ந்து கொள்வதற்கு முன், உங்களுக்கு ஒரு நேரடியான கேள்வி!

> நீங்கள் விழிப்போடு தனியாக இருக்கும் போது என்றைக்காவது, எங்கேயாவது, யாரேனும் அல்லது ஏதேனும் உங்களைத் தொடுவது போலவோ, அருகில் நடமாடுவது போலவோ, உங்களிடம் மட்டும் யாரோ பேசுவது போலவோ உணர்ந்திருக்கிறீர்களா?
>
> வேறு காரணங்கள் (External Causes) எதுவு மில்லாமல் அது தானாகவே நிகழ்ந்தது போல அந்த 'அனுபவம்' இருக்க வேண்டும். அவசரப்படாமல் நன்றாக யோசியுங்கள்!

லண்டனில் உள்ள, பரவலான மனோதத்துவ ஆராய்ச்சிகளை மேற்கொள்ளும் இயக்கமான SPR (Society for Psychical Research) 1882-லேயே இந்தக் கேள்வியை 17,000 பேருக்கு அனுப்பி ஒரு சர்வே எடுத்தது. அதற்கு 15,316 பேரிடமிருந்து பதில் வந்தது. அதில் பத்து சதவிகிதத்தினர் 'ஆமாம்!' என்று சொல்லியிருந் தார்கள்! இது குறைந்த எண்ணிக்கை அல்ல. ஏனெனில், மிகவும் வித்தியாசமான, அரிதான அனுபவம் தான் இது என்பதை நினைவில் கொள்ளவேண்டும்.

இன்னொரு விஷயம்... அந்த 10 சதவிகிதத்தில் பெரும்பாலானவர்கள் பெண்கள்! (ஆண்களை விட ஆவிகளோடு உரையாடும் 'பெண் மீடியம்'கள் அதிகம் என்பது குறிப்பிடத்தக்கது) இது பற்றி எல்லாம் பிறகு!

உங்களைப் பார்த்து 'ஆவிகள் இருப்பதை நீங்கள் நம்புகிறீர்களா?' என்று கேட்டால் எதையும் நிச்சயமாகச் சொல்ல முடியாமல் சற்றுக் குழம்பவே செய்வீர்கள். காரணம், இந்தக் கேள்வியே பொதுவானது, எசகுபிசகானது. இதையே சற்று மாற்றிக் கேட்கிறேன்! -

உங்களுக்கு நெருக்கமான நண்பர் அல்லது உறவினர் உங்களிடம் வந்து, தான் இரவில் நடந்து வந்து கொண்டிருந்தபோது, எதையோ பார்த்ததாகவும், அது ஆவியாகத்தான் இருக்கவேண்டும் என்றும் அடித்துச் சொன்னால், அப்படி நிகழ்ந்திருக்கக் கூடும் என்று நம்புவீர்களா?' இந்தக் கேள்விக்கு 'ஆம்' என்று பதில்கள் (சதவிகிதம்) அதிகமாக இருக்கும். 'சரி, நீங்கள் ஆவியைப் பார்த்திருக்கிறீர்களா?' என்று உங்களை நேரடியாகக் கேட்டால் 'இல்லை' என்ற பதில் 'லீடிங்'கில் இருக்கும்!

எல்லோருமே ஆவிகளைப் பற்றிச் சுருக்கமாக, கொச்சையாக, பொதுவான சில கருத்துகள் கொண்டிருப்பதுதான் இந்த எல்லாக் குழப்பங்களுக்கும் காரணம்.

நான்கு வகையான ஆவிகள் உண்டு என்று ஆராய்ச்சியாளர்கள் எல்லோருமே ஒப்புக் கொள்கிறார்கள். இந்த விவகாரத்தில் ஜி.என்.எம். டைரல் என்கிற பிரபல ஆவி ஆராய்ச்சியாளர் (1951-ல்) எழுதிய ஒரு புத்தகம் மிகச் சிறந்ததாக, அறிவுபூர்வமானதாகக் கருதப்படுகிறது.

முதலாவதாக, உயிரோடு இருப்பவர்களின் ஆவி அனுபவம்! அதாவது, ஒருவர் உயிரோடு இருக்கும்போதே அவருடைய ஆவி வேறு எங்கோ வசிக்கும் ஒருவர்முன் தோன்றுவது!

இரண்டாவது, ஆபத்து நேர ஆவிகள்! இதை Crisis Apparitions என்கிறார்கள். நமக்குப் பரிச்சயமான ஒருவர் இறக்கும் தருணத்திலோ அவர் இறந்த உடனடியாகவோ நம்முன் தோன்றுவது.

மூன்றாவது, வெறும் (சராசரி) ஆவிகள்! பல நாள்களுக்கு, முன் இறந்த ஒருவருடைய ஆவி, எப்போதாவது தோன்றுவது. இது எங்கு வேண்டு மானாலும் தோன்றி நடமாடும்.

கடைசியாக - நீண்டகால ஆவிகள்! பாழடைந்த வீடுகள், பழைய கோட்டைகள் போன்ற இடங்களில் பல ஆண்டுகளாக, சில சமயம் நூறு ஆண்டுகளுக்கும் மேல் நடமாடும் (வேறெங்கும் செல்லாத) பழம்பெரும் ஆவிகள்.

இந்த நான்குவகை உருவங்களுக்கும் நிறைய வித்தியாசங்கள் உண்டு என்றாலும் அடிப்படையில் எல்லாமே ஆவிகள்தான்!

இந்த ஒவ்வொன்றுக்கும் ஆச்சரியமான உதாரணங்கள் தரமுடியும்.

அதற்குமுன்...

இரவு நேரத்தில், அந்த ஒதுக்குப்புற லாட்ஜில் தங்கப்போன பெண்மணி பாய்னுக்கு என்ன நேர்ந்தது என்று சற்று எட்டிப் பார்க்க வேண்டுமே!

பாய்ன் நிறையவே ஆவிகளைப் பார்த்த அனுபவசாலி. உங்களை மாதிரியோ, என்னை மாதிரியோ மிரண்டு போகிறவர் அல்ல. இருப்பினும், பச்சை நிற கோட்டுடன், வெளிறிய முகத்துடன் தன் கழுத்தை அந்த உருவம் நெரித்த போது, அந்தப் பெண்மணி கொஞ்சம் திணறிப் போனதாகவே குறிப்பிடுகிறார்.

'என்னால் மூச்சுவிட முடியவில்லை. கூடவே இந்தத் திடீர்த் தாக்குதலில் கோபமும் வந்தது. நான் அதனிடம் மிகவும் எச்சரிக்கையாக நடந்துகொள்ள முடிவு கட்டினேன். 'போ!' என்று இருமுறை சிரமப்பட்டுக் கூச்சலிட்டேன். அந்த உருவம் சற்றுப் பின்வாங்கியபோது, எழுந்து உட்கார்ந்தேன். வேகமாகக் கதவுப்பக்கம் என் கையை நீட்டி, 'போ, வெளியே!' என்று கத்தினேன். அதை நோக்கி முன்னேறுவது போல பயமுறுத்தினேன். அந்த ஆவி சற்றுப் பரிதாபமாக என்னையே பார்த்துக்கொண்டு, பின் நோக்கி நகர்வது போலத் தோன்றியது. பிறகு கதவுக்கு அருகில் சென்று மெல்ல மங்கலாக மாறி, சடக்கென்று மறைந்துவிட்டது.

ஓரிரு நிமிஷங்களில், பழைய 'சீதோஷ்ண நிலை'க்கு அந்த அறை திரும்பியது.

என் கழுத்தில் வலி. கீறல் மாதிரி ஓர் உணர்வு. எழுந்து சென்று கண்ணாடியில் பார்த்தேன். ஆவி என்னை முரட்டுத்தனமாகக் கையாண்டதால் என் கழுத்து முழுவதும் சிவந்துபோய், கீறல் மயமாகத்தானே இருக்க வேண்டும்?! ஆனால், கண்ணாடியில் பார்த்தபோது எந்தக் கீறலும் தெரியவில்லை. கழுத்துப் பகுதி சாதாரணமாகவே இருந்தது!' - விவரிக்கிறார் பாய்ன்.

மறுநாள் காலை, சிற்றுண்டியை முடித்த பிறகு, அந்த லாட்ஜ் மேனேஜரைச் சந்தித்தார் பாய்ன். 'ஐ டோண்ட் லைக் தட் கோஸ்ட்!' என்று பேச்சை ஆரம்பித்தார். மேனேஜர் சற்று திடுக்கிட்டு நிமர்ந்தபோது, 'அந்த ஆவியைப் பார்த்துச் சிலர் பயந்து போகலாம். அதனால் அவர்களுக்கு ஏதேனும் ஆபத்து ஏற்படலாம். ஏன் அந்த அறையை இன்னும் வாடகைக்குத் தருகிறீர்கள்?' என்றார் பாய்ன்.

'மேடம், அப்படியெல்லாம் எதுவுமில்லை. உங்கள் கற்பனை...' என்று மேனேஜர் மென்று விழுங்க,

'டோண்ட் பி ஸில்லி! உங்களுக்கு நன்கு தெரியும். மேலே அந்த அறையில் ஓர் ஆவி நடமாடுகிறது என்று!' பாய்ன் கடுமையாகச் சொன்ன பிறகே லாட்ஜ் மேனேஜர் தலைகுனிந்தவாறு ஒப்புக்கொண்டார்.

'ஆவிகளைப் பார்த்துக் கவலைப்படத் தேவையில்லை. பயப்பட்டால்தான் ஆபத்து!' என்று திட்டவட்டமாகக் கூறுகிறார் பாய்ன். (நடக்கிற காரியமா?)

சாதாரண (எளிமையான) ஆவிகளைப் பற்றிக் கவலையில்லை. அப்படியே நீங்கள் திகைத்துப் போய் அச்சத்தோடு நின்றாலும், அது பாட்டுக்கு மிதந்து சென்று தானாக மறைந்துவிடும். முரட்டுத்தனமான, சற்றே பயங்கரமான ஆவிகள் உண்டு.

சாதாரணமாகவே, நீங்கள் இன்னொருவரிடம் பயந்தால், அந்த மற்றவருக்கு மேலும் உங்களைப் பயமுறுத்தும் எண்ணம் வருமல்லவா! பள்ளிப் பருவத்தில்கூட, நம்மைப் பார்த்து பயந்து ஓடும் சிறுவனைத்தான் நாம் துரத்திச் சென்று மேலும் பயமுறுத்துவோம். அதுபோலத்தான் ஆவிகளும்! ரேடியோ ரிஸீவருக்கு வரும் வீக்கான ஒலி அலைகளை, அந்த ரேடியோவில் உள்ள மின்சக்தி அதிகப்படுத்தி (Amplify) நம் காதில் விழவைக்கிறதல்லவா, அதே போல பயம் என்பதும் ஓர் எனர்ஜிதான். ஆவிகளால் ஏற்படும் 'மனோதத்துவத் தாக்குதலை' பயம் என்கிற நெகடிவ் எனர்ஜி மேலும் ஆம்ப்ளிஃபை செய்கிறது.

ஆகவே, ஒருவரைக் கொல்வது ஆவியல்ல. அவரே பயத்தில் செத்துப் போகிறார்.

பாய்ன் சொல்வது இதுவே!

ஆவிகளைச் சமாளிக்க பாய்ன் தரும் டிப்ஸ் இவை! -

பெரும்பான்மையான ஆவிகளை சீரியஸாக எடுத்துக்கொள்ள வேண்டியதில்லை. ஆவிகள் எதிர்ப்பட்டால் அவற்றைச் சற்றே அலட்சியப் படுத்துங்கள். அதனிடம் அதீத ஆர்வம் காட்டாதீர்கள். தெருவில் நம்மைச் சில சமயம் தொடரும் நாயை 'போ' என்று சொல்லி விரட்டுவது போல ஆவியிடமும் 'போ' என்று ஆக்ஷன் மூலம் தெரியப்படுத்தலாம். அதாவது, ஆவியானது தன்னை Recharge செய்து கொள்வதற்கான சக்தியை நீங்கள் அதற்குத் தரக்கூடாது என்பதுதான் முக்கியம்.

ஆவிகளுடன் நிறையவே தொடர்பு வைத்திருக்கும் பாய்ன் விஷயம் வேறு. நம்மால் அப்படி அச்ச உணர்வு இல்லாமல் அலட்சியமாக நடந்துகொள்ள முடியுமா?

சிலரால் முடிகிறது. ஆமாம்! ஆவிகளை இப்படி சர்வசாதாரணமாக, ஏதோ வீட்டில் உறுப்பினர்கள் போல நடத்திய குடும்பங்கள் உண்டு.

3. கிறீச்சிட்ட பூனை!

ஆசிய நாடுகளைவிட அமெரிக்க, பிரிட்டிஷ் மற்றும் ஐரோப்பிய நாடுகளில் தயாரிக்கப்படும் பொருள்களுக்கு முக்கியத்துவமும் விளம்பரமும் அதிகமாக இருப்பது தெரிந்த விஷயம். இது ஆவிகள், பேய்களுக்கும் பொருந்தும்! பல ஹாலிவுட் பேய்ப் படங்களால், திரையின் ஆங்கில ஆவிகளுக்கு ஒரு ஹீரோ அந்தஸ்துகூட கிடைத்துவிட்டது.

குறிப்பாக, பிரிட்டனில் பேய்களுக்கு ரொம்பவே முக்கியத்துவம் உண்டு. உலகிலேயே அதிகமாக ஆவிகள் நடமாடும் தேசமாக பிரிட்டன் கருதப் படுகிறது. ஒரு முக்கியக் காரணம் - பிரிட்டனில் ஆயிரக்கணக்கில் (ஆவிகள் வசிக்க வசதியாக!) பழைமையான கோட்டைகளும் அரண்மனை களும் உண்டு. அமெரிக்காவில் ரோலர் கோஸ்டர் களில் பயணிக்கதிகிலோடும் ஆர்வத்தோடும் க்யூ நிற்பது போல, லண்டனிலும் குறிப்பிட்ட சில கோட்டைகளில் பேய்களைப் பார்க்க 'க்யூ' நிற்பது வழக்கம். அவர்களில் பலர்திடீரென்று, கோட்டை வராண்டாவின் குறுக்கே ஆவிகள் போனதைப் பார்த்ததாக அடித்துச் சொல்கிறார்கள்.

உண்மையில், ஆவிகள் பாரபட்சமெல்லாம் காட்டுவதில்லை. லண்டன், பாரீஸ் என்றில் லாமல் எல்லா நாடுகளிலும் ஆவிகள் உண்டு.

சிவப்பிந்தியர்கள், ஆப்பிரிக்கர்கள், சீனர்கள், இந்தியர்கள் எல்லோருமே ஆவிகளைப் பெரிதும் நம்புகிறவர்களே. நாய், குதிரை போன்ற பிராணிகளின் உடலுக்குள் ஆவிகள் புகுந்து கொள்ளும் என்கிற நம்பிக்கை ஆப்பிரிக்காவில் இருந்து வருகிறது.

மேலை நாடுகளின் ஒரேயடியான ஆவி பயம் கீழை நாடுகளில் கிடையாது. கீழை நாட்டு மக்கள் ஆவிகளிடம் பயத்தோடு பக்தியும் கொண்டிருந்தார்கள். நம்மை எச்சரிக்கவும், நல்வழிப்படுத்தவும் ஆவிகளோடு உரையாடி வழிகாட்டுவதற்கென்றே பெரியவர்கள் (Mediums) இந்த நாடுகளில் உள்ளனர். ஜப்பானில் ஆவிகளுக்கு 'டாமா' (Tama) என்று பெயர். 'டாமா' என்றால் உருண்டையான, ஒளிவீசும் முத்து என்று பொருள். ஆவிகள், (ஒரு மின்னல் பந்து போல) உருண்டையாகப் பயணித்து, அவ்வப்போது குறிப்பிட்ட இடங்களுக்கு வந்தவுடன் ஓர் உருவமாகக் கிளர்ந்தெழும் என்பது ஜப்பானியர்களின் நம்பிக்கை. இவை நல்ல ஆவிகளாகக் கருதப்படுகின்றன.

கொடூரமாகவோ, அவமானகரமான சூழ்நிலைகளிலோ இறந்தவர்களின் ஆவிகளுக்கு ஜப்பானில் 'ஒனீரோ' என்று பெயர். ஒனீரோ மனிதர்களுக்குள் புகுந்து கொள்ளக்கூடியது. ஆவிகள் மனிதர்களுக்குள் புகுந்து கொள்ளும் என்கிற நம்பிக்கை மேலை நாடுகளில் கிடையாது. சாத்தானுக்கு ஏவல் புரியும் பிசாசுகள்தான் (Demons) அப்படிச் செய்யும் என்று அவர்கள் நம்புகிறார்கள். (எக்ஸார்ஸிஸ்ட் படம் வாசகர்களுக்கு நினைவிருக்கும்.)

மேற்கிந்தியத் தீவுகளில் (West Indies) கொடூரமான எல்லா வாகன விபத்துகளுக்கும் ஆவிகள்தான் காரணம் என்று நம்புகிறார்கள். அங்கே ஆவிகளுக்கு டப்பீஸ் (Duppies) என்று பெயர். பசிபிக் தீவுகளில் உள்ள மக்கள் இரவு நேரங்களில் பருத்தித் தோட்டங்களின் வழியாகப் போக மாட்டார்கள். ஆவிகளின் இருப்பிடம் அது! நடுநிசியில் எல்லா ஆவிகளும் அங்கே கூடி ஆர்ப்பாட்டமாகச் சிரித்துக் கொண்டாடி, கேளிக்கைகளில் (?) ஈடுபடுவதாக நம்பிக்கை! டப்பீஸ் என்கிற அந்த ஆவிகள் கொஞ்ச தூரம் நடந்தும், அவ்வப்போது (இடைஞ்சலாக நிறைய மரங்கள் குறுக்கிட்டால்) மலைப்பாம்பாக மாறி ஊர்ந்தும் செல்லக்கூடியவை.

இந்தியாவைப் பொருத்தவரையில் மோகினிப் பிசாசு, அமுக்குவான், குட்டிச்சாத்தான் போன்றவற்றைச் சமாளிக்க செருப்பு, துடைப்பம் மற்றும் பூசாரிகள், தவிர ரம்யாகிருஷ்ணன் பேய்ப் படங்கள் என்று ஆவி உலகம் நம்மோடு இரண்டறக் கலந்திருப்பது பற்றி சொல்லத் தேவையில்லை. ஆகவே எக்ஸார்ஸிஸ்ட், ஓமன் போன்ற ஹாலிவுட் திரைப்படங்களெல்லாம் நமக்கு 'பச்சா' விஷயங்கள்.

சரி! ஆவிகளைப் பார்த்துப் பயப்படாமல் இருப்பது சராசரி மனிதனால் சாத்தியம்தானா?

ஆதிமனிதன் ஆரம்பத்தில் நெருப்பையும் தண்ணீரையும் பார்த்து நடுங்கித்தான் போனான். பிறகு அந்தப் பெரும் சக்திகளைப் புரிந்துகொண்டு வழிக்குக் கொண்டுவந்தான். அதுபோல ஆவிகளையும் புரிந்துகொண்டால் பயந்து

நடுங்க வேண்டியதில்லை என்று ஆராய்ச்சியாளர்கள் அலுப்போடு எடுத்துச் சொல்லிக் கொண்டே இருக்கிறார்கள்.

ஆவிகள் என்றில்லாமல் உலக ரீதியில் பலப்பல மர்மங்களில் ஆர்வம் காட்டும் எழுத்தாளர் ஜென்னி ரேண்டில்ஸ். அவருடைய நெருங்கிய நண்பர் டி.வி. நடிகை டோரீன் ஸ்லோன். 'Brookside' என்கிற ஒரு மெகா சீரியலில் நடித்துப் பிரபலமான அவரை ரேண்டில்ஸ் பேட்டி கண்டபோது டோரீன் சொன்ன அனுபவம் ஆச்சரியமானது.

'லண்டனில் பிர்கின்ஹெட் என்கிற ஊரில் ஒரு பங்களாவுக்குக் குடிபோனேன். அங்கு போனதிலிருந்தே அந்த வீட்டில் எங்களைத் தவிர யாரோ வசித்து வருவது போன்ற உணர்ச்சி எனக்கு இருந்தது. மூச்சுவிடுவது, காலடிச் சத்தங்கள் போன்ற சில நிகழ்ச்சிகள்.

சில நாள்கள் கழித்து, பகலிலேயே நான் அதைப் பார்த்தேன். என் கண்ணெதிரே ஓர் உருவம். பக்கத்து அறையிலிருந்து எதிரில் இருந்த அறைக்குள் நகர்ந்து சென்றது. ஓடிப்போய் அந்த அறைக்குள் எட்டிப்பார்த்த போது யாரையும் காணவில்லை! இன்னொரு சமயம், என் பீரோ கதவுகள் தானாகத் திறந்து மூடின! தானாகவே திரைச்சிலை நகர்ந்தது. அவ்வப்போது பாத்ரூம் குழாய் தானாகத் திறந்து சில நிமிஷங்கள் தண்ணீர் கொட்டிவிட்டு நிற்கும்! எங்கள் பூனையின் கண்களுக்கு இன்னும் தெளிவாக ஆவி தெரிந் திருக்க வேண்டும். அவ்வப்போது அது கிறீச்சிட்டுப் பதுங்கும். திடீரென்று இரவில் பதினொரு மணி சுமாருக்கு, கீழே கிச்சனிலிருந்து சமையல் வாசனை மூக்கைத் துளைக்கும்! பலமுறை கைக்கெட்டுகிற தூரத்தில்கூட இரண்டு அல்லது மூன்று உருவங்கள், திரும்பிக்கூடப் பார்க்காமல் என்னைக் கடந்து சென்றிருக்கின்றன' என்கிறார் டோரீன்.

'அந்த வீட்டிலிருந்து ஏன் நீங்கள் வெளியேறவில்லை?' என்று ரேண்டில்ஸ் கேட்டதற்கு டோரீன் சொன்ன பதில் இன்னும் வியப்பானது!

'சின்னச் சின்னதாகப் பல அனுபவங்கள் ஏற்பட்டதே தவிர, அந்த ஆவிகள் எங்களைப் பயமுறுத்தவில்லை. ஒரு ஆபத்தும் விளைவிக்கவில்லை. கொஞ்சம் கொஞ்சமாக அந்த ஆவிக்குடும்பம் எங்களுக்குப் பழகிவிட்டது. தவிர என் வீட்டில் குழந்தைகள் இல்லாததும் பயமின்மைக்குக் காரணம். அந்த ஆவிகளை ஒரு ஜாயிண்ட் ஃபேமிலி மாதிரி நாங்கள் ஏற்றுக்கொண்டு விட்டோம். அதனா லேயே எங்கள் பயமெல்லாம் போய்விட்டது. அந்த ஆவிகளும் எங்களை ஏற்றுக் கொண்டு விட்டிருக்க வேண்டும் என்கிற நினைப்பும் ஒரு வித்தியாசமான திருப்தியைத் (Ego satisfaction) தந்தது!' என்கிறார் டோரீன் ஸ்லோன்.

எவ்வளவுதான் நம்மைத் தட்டிக் கொடுத்தாலும், பாய்ன் போல, டோரின் போல, ஆவிகளிடம் அச்சத்தை விட ஆர்வம் அதிகம் காட்டுகிறவர்கள் மிகச் சிலரே இருக்க முடியும்!

டோரீன் பார்த்தது அவருக்கு முக்கியத்துவம் தராத (Indifferent) ஆவி. அதற்கு அடுத்த கட்ட ஆவிகள் உண்டு. நட்போடு, உதவுகிற ஆவிகள்!

4. காதருகே பெருமூச்சு!

மனிதர்களைப் போல வெவ்வேறு 'குண நலன்கள்' கொண்ட ஆவிகளும் உண்டு. சென்ற அத்தியாயத்தில், ஆற அமர மண்டியிட்டு, கழுத்தை நெரிக்கப் பார்த்த ஆவியைச்சந்தித்தீர்கள். பிரிட்டனில், லங்காஸ்டர் ஊரில் உள்ள ஜெயிலில் பல ஆண்டுகளுக்கு முன் தலைமை அதிகாரியாக இருந்த நீல் மௌன்ஸேய் விவரிக்கும் பேய் வேறு மாதிரியானது. கற்பனை சக்தி கொண்ட சற்று கலாட்டாவான ஆவி அது.

மௌன்ஸேய் விவரிக்கிறார்:

'முரட்டுத்தனமான குற்றவாளிகள் கூட விடுதலை ஆகும் நாளில் புன்சிரிப்போடு, மகிழ்ச்சியாக இருப்பார்கள். நிறைய கொள்ளைகளில், அடிதடி களில் ஈடுபட்ட அதிரடியான கைதி மெக்ராய். அவனுக்கு அன்று விடுதலை. நானே நேரில் சென்று அவன் இருந்த அறைக் கதவைத் திறந் தேன். ஆனால், மெக்ராய் முகத்தில் மலர்ச்சியைக் காணோம். சீரியஸான முகத்துடன், சைகை செய்து என்னை அறைக்குள்ளே வரச் சொன் னான். குரலைத் தாழ்த்தி என்னிடம் ரகசியமாக, 'இத்தனை நாள் உங்களிடம் சொல்லவில்லை. அதை அவ்வளவு பொருட்டாக நான் நினைக் காததுதான் காரணம். இங்கே ஒரு ஆவி இருக் கிறது. உண்மையில் ஜோடி ஆவிகள்!' என்றான். 'அப்படியெல்லாம் ஒன்றும் கிடையாது. ஏதாவது

கதையடிக்காதே!' என்றதற்கு 'இல்லை சார், நிஜம். ஒரு அம்மா, மகள் மாதிரி இருந்தது. சில சமயம் ரொம்பத் தெளிவாகத் தெரிந்தது. என் அறைக்கு நேர் எதிரே, வராண்டாவிலிருந்து அவை வருகின்றன. எனக்குப் பத்தடி தொலைவில் சற்று நேரம் நின்றுவிட்டு மறைந்து விடுகின்றன. சில நேரங்களில் கம்பிகள் வழியாக உள்ளே நுழையும். பிறகு மறைந்துவிடும். எதற்குச் சொல்கிறேன் என்றால் பயந்த சுபாவம் உள்ள யாரையும் இங்கே உள்ளே போடாதீர்கள்!' என்று சொன்னான் அவன்.

நான் சிரித்தவாறு சரி சரி என்று சொல்லிவிட்டு அவனை விடுதலை செய்தேன். அதற்குப் பிறகு சில மாதங்கள் கழித்து அங்கே இன்னொரு கைதி அடைக்கப்பட்டான். அவனும் வந்த ஒரு வாரத்தில் இதே கதையைச் சொன்னான். அதே அனுபவம், ஆனால் ஒரு வித்தியாசம். இவன் பார்த்த அம்மா மிக அவலட்சணமாக, முகமெங்கும் சின்னச்சின்ன கொப்பளங் களுடன், சற்றுக் கொடூரமாக இருந்தாள்! முகம் வெளிறிப் போயிருந்த இந்தக் கைதியை அவன் கெஞ்சிக் கேட்டுக்கொண்டதால் வேறு அறைக்கு மாற்றினேன். ஒரு மாதத்துக்குப் பிறகு, அதே அறைக்கு வந்த இன்னொரு கைதி ராணுவத்தில் கமாண்டோவாக இருந்தவன். கோபத்தில் ஒரு இளைஞரைக் கையால் அடித்தே சாகடித்த அவன் எதற்கும் அஞ்சாத முரடான ஆள்.

ஒவ்வோர் அறையிலும், எமர்ஜென்ஸி ஏற்பட்டால் கைதிகள் உபயோகிக்க அலாரம் உண்டு. இரவு சுமார் பத்தரை மணிக்கு அந்த கமாண்டோ கைதியின் அறையிலிருந்து அலாரம் வீரிட்டது. நானும் இன்னொரு அதிகாரியும் ஓடிப்போய் பார்த்தபோது அந்தக் கைதி சுவரில் பல்லி மாதிரி ஒட்டிக் கொண்டிருந்தான். அவன் உடல் நடுங்கிக்கொண்டிருந்தது. கதவைத் திறந்தவுடன் ஒரே ஜம்ப்பில் வெளியே வந்து என் அருகில் தடுமாறி விழுந்தான். அவனை ரிலாக்ஸ் பண்ணிப் பேச வைக்க அரைமணி நேரம் பிடித்தது. அவனும் அந்த (ஜோடி) ஆவிகளைப் பார்த்திருக்கிறான். இரண்டு மூன்று முறை. அன்று அந்த அம்மா ஆவி மேலும் முன்னேறி கம்பிகள் வழியாக உள்ளே வந்திருக்கிறது. பிறகு நடந்தது என்னவென்று அந்தக் கைதி சொன்னது இதுவே-

'நான் ரகசியமாக வைத்திருந்த சிகரெட் பாக்கெட்டிலிருந்து ஒரு சிகரெட்டை எடுத்துப் பற்றவைத்த பிறகுதான் அதைப் பார்த்தேன். முகத்தில் கொப்பளங்களுடன் ஒரு பெண் ஆவி கம்பிகளுக்கு வெளியே பல நிமிஷங்கள் நின்று, பிறகு திடீர் என்று உள்ளே நுழைந்தது. கொஞ்ச நேரத்தில் அந்த உருவம் மேலும் மங்கலாக ஆனது. அதே சமயம், என் கையிலிருந்த சிகரெட் தானாகவே கழன்று கொண்டு அந்தரத்தில் கொஞ்ச நேரம் மிதந்து பிறகு கீழே விழுந்தது. மேலே உள்ள சிறிய ஜன்னல் வழியாக வீசும் காற்றினால் விழுந்திருக்கும் என்று நினைத்து, கட்டில் மீது நின்று ஒரு டவலால் ஜன்னலை மூடப் பார்த்தேன். டவல் பிய்த்துக்கொண்டு வந்து சுமார் ஐந்தடி உயரத்தில் மிதக்க ஆரம்பித்தது.

பிறகு யாரோ ஏதோ ஒரு சக்தி என்னைப் பின்னுக்குத் தள்ளுவது போல உணர்ந்தேன். ஒரு கோட் ஹாங்கரில் என் பேண்ட்டையும், கூடவே என் சட்டையையும் தொங்கவிட்டு ஒரு ஆணியில் மாட்டியிருந்தேன். அந்த ஹாங்கர் அப்படியே வெளியே மிதந்து வந்து பெண்டுலம் போல அந்தரத்தில் ஆட ஆரம்பித்தது. என் பயம் அதிகரித்த அதே சமயம், சட்டையும் பேண்ட்டும் படுத்தவாக்கில் (Horizontal) மாறி அகலமான பட்டாக்கத்தி மாதிரி என் கழுத்தை நோக்கி வந்து சுழல ஆரம்பித்த போதுதான்... ரொம்பப் பயந்துபோய் அலற ஆரம்பித்தேன். பிறகு தொப்பென்று எல்லாம் கீழே விழ, ஒரு உருவம் சரேலென்று வெளியே வராண்டா கோடி வரை சென்று மறைந்தது!' - சொல்லி முடித்தான் அந்தக் கைதி.

'நான் விடவில்லை! அந்த ஆவி, போய் மறைந்த இடத்தை நோக்கி அது போன வழியே நடந்தேன்' என்கிறார் மௌன்ஸேய். அந்தச் சிறை ஒரு பழைய கோட்டை. எத்தனையோ அநியாயங்களும் கொடூரங்களும் அங்கே நிகழ்ந்திருக்கக்கூடும். அதற்கேற்ப, அங்கே ஒரு பாதாளச் சிறை இருந்தது. படிகளில் இறங்கி அங்கே சென்ற மௌன்ஸேய் பிற்பாடு சொன்னார்: 'குறுகலான அந்த பாதாளச் சிறையில் சுவரிலும் தரையிலும் நிறைய இரும்பு வளையங்கள் இருந்தன. ஒவ்வொரு வளையமும் இரண்டு பவுண்டு எடையிருக்கும். நான் சென்றவுடன் (நான் வந்ததை ஆவி விரும்பாதது போல!) என் காதருகே பெருமூச்சுகள் கேட்டன! அப்புறம் அறையின் டெம்பரேச்சர் குறைய ஆரம்பித்தது. தவிர அந்த வளையங்கள் தானாக அப்படியும் இப்படியுமாக ஆவேசமாக ஆடி ஒலியெழுப்பின. என்னால் அங்கு மேலும் நிற்க முடியாததற்கு முக்கிய காரணம் - திடீரென அங்கு கிளம்பிய மூச்சைத் திணறவைத்த பயங்கரத் துர்நாற்றம்!

உடனே வெளியே ஓடி என் அறைக்கு வந்து, ஒரு டம்ளர் தண்ணீர் குடித்துவிட்டு படுத்துக்கொண்டு தூங்க முயற்சி செய்தேன். அப்போது தூக்கி வாரிப் போடும்படி இன்னொரு விபரீதம் நடந்தது. என் கட்டிலில், வெகு அருகில் மெலிதாகக் குறட்டைச் சத்தம்! எனக்குச் சட்டென்று வியர்த்தது. கண்களை விழித்து பக்கத்தில் பார்த்தால் யாரும் இல்லை. கவனித்ததில் அந்தக் குறட்டைச் சத்தம் கேட்டது என் கட்டிலுக்கு மேலே, ஓரடி உயரத்திலிருந்து - அந்தரத்திலிருந்து!

ஒரு மிகப்பெரிய ஆச்சரியம். அந்தக் குறட்டை - இறந்து போன என் தந்தையின் குறட்டை!'

அதிரடி ஆவிகளைத் தவிர, அன்பான ஆவிகளும் உண்டு! ஐம்பது ஆண்டுகளுக்கு முன்பு மெக்ஸிகோ எல்லை அருகே உள்ள நொகேல்ஸ் என்கிற ஊருக்கு மாற்றலாகிச் சென்றார் யு.எஸ். கஸ்டம்ஸ் அதிகாரி கார்டன் தாமஸ். அவர் குடிபுகுந்த பங்களா முன்னொரு சமயம் ராணுவ வீரர்கள் தங்கிய விடுதியாக இருந்தது. தன் மனைவி லாரா, இரண்டு குழந்தைகளுடன் தாமஸ் அங்கு போனதிலிருந்து சில விபரீதங்கள் நிகழ ஆரம்பித்தன.

அவரே சொல்லட்டும்...

'நான் குடியேறிய சில நாள்களிலேயே, எந்த அறைக்குள் நுழைந்தாலும், யாரோ சட்டென்று அந்த ரூமை விட்டு வெளியே போனது போல ஓர் உணர்வு எனக்கு ஏற்படும்.

சில வாரங்கள் கடந்தபிறகு திடீர் திடீரென்று உயரமான, மிகவும் மங்கலான உருவம் தோன்றி மறைய ஆரம்பித்தது. ஒரு மாலை நேரம். நான் வீட்டுக்கு வந்து என் தொப்பியை எடுத்து சோபா மீது போட்டேன். பீரோ அருகில் சென்று வாட்ச்சைக் கழற்றி வைத்து நான் திரும்புவதற்குள் ஓரமாகக் குடை, கைத்தடி, தொப்பியெல்லாம் மாட்டும் ஸ்டாண்டு மீது என் தொப்பி கச்சிதமாக உட்கார்ந்திருக்கும்! புத்தகத்தை மேஜைமீது விட்டு சில நிமிஷங்கள் கழித்து வந்தால் அதற்குள் புத்தகம், அலமாரியில் மற்ற புத்தகங்களுக்கு நடுவில் செருகப்பட்டிருக்கும்! கீழே சிகரெட் துண்டுகள் போட்டால் அதற்குப் பிடிக்காது. மறுகணம் அத்தனையும் குப்பைத் தொட்டியில் போடப் பட்டிருக்கும். ஷூக்களைக் கோணல் மாணலாக வைத்துவிட்டுச் சென்றால் அவை கரெக்டாகப் பக்கத்துப் பக்கத்தில் வைக்கப்பட்டிருக்கும்.

இதையெல்லாம் என் மனைவியோ, குழந்தைகளோ செய்திருக்கலாம் என்பீர்கள். நானே ஆரம்பத்தில் அப்படி நினைத்ததுண்டு. ஆனால், அவர்கள் வீட்டில் இல்லாத போதும் இதெல்லாம் நடந்தன.

ஒருநாள் இரவு, ரொம்ப லேட்டாக வீட்டுக்குத் திரும்பி, களைப்புடன் ஹாலிலேயே சோபா மீது தூங்கிவிட்டேன். என் மனைவி, குழந்தைகள் மாடியில் உறங்கிக் கொண்டிருந்தார்கள். நடுநிசியில் என்னை யாரோ வேகமாக உலுக்கி எழுப்பினார்கள். எரிச்சலோடு எழுந்து லைட் ஸ்விட்சைப் போட்டேன். யாரையும் காணோம்!

மறுபடியும் தூங்கலாம் என்று நான் சாய்ந்தபோது என் பார்வை சோபா மீது சென்றது. சோபா மீது மூலையில் பெரிதாக கருந்தேள் ஒன்று மெல்ல நகர்ந்து கொண்டிருப்பதைக் கண்டு திடுக்கிட்டேன். இரவில் அறை சற்று சில்லிட்டவுடன், அருகில் வெதுவெதுப்பான மனித உடம்பு இருப்பதைத் தெரிந்துகொண்டு அந்தத் தேள் வந்திருக்கிறது. ஆவி மட்டும் என்னை எழுப்பி நகர்ந்து போகச் சொல்லியிருக்காவிட்டால்... அந்தத் தேள் என்னைக் கொட்டியிருக்கும்!'

- சிலிர்ப்போடு சொல்கிறார் தாமஸ்!

மேலே குறிப்பிட்ட ஆவியாவது தன்னை அவ்வளவாக வெளிக்காட்டிக் கொள்ளவில்லை! ஆனால், பயங்கரமாக ஆட்டம் போட்டுப் பிறகு ஒருவருக்கு உதவியும் புரிந்த (சாதாரண உதவியா அது!) உலகப் புகழ்பெற்ற ஆவி உண்டு.

அதை லிஃப்ட் ஆவி என்று அழைக்கலாம் அல்லது கல்லறைப் பெட்டி ஆவி என்றும் குறிப்பிடலாம்!

5. லிஃப்டில் நிகழ்ந்த பயங்கரம்!

ஆவிகளைப் பற்றி எழுதுவதில் இருக்கும் ஒரு பெரிய பிரச்னை - எதைப்பற்றி எழுதுவது, எதை விடுவது என்பதுதான். அந்த அளவுக்கு ஆயிரக் கணக்கில் ஆவிகளைப் பற்றிய 'வாழ்க்கை(?) வரலாறுகள்' உண்டு. சில பல ஆண்டுகளாக என்றில்லாமல் பண்டைய காலத்திலிருந்து ஆவிகளைப் பற்றி மனிதர்களுக்குப் பயமும் வியப்பும் இருந்து வருகிறது. பைபிள் புத்தகத் தில் (சாமுவேல் Book 1) இஸ்ரேல் நாட்டின் அரசர் ஸால் அவரது தந்தை சாமுவேலின் ஆவியை நேரில் பார்த்த விவரம் உண்டு!

தன் தளபதி டேவிட் மீது பொறாமை கொண்டு, அவரை நாடு கடத்துகிறான் ஸால். டேவிட், மக்கள் ஆதரவோடு புரட்சி வீரனாகிறான். யுத்தத்தில் எதிரியின் படை ஸால் கோட்டையைச் சூழ்ந்து கொண்டவுடன் ஏற்கெனவே களைப் புற்று மன உளைச்சலிலும் கோபவெறியோடும் இருந்த ஸால் தன் எதிர்காலம் பற்றிக் கவலைக் குள்ளாகிறான். யாருமே மன்னனுக்குச் சரியான ஆலோசனை கூறாததால் ஆவி உலகின் உதவியை நாடுகிறான். ஒரு பெண் (மீடியம்) ஆவிகளை வரவழைக்க, வானிலிருந்து கீழே இறங்கி வந்தது ஸால் மன்னனின் தந்தையின் ஆவி!

மிரண்டு போய் மண்டியிடுகிறான் ஸால்.

'மகனே! இறைவனின் வழிகாட்டுதலை நீ புறக்கணித்தாய். உன்மீது கோபம் கொண்டு, உன் ராஜ்ஜியத்தை டேவிட் கையில் இறைவன் ஒப்படைத்தாகி விட்டது' என்றது தந்தையின் ஆவி. அந்தக் கூற்று பலிக்கிறது. போரில் மூன்று மகன்களோடு தானும் உயிர் துறக்கிறான் ஸால். டேவிட் இஸ்ரேலின் மன்னனாகிறான். பைபிளில் விவரிக்கப்படும் (கி.மு. 800-ல் நடந்த) நிகழ்ச்சி இது!

ரோம் நாட்டை ஆண்ட ஜூலியஸ் சீசரைக் கொலை செய்தவர்களில் ஒருவரான புரூட்டஸ், மார்க் ஆண்டனியின் படையோடு மோதுவதற்காகப் பாசறை அமைத்துத் தங்கியிருக்கிறான்.

இரவில், சீசரின் ஆவி ஒருமுறைக்கு மேலாக வந்து புரூட்டஸின் கட்டிலுக்கு அருகில் நிற்கிறது. 'எதற்காக வந்தாய்?' என்று புரூட்டஸ் கலவரத்துடன் கேட்க, 'ஃபிலிப்பியில் என்னைச் சந்திப்பாய் புரூட்டஸ்' என்கிறது சீசரின் ஆவி. கி.மு.42-ல் ஃபிலிப்பி என்னும் யுத்த பூமியில் தோற்றுப்போய்த் தற்கொலை செய்து கொள்கிறான் புரூட்டஸ். இறப்பதற்கு முன் கலங்கியவாறு அண்ணாந்து பார்த்து, 'நீ வரவேண்டாம் சீசர்! நானே வருகிறேன்! இதோ என் உயிரை நானே பறித்துக் கொள்ளும்போது அடையும் மகிழ்ச்சியில், பாதி அளவு கூட நான் உன் உடலில் வாளைச் செலுத்தும்போது எனக்கு ஏற்படவில்லை!' என்கிறான்.

வரலாற்று ஆசிரியர் ப்ளூடார்க் எழுதிய இந்த நிகழ்ச்சியை, பிற்பாடு ஷேக்ஸ்பியரும் 'ஜூலியஸ் சீசர்' நாடகத்தில் கற்பனையோடு விவரிக்கிறார்.

இப்படியாக, கி.மு. 800-ல் ஆரம்பித்து இன்றுவரை ஆவிகளைப் பற்றி மனிதன் பேசாத, எழுதாத நாளே இல்லையென்று சொல்லலாம். அந்த அளவுக்கு ஆவிகள் மனித சமுதாயத்தை அலைக்கழிக்கின்றன!

கல்லூரிப் பருவத்தில், ரீடர்ஸ் டைஜஸ்ட் இதழில் 'உண்மை நிகழ்ச்சி, என்ற தலைப்பில் ஒரு ஆவி அனுபவத்தை நான் படித்தேன். அந்த வயதில் என் மனத்தில் பதிந்துவிட்ட பேய்க்கதை இது. அதன்பிறகு எவ்வளவோ புத்தகங்களைப் புரட்டியபோதும், அந்தக் குறிப்பிட்ட ஆவி பற்றிய தகவல் மட்டும் கிடைக்காதது சற்று ஏமாற்றமாகவே இருந்தது. பின்னர் ஒரு புத்தகக் கடையில் இருந்த Ghost Sightings என்ற புத்தகத்தை எதேச்சையாகப் புரட்டியபோது - அந்தப் பேய் பற்றிய விவரமான ரிப்போர்ட் இருந்தது!

அந்தக் கடைக்கு நான் திடீரென்று போனதும், குறிப்பிட்ட ஒரு ஷெல்ஃப் முன்னால் நின்றதும் (வேறு ஏதோ Travel புத்தகங்கள் அடுக்கியிருந்த அலமாரி அது!) அந்தப் புத்தகத்தை நோக்கி என் கரம் நீண்டதும்... எப்படி நிகழ்ந்தது என்று வியப்பாக இருக்கிறது!

1896-ல், பாரீஸில், பிரிட்டிஷ் தூதராக இருந்த ஹாமில்டன் ப்ளாக்வுட் என்பவர் சந்தித்த, தலைசுற்ற வைத்த ஆவி இது.

அதற்குச் சில ஆண்டுகளுக்கு முன் ப்ளாக்வுட் அயர்லாந்துக்குச் சென்றபோது ஆஃபேலி என்கிற ஊரில், பெரிய பங்களாவில் தங்கியிருந்தார். ஓரிரவு, நல்ல

தூக்கத்தில் இருந்த அவருடைய காதுகளில் விபரீதமான சத்தங்கள் கேட்க ஆரம்பித்தன. விழித்துக் கொண்டபிறகும் எங்கேயிருந்தோ அழுகைக் குரலும், யாரோ விம்மிக் கதறுவது போன்ற சத்தமும் கேட்க, எச்சரிக்கையுடனும் ஆர்வத்துடனும் எழுந்து வெளியே வந்தார் ப்ளாக்வுட்.

மீண்டும் கரகரத்த குரலும் அமானுஷ்யமான (நரியோ, நாயோ) ஊளையிடும் சத்தமும் தோட்டத்திலிருந்து வருவது போலத் தோன்றியது.

துணிச்சலைக் கூட்டிக்கொண்டு படிக்கட்டுகளில் இறங்கித் தோட்டத்துக்குச் சென்றார் ப்ளாக்வுட். முந்தைய மாலையில் பார்த்தபோது அந்தத் தோட்டம் அழகிய சோலையாக இருந்தது போல நினைவு. இப்போது சற்று மாறியிருந்தது. மரங்கள் கரடுமுரடாக இருந்தன. ஏராளமாக மண்டியிருந்த புதர்களுக்கு இடையே ஆங்காங்கே சிலுவைக் குறிகளோடு பழைய கல்லறைகள்!

மெல்ல முன்னேறினார் ப்ளாக் வுட். சற்றுத் தொலைவில், மர நிழலில் ஏதோ நிழலாடியது போல இருந்தது. 'யார் நீங்கள்?' என்று உரக்கக் கேட்டவாறு நடையை வேகப்படுத்தினார் தூதர். அவருக்கு முன்னே முப்பது அடி தொலைவிலே ஓர் உருவம் மெல்லக் குனிந்தவாறு நடந்து சென்று கொண்டிருந்தது. அதன் தோளில் ஒரு சவப்பெட்டி!

'கொஞ்சம் நில்லுங்கள்!' என்றார் ப்ளாக்வுட் குரலை உயர்த்தி. அந்த உருவம் குனிந்து சவப்பெட்டியைக் கீழே வைத்துவிட்டு மெல்லத் திரும்பிப் பார்த்தது. அந்தக் கொடூரமான வெளிறிய முகத்தையும், மிருகத்தனமாகப் பளிச்சிட்ட கண்களையும் பார்த்தவுடன் சற்றுக் கலவரமடைந்து நாலடி பின்வாங்கினார் ப்ளாக்வுட்!

அந்த உருவம் தன் இடது கரத்தை எச்சரிக்கையாக உயர்த்தி 'வராதே' என்பது போலச் சைகை செய்தது. பிறகு மங்கலாகி மறைந்து போனது!

குழப்பத்தோடும் பதட்டத்தோடும் தன் அறைக்குத் திரும்பிய ப்ளாக்வுட், மறுநாள் காலையில் ஜன்னல் வழியாகப் பார்த்தபோது தோட்டம் பழையபடி சாதாரணமாக, அழகாக இருந்தது!

ஓராண்டுக்குப் பிறகு...

பிரான்ஸ் நாட்டுக்குத் தூதராக நியமிக்கப்பட்ட ப்ளாக்வுட்டுக்கு பாரீஸ் நகரில் உள்ள பிரபல க்ராண்ட் ஹோட்டலில் வரவேற்பு விழாவுக்கு ஏற்பாடு செய்திருந்தார்கள். விருந்து முடிந்தவுடன் தன் உதவியாளர்களுடன் லிஃப்ட்டில் ஏறச் சென்றார் ப்ளாக்வுட். அதற்குள் லிப்ஃடில் நிறைய பேர் நுழைந்தார்கள். தூதர் என்பதால் ஓரிருவர் பணிவுடன் வெளியே வந்து அவருக்கு வழி விட்டார்கள். ப்ளாக்வுட் உள்ளே நுழைய நகர்ந்தபோது அவர் பார்வை லிஃப்ட்டுக்குள் நிலை குத்தியது.

அங்கே அவரையே உற்றுப் பார்த்தவாறு அந்த லிஃப்ட் ஆபரேட்டர்! திடுக்கிட்டுப் போனார் தூதர்.

முன்பு அயர்லாந்தில் மாளிகைத் தோட்டத்தில் சவப்பெட்டியோடு சென்ற அதே உருவம்! அதே கொடூரமான விழிகள்!

அந்த உருவம் கூர்ந்து தூதரை வெறித்துப் பார்த்து மெல்லத் தலையசைத்தது.

கலவரத்தில் ஆழ்ந்த ப்ளாக்வுட் லிஃப்டில் ஏறவில்லை. கதவுகள் மூட, லிஃப்ட் மேலே கிளம்பியது. ரிசப்ஷனுக்கு ப்ளாக்வுட் திரும்பிய சமயம், லிஃப்ட் உள்ளேயிருந்து பயங்கரமான சத்தம் கேட்க, எல்லோரும் அலறியடித்துக்கொண்டு ஓடினார்கள்.

அங்கே, கேபிள் அறுந்து படுவேகமாகக் கீழே விழுந்து, லிஃப்டில் உள்ள எல்லோருமே இறந்திருந்தனர். குறிப்பாக, அந்த லிஃப்ட் ஆபரேட்டரின் உடலை தூதர் கவனித்தபோது... அவன்... அதன் முகம் முழுவதும் சிதைந்து போயிருந்தது.

பல பத்திரிகைகளில் உண்மை நிகழ்ச்சி என்ற தலைப்பில் வெளியான வியப்பேற்படுத்திய பேய்க்கதை இது!

இவ்வளவு படித்தீர்களே, உண்மையில் பேய் என்பது நிஜம்தானா? விஞ்ஞானிகள் என்ன சொல்கிறார்கள்?

மனிதனும் மர்மங்களும் ● 31

6. உயிரோடு ஓர் ஆவி!

உண்மையில் ஆவிகள் என்பது நிஜமா பொய்யா என்று வெட்டு ஒண்ணு துண்டு இரண்டாகச் சொல்லமுடியுமா?

பேய்கள் உண்டு என்பதைத் திட்டவட்டமாக இன்றுவரை நிரூபிக்க முடியவில்லை. அதே சமயம் பேய்கள் இல்லை என்றும் அடித்துச் சொல்ல முடியவில்லை.

ஆவிகள் உண்டு என்று வைத்துக்கொண்டால் சில கேள்விகள் எழுகின்றன. விஞ்ஞான ரீதியில் உடல் என்கிற ஒன்றில்லாமல் உருவம் எப்படி ஏற்பட முடியும் என்பது அடிப்படைக் கேள்வி. அப்படியே ஆவி என்பது இருந்தாலும் எல்லா ஆவிகளும் ஒரே மாதிரி (தூக்கத்தில் நடப்பது போல) இயங்குவது ஏன்?

ஆனால் ஒன்று! ஆவிகளுக்கு எந்தப் புத்தி சாலித்தனமும் இருப்பதாகத் தெரியவில்லை. 99 சதவிகித ஆவிகள் குறிப்பிட்ட அந்த இடத்தில் இருக்கும் எந்த மனிதரையும் கவனிக்காமல், தான் பாட்டுக்கு மெல்லச் சற்று தூரம் மிதந்து சென்று மறைந்து விடுகின்றன! இன்னொரு விஷயம் - ஆவிகள் என்பது வெறும் வீடியோ தான். ஆடியோ ஆவிகள் பற்றி நாம் கேள்விப் படுவது அரிதாக இருக்கிறது! ஆவிகள் ஏன் பேசுவதில்லை? அவற்றுக்குச் சைகை மொழி கூட ஏன் இல்லை?

இறந்தவரின் ஆன்மா ஆவியாக உருப்பெற்று நம்முன் தோன்றுகிறது என்றால், அந்த அளவுக்குச் சாதிக்க முடிந்த ஆன்மாக்களால், 'இறந்தபிறகு என்ன ஆகிறது?' போன்ற மர்மங்களை மனிதனுக்கு விளக்க முடியுமே! தவிர கப்பல்கள், ரயில் வண்டி, பஸ்... ஏன்? வீடுகள், பூச்செடிகள் போன்றவற்றின் ஆவிகளைப் பற்றியும் நிறையத் தகவல்கள் உண்டு. அப்படியென்றால் ஜடப்பொருள்களுக்கும் ஆன்மா உண்டா? இன்னும் கேட்டால், ஆவிகள் கோட்டு, டை, புடைவை, கைத்தடி, மூக்குக்கண்ணாடி சகிதமெல்லாம் வருகின்றன. ஆன்மாவுக்கு டிரஸ் உண்டா? ஏன் நிர்வாண ஆவிகளே இல்லை? கூச்சம்?! சரி, குறிப்பிட்ட இடத்துக்கு வருவதற்கு முன்பு ஆவிகள் எங்கு ஒளிந்து கொண்டிருக்கின்றன?

'இதெல்லாம் அநாவசியமான, அதிகப் பிரசங்கித்தனமான கேள்விகள். இதுபோன்ற கேள்விகளுக்கெல்லாம் அப்பாற்பட்டவை ஆவிகள்!' என்று பிடிவாதமாகச் சொன்னால் விஞ்ஞானிகள் கடுப்பாகிறார்கள்.

'வெறும் மூடநம்பிக்கைகள் நிஜமாகி விடாது. நாம் இப்போது வாழ்ந்து கொண்டிருப்பது விஞ்ஞான உலகில் என்பதைப் புரிந்துகொள்ள வேண்டும். எந்த விஷயமாக இருந்தாலும் அது சட்டதிட்டங்களுக்கு உட்பட்டே ஆக வேண்டும். 2+2=4 என்பது எந்தச் சூழ்நிலையிலும் உண்மை. சென்னையிலும் சைபீரியாவிலும் பகலிலும் குளிரிலும் மலையுச்சியிலும் கடல் ஆழத்திலும் 2+2=4 தான்! தண்ணீரை எடுத்துக்கொள்ளுங்கள். இரண்டு ஹைட்ரஜன் அணுக்களும் ஓர் ஆக்ஸிஜன் அணுவும் இணைந்தால் H_2O என்கிற தண்ணீரா கிறது. இதை ஒரு டெஸ்ட் ட்யூபை உபயோகித்து எந்தச் சோதனைக் கூடத்திலும் நிரூபிக்க முடியும். அதேபோல, திட்டவட்டமாக நிரூபிக்கப் பட்டால்தான் ஆவிகளை ஏற்றுக்கொள்ள முடியும்!'

- விஞ்ஞானிகள் சொல்வது இதுதான். அப்படியென்றால் ஆவிகள் பற்றி விஞ்ஞானிகளே ஆராய்ச்சிகள் நடத்தலாமே என்று கேட்கலாம். நூறு ஆண்டுகளுக்கும் மேலாக (ஆவிகளை நம்பாத) விஞ்ஞானிகள் தொடர்ந்து சோதனைகள் நடத்திக் கொண்டுதானிருக்கிறார்கள். நம்பிக்கைக்கும் விஞ்ஞானத்துக்கும் இடையே நடந்துவரும் இந்த மோதல் இன்றுவரை ஒரு முடிவுக்கு வரவில்லை.

மனோதத்துவ விஞ்ஞானிகளால் ஆரம்பிக்கப்பட்ட Society for Psychical Research (SPR) என்ற அமைப்பு 1890-லிருந்து ஆவிகளைப் பற்றிய தகவல்களையும், விஞ்ஞான ரீதியான சோதனைகளையும் நடத்தி வருகிறது. அவர்களுடைய கோப்புகளில் 20,000-க்கும் மேற்பட்ட பிரபலமான ஆவிகள் உண்டு. 1960-ல் ஆக்ஸ்போர்டு பல்கலைக்கழகத்தைச் சேர்ந்த மனோதத்துவ விஞ்ஞானிகளால் இன்னும் பல புதிய ஆவிகளின் லிஸ்ட் தயாரிக்கப்பட்டு கோப்புகள் Update செய்யப்பட்டன.

ஆவிகளைப் பற்றிய ஆராய்ச்சிகள் நடத்திப் புகழ் பெற்றவர் வீட்லி கேரிங்டன். அவர் சொல்வது-

'உடம்புக்குள் கோடிக்கணக்கான செல்கள் இருப்பது போல மனத்துக்கும் (Mind) செல்கள் உண்டு! மூளைக்குள் தகவல் பரிமாற்றம் செய்கிற, அத்தியாவசியமான கோடான கோடி செல்களைப் (Neurons) போல, எண்ணங்களை இயக்குகிற கண்ணுக்குத் தெரியாத Psychons உண்டு' என்கிறார் கேரிங்டன்.

ஒரு மனிதனின் வாழ்க்கையில், அவனுடைய ஆழ்மனத்துக்குள் மிகவும் ஒட்டிக்கொண்டு விடுகிற அனுபவங்கள், இடங்கள், உறவினர்கள் உண்டு. சில நேரங்களில், அரைத்தூக்க நிலையில் திடீரென்று, நாம் படித்த பள்ளிக்கூட வராண்டாவில் நடப்பது போன்ற உணர்வு ஏற்படுவதுண்டு.

இதற்கு அடுத்த கட்டம் ஒன்று உண்டு. நம்முடைய எண்ணங்களின் Psychons அந்தப் பள்ளிக்கூட வராண்டாவுக்கே சென்று அங்கே (நம்முடைய) ஆவியாகத் தோன்றுவது! சென்ஸிடிவ் ஆனசிலரால் அதைப் பார்க்கவும் முடிகிறது! இறந்த பிறகும், உடலிலிருந்து (கடைசியாக) வெளிப்பட்டு விடுகிற Psychons கொஞ்ச காலத்துக்கு பூமியில் தங்குகின்றன. போகப்போக அந்த Psychons வலுவிழந்து மறைந்து விடுகின்றன. இதுதான் ஆவி - ஆபத்தில்லாத, அப்பாவியான எண்ண அலைகளின் உருவகம்! - சுருக்கமாக கேரிங்டனின் தியரி இதுவே!

கேரிங்டன் சொன்னதுக்கு ஏற்ப, ஆவி சம்பந்தப்பட்ட ஒரு ஆச்சரியம் நிகழ்ந்தது.

1993-ல் நடந்த நிகழ்ச்சி இது! லாஸ் ஏஞ்சல்ஸ் நகரில், ஒதுக்குப்புறமான ஒரு பழைய பங்களாவில் அவ்வப்போது ஒரு பெண்மணியின் ஆவி உலவுவதாகத் தகவல் வர, ஆராய்ச்சியாளர் குழு அங்கே சென்று முகாமிட்டது. அங்கே, ஒருவருக்கு மேற்பட்டவர்கள் அந்தப் பெண்ணின் ஆவியைப் பார்த்தார்கள்.

வராண்டாவிலும் மாடிப்படிக்கட்டுகளிலும் படுக்கை அறையிலும் அந்த ஆவி வளைய வந்தது. சில சமயங்களில் அருகில் இருந்த ஏரியின் மேற்பரப்பிலும் மிதந்து மறைந்தது!

அந்த பங்களாவின் அருகில் வசித்த சிலரையும் குழுவினர் அழைத்து வைத்துக்கொண்டார்கள். அவர்களில் சிலரும் ஆவியைப் பார்த்தார்கள். பல ஆண்டுகளுக்கு முன் அந்த பங்களாவில் வசித்த ஒரு பெண்ணின் சாயல் அந்த ஆவிக்கு இருப்பதாக முதியவர்கள் சிலர் அடித்துச் சொன்னார்கள்.

பிறகுதான் ஆச்சரியம்! ஆராய்ச்சிக் குழு அந்த ஆவிப் பெண்மணியைப் பற்றி மேலும் விசாரித்ததில் 500 மைல் தொலைவில் ஒரு வீட்டில் அந்தப் பெண்மணி வசிக்கப் போய் விட்டதாகத் தெரிய வந்தது. உடனே அங்கே போய்ச்சேர்ந்த ஆராய்ச்சியாளர்கள் திகைப்பில் ஆழ்ந்தார்கள். காரணம் - அந்தப் பெண்மணி உயிரோடு, ஆனால் நோய்வாய்ப்பட்டு கோமா நிலையில் படுக்கையில் இருந்தாள்.

வாழ்ந்து கெட்ட குடும்பம் அது. அந்தப் பெண்மணி, தான் பிறந்து வளர்ந்த அந்தப் பெரிய பங்களாவிலிருந்து குடும்பத்தோடு வெளியேற நேர்ந்திருக்

கிறது. அந்த வீட்டின் மீது உயிரையே வைத்திருந்த அந்தப் பெண்மணி, பிற்பாடு கோமாவில் இருக்கும்போது ஆழ்மனத்திலிருந்து கிளம்பிய அவளது எண்ண அலைகள் பழைய வீட்டுக்குச் சென்றிருக்கிறது. அங்கே அவளுடைய Psychons ஒருங்கிணைந்து அவளுடைய ஆவியை அங்கே உருவாக்கி இருக்கிறது. அதாவது, உயிருள்ள ஒருவரின் ஆவி!

பலர் வெறுமனே பழைய நினைவுகளில் மூழ்குவதோடு நிறுத்திக் கொள்கிறார்கள். இந்தப் பெண்மணியைப் போன்ற சிலர் உயிரோடு இருக்கும் போதே ஆவியாகும் அளவுக்கு அடுத்த கட்டத்துக்குப் போகிறார்கள்.

அந்தப் பெண்மணி பிற்பாடு கோமா நிலையிலிருந்து மீண்டு குணமடைந்த பிறகு... அங்கே, பங்களாவில் அவருடைய ஆவி தென்படுவது நின்றுவிட்டது.

அப்படியெனில் ஒரு ஆவி தோன்றுவதற்கு முக்கியமான கண்டிஷன் - சம்பந்தப்பட்டவர் இறந்திருக்க வேண்டும் அல்லது கோமா நிலையில் இருக்க வேண்டுமா?

அப்படி இல்லை! இன்னொரு சூழ்நிலையிலும் ஆவி தோன்றும் என்கிறார்கள் ஆவி ஆராய்ச்சியாளர்கள்.

7. 'உள்ளே வாயேன்!'

இன்னொரு விதமான ஆவி உண்டு. பாழடைந்த பங்களாவில் மிதந்து செல்கிற உருவம் அல்ல இது! இந்த வகை ஆவியை நீங்கள்கூட எப்போதாவது பார்க்க நேரிடலாம்! ஆபத்துக்கால ஆவி! (Crisis Apparition) என்று இதற்கு ஆராய்ச்சியாளர்கள் பெயரிட்டிருக்கிறார்கள்.

கல்கத்தாவில் (1917-ல்) வசித்த திருமதி ஸ்பியர்மேன் மார்ச் 19-ம் தேதியன்று காலை தம் குழந்தையைத் தூங்கப் வைத்துக் கொண்டிருந்தார். அவருடைய அண்ணன் ஆல்ட்ரட், பிரான்ஸ் நாட்டில், விமானப்படையில் பைலட்டாகப் பணிபுரிந்து வந்தார். அண்ணனிடம் ஸ்பியர்மேனுக்கு ரொம்ப பாசம். காலை 10 மணி இருக்கும். குழந்தையைப் படுக்க வைத்துவிட்டுத் திரும்பிய அவர் வியப்பில் ஆழ்ந்தார். அந்த அறை ஜன்னலுக்கு வெளியே, தோட்டத்தில் முழு யூனிஃபார்மில் அவரது அண்ணன் ஆல்ட்ரட்! லீவு கிடைக்கும் போதெல்லாம் தங்கை வீட்டுக்குத்தான் ஆல்ட்ரட் வருவார். ஆனால், இப்படிச் சொல்லாமல் கொள்ளாமல் வந்ததில்லை. மகிழ்ச்சியோடு ஜன்னலை நோக்கி நகர்ந்த ஸ்பியர்மேன் 'உள்ளே வாயேன். ஏன் அங்கேயே நிற்கிறாய்?' என்று ஆர்வத்துடன் சொன்னவுடன், மறுகணம்... அந்த அறைக்குள் தோன்றிய அண்ணனின் முகத்தில்

ஏதோ பரிதாபம்! தங்கையை ஏறிட்டுப் பார்த்து தலையசைத்த அண்ணனின் உருவம்... மெல்ல மறைந்து போனது.

கலங்கிப்போய் குழப்பத்தில் ஆழ்ந்த ஸ்பியர்மேனை ஏதோ சோர்வு ஆட்கொள்ள, தன் குழந்தையருகே படுத்துத் தூங்கிப் போனார். மாலை, ஆபீசிலிருந்து கணவர் வந்த பிறகு நடந்ததைச் சொன்னார் ஸ்பியர்மேன். 'அண்ணனைப் பற்றியே நினைத்துக் கொண்டிருக்கிறாய்... பிரமை!' என்றார் கணவர் சமாதானமாக. இன்னும் சில நண்பர்களிடமும் ஆல்ட்ரட் வந்தது பற்றி கவலையுடன் விவரித்தார் ஸ்பியர்மேன்.

மறுநாள் தந்தி வந்தது. ஆல்ட்ரட் ஒரு விமான விபத்தில் இறந்து விட்டதாக! ப்ளேன் விழுந்து நொறுங்கியபோது ஆல்ட்ரட் கையிலிருந்த வாட்ச்சும் நசுங்கியதால் - கடிகார முள்கள் அப்படியே நின்று போயின. அந்த நேரம் காலை 10 மணி. தங்கை அண்ணனைப் பார்த்த அதே நேரம்.

•

யு.எஸ். பிளாரிடா 1993, ஏப்ரல் 12. அதிகாலை. எரீகா டேவிஸ் சடக்கென்று தூக்கம் விழித்து எழுந்து உட்கார்ந்தாள்.

தர்மசங்கடமான ஏதேதோ உணர்வுகள் அவளைச் சூழ்ந்து கொண்டன. ஏனோ குமுறிக்கொண்டு அழுகை வந்தது. அறைக்கதவை நோக்கி இருகரங்களையும் நீட்டிய அந்தப் பெண் 'அப்பா' என்று கதறினாள். மறுவிநாடி அவள் காதுக்கருகே 'எரீகா' என்று குரல் கேட்டது. திரும்பினால் கட்டிலுக்கு அருகே அவளுடைய அப்பா! 'நான் போய் வருகிறேன்' என்று சொன்னது போலிருந்தது. 'நோ!' என்று சற்று முரண்டு பிடித்தாள் எரீகா. சில விநாடிகள் தான்! அந்த உருவம் மறைந்துவிட்டது. மனைவியின் குரலைக்கேட்டு திடுக்கிட்டு விழித்த கணவன் அவளுடைய நீட்டிய கரங்களையும் அரற்றலையும் பார்த்து, டார்ச் ஒன்றை எடுத்துக்கொண்டு பக்கத்து அறை களுக்கெல்லாம் போய்விட்டுத் திரும்பினான். எதுவும் தென்படவில்லை. அதற்குள் எரீகா ஆழ்ந்து தூங்கிப் போயிருந்தாள். அவள் முகத்தில் லேசான சோகம் மட்டும் தங்கியிருந்தது.

பொழுது நன்கு விடிந்தபிறகு எரீகாவின் அண்ணன் கலங்கிய கண்களுடன் அவள் வீட்டுக்கு வந்து அப்பா திடீரென விடியற்காலை நான்கு மணிக்கு ஹார்ட் அட்டாக் காரணமாக இறந்துவிட்ட செய்தியைச் சொன்னான்.

ஆமாம். கட்டிலுக்கு அருகே அப்பா தோன்றிய அதே நேரம்.

அடுத்த அனுபவம் இன்னும் வியப்பானது!

•

டாக்டர் பெண்டிட் ஒரு மனோதத்துவ நிபுணர். அவர் எழுதிய - This world and that என்கிற புத்தகத்தில் தனக்கு நேர்ந்த விசித்திரமான அனுபவத்தை விவரிக்கிறார்.

லண்டனில் வசித்த டாக்டர் பெண்டிட் மனோதத்துவக் கட்டுரை ஒன்றைத் தயாரித்துக் கொண்டிருந்தார். அப்போது ஒரு பிரச்னையை அவரால் தீர்க்க முடியவில்லை. குழப்பம் ஏற்பட்டுத் தவித்தார் பெண்டிட். அவருடைய நெருங்கிய நண்பரும் அவருக்கு லெக்சரராகவும் இருந்த டாக்டர் நியூமென், பெண்டிட் நினைவுக்கு வந்தார். நியூமென் மட்டும் அருகில் இருந்தால் உடனே விளக்கம் கிடைக்கும்.

ஆனால் நியூமென் தென் ஐரோப்பாவில் ஓர் ஊரில் தங்கியிருந்தார். நொந்துபோய் மிகவும் ஆழ்ந்து நண்பரைப் பற்றி சிந்தனையிலாழ்ந்த போது அது நிகழ்ந்தது.

'என் நண்பரைப் பற்றி நான் மிகவும் தீர்க்கமாகச் சிந்தித்துக் கொண்டிருந்த போது, என்னிடமிருந்து ஏதோ ஒன்று விடுபட்டு, ஒரு அம்பைப் போல வெளியே சென்றதை உணர்ந்தேன். நான் இங்கே மேஜை அருகில் உட்கார்ந் திருந்த அதேசமயம், 'இன்னொரு நான்' வெளியே சென்று ஏதோ ஓர் ஊரில் ஓர் அறைக்குள் நுழைந்தது! அங்கே... நியூமென் மேஜைமீது குனிந்து ஏதோ எழுதிக்கொண்டிருந்தார். பிறகு நிமிர்ந்து பார்த்தது போலிருந்தது.

நியூமென்னுக்கும் நான் அங்கு வந்திருப்பது தெரியும் என்பதுபோல் எனக்குப் பட்டது.

அந்த அறையில் இருந்த பல பொருள்கள்கூட இப்போதும் நினைவிருக் கின்றன. மறுவிநாடி... பழையபடி லண்டனில், என் அறைக்கு வந்து விட்டேன். திடுக்கென்று அரைத் தூக்கத்திலிருந்து விடுபட்ட ஓர் உணர்வுதான் மிச்சம்!

பிறகுதான் ஒரு பெரிய ஆச்சரியம்! அந்தப் பிரச்னைக்கு எனக்கு விடை கிடைத்தது!

விறுவிறுவென்று தெளிவாகக் கட்டுரையை எழுதி முடித்தேன். எனக்குத் தீர்வு சொல்லி உதவியது யார்? நியூமென் என்றே நம்புகிறேன்.

பிறகு, நியூமென் இருந்த அதே ஊரில் வசிக்கும் என் சிநேகிதிக்குக் கடிதம் எழுதி நடந்ததையெல்லாம் விவரித்தேன். அந்த அறையை நுணுக்கமாக விவரித்தேன்.

'அத்தனையும் கரெக்ட். அதுமட்டுமல்ல, நியூமென்னும் உன்னைத் தன் அறையில் பார்த்ததாகச் சொன்னார். தவிர, உன் கட்டுரையில் ஏதோ குழப்பமாமே, அதற்குத் தீர்வு கிடைத்ததா என்று விசாரித்தார்!' என்று என் சிநேகிதியிடமிருந்து பதில் வந்தது!

மனோதத்துவ நிபுணரும், ஆவி ஆராய்ச்சியாளரும் ஆன டபிள்யு.ஹெச். மையர்ஸ் தரும் ஆவி விளக்கம், அடுத்த கட்டமாக கேரிங்டன் தியரியான Psychons-க்கு போகிறது. Psychons விஷயத்தில் விஞ்ஞானிகளின் ஒரே ஆட்சேபணை - அது ஒரு ஊகம்தான் என்பதும், சோதனைக் கூடத்தில் செல்,

பாக்டீரியா போன்றவற்றை நிரூபிப்பது போல Psychons-ஐ நிரூபிக்க முடியாது என்பதுதான்.

ஆராய்ச்சியாளர் மையர்ஸ் சொல்வது வேறு. ஆவி என்பது டெலிபதியின் தயாரிப்பு என்கிறார் அவர். 1888-ல் அவர் வெளியிட்ட இந்தக் கருத்தை, இன்றுவரை விஞ்ஞானிகள் (ஓரளவுக்கு) ஏற்றுக்கொள்கிறார்கள்.

ஒருவர் ஆபத்திலிருக்கும்போதோ (கோமாவில் உயிரோடு இருந்த அந்தப் பெண்மணியின் ஆவி!) இறக்கும் சமயத்திலோ (எரீகா, திருமதி ஸ்பியர்மேன் அனுபவங்கள்!) சம்பந்தப்பட்டவரிடமிருந்து 'என்னைக் காப்பாற்று. நான் இறந்து கொண்டிருக்கிறேன். உன்னைப் பார்க்க வேண்டும்..!' என்கிற ரீதியில் ஒரு மௌன அலறல் 'டெலிபதி'யாக வெளிப்படுகிறது. மிகவும் பாசம் வைத்த ஒருவரிடமோ சிலரிடமோ இறந்து கொண்டிருப்பவர்களின் எண்ண அலைகள் ஒளி வேகத்தில் போய்ச் சேருகின்றன.

ஒளி அலைகளை டெலிவிஷன் கருவி வாங்கி உருவம் தருவது போல, சிலருடைய மூளைகள் Telepathic ஆக (ஐம்புலன்களின் உதவி இல்லாமல் நேரடியாக உணர்தல்) தட்டியெழுப்பப்படுகிறது. A telepathic cry of distress - மறுகணம் அந்த இன்னொருவர் கண்ணெதிரே உருவாகிற உருவம்தான் ஆவி! 'டெலிபதியின் சக்திதான் இங்கே முக்கியம். இந்த நிலையில் ஒருவர் இறந்து கொண்டிருக்க வேண்டும் என்பதும் அவசியம் இல்லை. டெலிபதி மூலம் இருவருடைய எண்ண அலைகள் ஒருங்கிணைந்து ஐக்கியப்பட்டாலே போதும்.' கட்டுரைக்குத் தீர்வு கண்ட பெண்டிட், நியூமென் மாதிரி! - மையர்ஸ் விளக்கம் இது.

ஆனால், ஒரே ஒரு கருத்து மையர்ஸ் விளக்கத்துக்கு எதிர்ப்பு கூட்டுகிறது!

இதெல்லாம் சாத்தியம் என்றே வைத்துக்கொண்டாலும் பின், இறந்தவர்களுக்குப் பரிச்சயமில்லாத, அவர்களுக்குச் சம்பந்தம் இல்லாத பாசம், நட்பு போன்ற உணர்வுகளால் பாதிக்கப்படாத வேறு சிலருக்கும் (Bystanders) ஆவிகள் தெரிவது எப்படி?

'அழுகிற விதவை' என்று அழைக்கப்பட்ட அந்த ஆவியை, அந்த வீட்டில் பார்த்தவர்கள்தான் எத்தனைபேர்!

8. நூறாவது குரங்கு ஆச்சரியம்!

ஆவி விஷயத்தில் டெலிபதி மிக முக்கிய பங்கு வகிக்கிறது என்பது ஏற்றுக்கொள்ளக்கூடிய கருத்துதான். ஆனால், ஒரு விஷயம் உதைக்கிறது! கண்ணெதிரே ஓர் (ஆவி) உருவம் தெளிவாகத் தோன்றுவதற்கு அதைப் பார்ப்பவரின் ஆழ் மனமும் அத்தியாவசியமானது என்றால், பலரால் அந்த ஆவியைப் பார்க்க முடிவது எப்படி?

பிரிட்டனில், ஷெல்ட்னாம் ஊரில், செயின்ட் ஆன் என்கிற வீட்டில் வளைய வந்த, 'அழுகிற விதவை' என்கிற ஆவி ஓர் உதாரணம். அந்த வீட்டில் கேப்டன் டேபார்ட் என்பவர் தன் குடும்பத்தோடு குடியேறினார். சில நாள்களுக்குப் பிறகு அவருடைய மகள் (வயது 13) அந்த ஆவியை முதன்முதலாகப் பார்த்தாள். கருப்பு கவுன் அணிந்து கையில் ஒரு கைக்குட்டையோடு தோன்றிய ஒரு பெண்ணின் ஆவி அது! பிறகு குடும்பத்தில் எல்லோரும் அந்த ஆவியைப் பார்த்தார்கள். சில சமயம் அது படிகளில் இறங்கி வரும். சில நேரங்களில் ஒரு அறையிலிருந்து இன்னொரு அறைக்குச் செல்லும். அவ்வப்போது ஜன்னல் ஓரமாக அந்த ஆவி நின்று கொண்டு தோட்டத்தைப் பார்த்துக் கொண்டிருப்பதும் உண்டு. பிறகு எல்லோரும் கூட்டாக அந்த ஆவியைப் பார்க்க ஆரம்பித்தார்கள்! சில பக்கத்து வீட்டுக்காரர்களுக்கும், வேலைக்காரப் பெண்மணிக்கும், வாட்ச்மேனுக்கும், டேபார்ட் தம்பதியின்

ஆறு குழந்தைகளுக்கும் அந்த ஆவி நன்றாகத் தெரிந்தது. குறிப்பாக, டேபார்ட்டின் 13-வது மகள் நிறைய முறை அதைப் பார்த்தாள் (ஏனோ, வயதுக்கு வருகிற தருணத்தில் உள்ள பெண்களின் கண்களுக்கு அதிகமாக ஆவி தென்படுகிறது என்கிறார்கள் ஆராய்ச்சியாளர்கள்). அந்தக் குடும்பத்துக்குப் பயம் சற்று அகன்ற பிறகு, சில சோதனைகள் கூடச் செய்து பார்த்தார்கள். ஒருமுறை வராண்டாவில் அந்த ஆவி நடந்து சென்றபோது, குறுக்கே ஒரு கயிற்றைக் கட்டி வைத்தார்கள். அந்தக் கயிற்றின் வழியே புகுந்து தன் பாட்டுக்கு ஆவி தொடர்ந்து நடந்து சென்றது. கால் தடுக்கியெல்லாம் விழவில்லை! ஒருமுறை துணிச்சலை வரவழைத்துக்கொண்டு கேப்டன் டேபார்ட் அந்த ஆவி வரும்போது குறுக்கே கைகளை நீட்டினார். கைகளில் புகுந்து வெளியே வந்தது அந்த ஆவி.

இங்கே, தனிப்பட்ட இருவருக்கு இடையே உள்ள டெலிபதியை மிஞ்சி அத்தனை பேரும் ஆவியைப் பார்த்தது எப்படி?

ஆவிகளைப் பற்றி ஆராய்ந்தவர்களில் முக்கியமான ஒருவர் எட்மண்ட் கர்னே (இவர் ஆவிகளைப் பற்றி எழுதித் தொகுத்த 'Phantasms of the Living' என்கிற புத்தகம் ஆவிகளின் களஞ்சியமாகக் கருதப்படுகிறது). ஓர் ஆவியைப் பலர் பார்ப்பதற்கு அவர் தரும் காரணம், ஒரு புதிய பரிமாணத்தை ஏற்படுத்தியது.

சில சமயம் நிறைய பேருக்கு கூட்டாக டெலிபதி ஏற்படக்கூடும் என்கிறார் கர்னே. முதலில் ரொம்ப சென்ஸிடிவ் ஆன ஒருவருக்குத்தான் இந்த டெலிபதி நிகழ்கிறது. அவரிடமிருந்து ஒரு தொற்றுநோய் போல அந்த எண்ண அலைகள் மற்றவர்களுக்கும் பரவுகிறது என்பது அவருடைய தியரி!

சுருக்கமாக, ஒருவர் இறக்கிறார் என்று வைத்துக்கொள்வோம். இன்னொரு வரைச் சந்திக்க ஏங்கித் தவித்து மௌனமான அலறலுடன் வெளிக்கிளம்பும் அவருடைய Psychons, எங்கோ இருக்கும் மகளுக்கு எதிரே போய்ச் சேர, வந்து சேர்ந்த தந்தையின் எண்ண அலைகளுக்கு ஓர் உருவம் (ஆவியாக) தருகிறாள் மகள். அத்தோடு விஷயம் முடிவதில்லை. சில சமயம் மகளோடு இருக்கும் மற்றவர்களின் ஆழ்மனத்தையும் மகளிடமிருந்து கிளம்பும் இந்த எண்ண அலைகள் ஊடுருவிப் பாதித்து, அவர்கள் கண்ணுக்கும் ஆவி தெரிகிறது.

இது ஒன்றும் புதிய, ஆச்சரியமான கருத்து இல்லை! அதற்கு முன்பே கார்ல் கஸ்டாஃப் யூங் (Jung) என்கிற உலகப் புகழ்பெற்ற மனோதத்துவ மேதை (ஃப்ராய்டின் பிரதான சீடர்) கண்டுபிடித்துச் சொன்ன தத்துவம் இது! அதன்படி, நம் ஆழ்மனத்துக்குள் இன்னொரு பொதுவான ஆழ்மனம் உண்டு (Collective Unconscious). ஒட்டுமொத்தமாக உலகையே வியாபிக்கிற ஆழ்மனம்! ஒரு சேர, ஒரே மாதிரி எல்லாரையும் சிந்திக்க வைக்கிற உணர்வு அது! மற்ற சில உயிரினங்களுக்குக் கூட இது இருக்கும்! ஜப்பானில், கடலில் குட்டிக் குட்டித் தீவுகளில் ஒருவகைக் குரங்குகள் உண்டு. ஒருநாள் அதில் ஒரு தீவில் உள்ள ஒரே ஒரு குரங்கு மண்ணில் விழுந்த பழங்களைக் கடல் நீரில் கழுவிவிட்டுச் சாப்பிட்டது. அதைத் தொடர்ந்து அந்தத் தீவில் உள்ள

மற்ற குரங்குகளும், அதேபோல செய்ய ஆரம்பித்தன. அதைவிட ஆச்சரியம் அங்கிருந்து நூறு அல்லது இருநூறு மைல் தொலைவிலிருக்கும் மற்ற தீவுகளில் உள்ள எல்லாக் குரங்குகளும் ஏதோ டெலிபோன் பண்ணிச் சொன்னது போல பழங்களை நீரில் கழுவிவிட்டு உண்ண ஆரம்பித்தன. 'நூறாவது குரங்கு ஆச்சரியம்' (Hundreth Monkey Phenomenon) என்று மனோதத்துவ நிபுணர்கள் இதற்குப் பெயரிட்டார்கள். குரங்குகளுக்கே இப்படி என்றால் மனிதர்களுக்குக் கேட்க வேண்டுமா?

மனத்துக்கு நேரம், அளவு, நீளம், அகலம், பருமன் எதுவும் கிடையாது. எல்லா மனங்களும் இணைந்த ஒரு பிரும்மாண்டமான மனம் உண்டு என்று மனோதத்துவ ஆராய்ச்சியாளர்கள் கூறுகிறார்கள். மனிதன் உருவானதிலிருந்து இன்றுவரை நிகழ்ந்த எல்லா அனுபவங்களும் உணர்வுகளும் ஒட்டு மொத்தமாகக் குடியிருக்கும் கூட்டு மனம் அது! ஒரு ஆட்சியைத் தோற்கடிக்க வேண்டும் என்று ஒட்டுமொத்தமாக வாக்காளர்கள் சிலசமயம் முடிவு கட்டுவதற்கு இந்தக் கூட்டு டெலிபதிதான் காரணம்.

பிலிப்பைன்ஸ் நாட்டில் மார்க்கோஸ் ஆட்சியைக் கவிழ்க்க வேண்டும் என்கிற நினைப்பு அந்தச் சமயத்தில் நாட்டில் உள்ள அத்தனை பேருக்கும் தோன்றி, பல லட்சக்கணக்கானவர்கள் மாபெரும் பேரணியாகப் போராட வீட்டை விட்டுக் கிளம்பியதற்குக் காரணம் Collective unconscious எண்ணம்தான்.

இதற்கு பாசிடிவ், நெகடிவ் - இரு எனர்ஜிகளும் உண்டு! ஆகவே, எல்லோரும் ஒருசேரப் பிரார்த்தனை செய்யும்போது ஆச்சரியங்கள் நிகழும் என்பதையும் நாம் தாராளமாக நம்பலாம்.

பிரபல உயிரியல் மேதை லயால் வாட்ஸன் இந்தப் பொதுவான உணர்தலுக்கு ஒரு தனிப் பெயர் தேவை என்று குறிப்பிட்டார். அவர் முன்வைத்த பெயர் - 'ஸாம்!'

'ஸாம' என்பது சம்ஸ்கிருதச் சொல்! 'ஸா' என்றால் ஒன்றுபடுதல். 'ம' என்றால் மனம். யூங், வாட்ஸன் இருவருமே 'காலம், பரிமாணம் எல்லாவற்றையும் கடந்த 'திரிகால ஞானிகள்' என்றழைக்கப்படுகிற மகான்கள் வாழ்ந்த நாடு இந்தியா. 'Collective unconscious' பற்றி எப்போதோ புரிந்துகொண்டு அதைப் பயன்படுத்தவும் செய்தவர்கள் இந்தியர்கள், என்றார்கள். அதனாலேயே 'ஸாம' என்பது பொருத்தமான சொல்லாக இருக்கும் என்று குறிப்பிட்டார் வாட்ஸன்.

மூளைக்குள் உள்ள விசித்திரமான சக்திகள் இத்தனை பிரும்மாண்டம் என்கிற நிலையில், டெலிபதி மூலம் ஆவி உருவத்தை ஒருவர் மட்டுமல்ல, நிறைய பேர் ஒரே சமயத்தில் பார்க்கமுடியும் என்பது ஒரு பெரிய ஆச்சரியமாகத் தெரியவில்லை!

9. லிஃப்ட் கேட்ட பெண்!

ஆவிகள் உண்டு என்பதை நிரூபிக்க, சூழ்நிலை சாட்சியங்கள் அடுக்கப்பட்டாலும் விஞ்ஞான உலகம் நேரடிச் சான்று வேண்டும் என்று பிடிவாதமாகக் கூறிவருவது இன்றைக்கும் தொடர்கிறது.

'என்ன பெரிய, விஞ்ஞான ரீதியாக நிரூபிக்க முடியாத உண்மைகள் பல்லாயிரக்கணக்கில் உண்டு. அகண்ட கண்டத்தில் உள்ள Black Hole-ஐ நம்புகிறோம்.

'ப்ளாக் ஹோலின் புவிஈர்ப்பு சக்தி அளவிட முடியாதது. அங்கிருந்து ஒளி கூட வெளிப்பட முடியாததால் அது கண்ணுக்குத் தெரியாதது. அதைப் படம் பிடிக்க முடியாது. சுற்றுப்புற சாட்சியங்களை வைத்துத்தான் பிளாக் ஹோலை நம்புகிறோம். அதுபோன்ற ஆச்சரியங்கள் இன்னும் எத்தனையோ இருக்க முடியாதா? ஆவி உலகம் என்பதும் அப்படித்தான்!' என்கிறது எதிரணி.

பிரச்னை என்னவென்றால், மனத்தை அளந்து பார்க்கக்கூடிய விஞ்ஞானக் கருவிகளை யாரும் கண்டுபிடிக்கவில்லை! மனமே இப்படி மர்மமாக இருக்கும்போது புலன்களுக்கு அப்பாற் பட்ட, டெலிபதி போன்ற விசித்திரங்கள் சஞ்சரிக்கும் ஆழ்மனத்தை எப்படி அளவிட முடியும்? இந்நிலையில் அந்த ஆழ்மனத்திலிருந்து கிளர்ந் தெழும் டெலிபதி போன்ற இனம் புரியாத

சக்திகளால் உருவாகும் விஷயங்களைச் சோதனைக் கூடத்தில் கருவிகளை உபயோகித்து எப்படி நிரூபிக்க முடியும்?

'சென்ஸிடிவ்' ஆன ஒரு தனி நபரால் மட்டும் ஆவியைப் பார்க்க முடியும் (Psychons மற்றும் Telepathy மூலம்) என்றில்லாமல் கூட்டாகப் பலராலும் (இந்த டெலிபதி பரிமாறிக் கொள்ளப்பட்டு) ஆவியைக் காணமுடியும் என்பதை ஒப்புக் கொள்வோம். அதேசமயம் ஆவிகள் மீது நம்பிக்கையில்லாத, சென்ஸிடிவ் அல்லாத, முரட்டுத்தனமான மனிதர்களும் சம்பந்தம் இல்லாத இடங்களில் ஆவியை நேர்கொள்கிறார்கள்.

இது எப்படி நிகழ்கிறது? இங்கே டெலிபதி எப்படிக் காரணமாக முடியும்? - இதற்கு விடைகள் கிடைக்கவில்லை.

1978-ம் ஆண்டு, ஒருநாள் மாலை நேரம், தென்னாப்பிரிக்காவில், யூனியன்டேல் என்கிற ஊரில் ஜார்ஸ்வெல்ட் என்கிற ராணுவ வீரர், தன் கேர்ள் ஃபிரண்டைப் பார்க்க மோட்டார் சைக்கிளில் போய்க்கொண்டிருந்தார். ஆள் அரவமில்லாத ரோடு அது. அப்போது வழியில் மரத்தடியில் ஓர் அழகிய பெண் கருப்பு ஜீன்ஸ், நீலநிற டாப்ஸ் அணிந்து லிஃப்ட் கேட்டுக் கையசைத்தாள்.

ஜார்ஸ்வெல்ட் எச்சரிக்கையான ஆள். முதலில் வண்டியின் வேகத்தைக் குறைத்து, சுற்றும்முற்றும் கூர்மையாகக் கவனித்தார். அழகிய பெண்ணை முன்னிறுத்தி, சில திருடர்கள் மரங்களுக்குப் பின்னால் ஒளிந்திருக்கலாம் இல்லையா? அப்படி எதுவும் இல்லை.

வண்டியை நிறுத்தி, அந்தப் பெண்ணைப் பின் இருக்கையில் ஏற்றிக் கொண்டார் அந்த ராணுவ வீரர். கூடவே, தான் வைத்திருந்த ஸ்பேர் ஹெல்மெட்டையும் தந்தார். சில மைல் தூரம் சென்ற பிறகு மோட்டார் சைக்கிள் சற்றுத் தூக்கித் தூக்கிப் போட்டது. அதோடு அந்தப் பெண்ணும் ஒரு வார்த்தைகூடப் பேசவில்லை! ஜார்ஸ்வெல்ட்டுக்குச் சந்தேகம் வர, வண்டியை நிறுத்தித் திரும்பிப் பார்த்தால்... பின் சீட்டில் அந்தப் பெண்ணைக் காணோம்!

எங்கேனும் விழுந்து விட்டாளோ என்ற கலவரத்துடன் வண்டியைத் திருப்பி வந்த வழியே ஓட்டினார் ஜார்ஸ்வெல்ட். அங்கேயிருந்த சில கடைகளில்கூட விசாரித்தார். எங்கும் அந்தப் பெண் இல்லை. ஹெல்மெட் மட்டும் பின்சீட்டில் மாட்டப்பட்டிருந்தது.

ஸிந்தியா ஹிண்ட், டேவிட் பாரிட் என்கிற அதிகாரப் பூர்வமான இரு (ஆவி) ஆய்வாளர்கள் இந்தக் கேஸை எடுத்துக்கொண்டு தீவிர விசாரணை நடத்தினார்கள். ஜார்ஸ்வெல்ட் சென்ற அந்த ரோட்டை ஒட்டிய கிராமத்துக்கு ஆய்வாளர்கள் சென்று விசாரித்தபோது, ஒரு பெண்ணின் போட்டோ அவர்களுக்குக் கிடைத்தது. அந்தப் போட்டோவை ஜார்ஸ்வெல்டுக்குக் காண்பித்தபோது, 'இதே பெண்தான்!' என்று ஆச்சரியத்துடன் சொன்னார் அவர்! மேரி ரூ என்கிற அந்த இருபத்திரெண்டு வயதுப் பெண் ஏப்ரல் 12,

1968-ல் அவளுடைய காதலனுடன் காரில் வந்தபோது அந்தக் கார் அங்கே ஒரு மரத்தில் மோதி, விபத்தில் அந்தப் பெண் மரணமடைந்தாள். காதலன் பலத்த காயங்களோடு உயிர் தப்பியிருக்கிறான்.

அந்தப் பெண்ணுக்கு (ஆவிக்கு) இந்த ராணுவ வீரரைத் தவிர சில டிராஃபிக் போலீஸ் சார்ஜெண்ட்டுகளும் லிஃப்ட் தந்திருக்கின்றனர்! அதற்கு இரண்டாண்டுகளுக்கு முன்பு, லே க்ரேஞ்ச் என்கிற தொழிலதிபரும் அதே பெண்ணுக்கு லிஃப்ட் தந்திருக்கிறார் - தன் காரில்! பின் சீட்டில் அமர்ந்தவுடன் சில நிமிஷங்கள் கழித்து மறைந்து போயிருக்கிறாள் அந்தப் பெண்.

இப்படிப்பட்ட சில அனுபவங்களுக்கு டெலிபதி போன்ற காரணங்களையும் சொல்லமுடியாமல் மனோதத்துவ நிபுணர்கள் விழிக்கிறார்கள். மற்ற (நம்பாத) விஞ்ஞானிகள் 'இதெல்லாம் பிரமைதான் (Hallucination). அந்தப் பெண் இறந்த கதை பலருக்குத் தெரிந்திருக்கிறது. ராணுவ வீரரும் அந்தக் கதையைக் கேட்டிருப்பார். அதே சிந்தனையுடன் வண்டி ஓட்டும்போது அபரிமிதமான கற்பனை செய்துகொண்டதால், ஆவியைப் பார்த்ததாக அவருக்கு ஒரு நம்பிக்கை வந்துவிட்டது. அந்தக் கதையைக் கேட்ட மற்ற சிலரும் ஆவியைப் பார்த்ததாகச் சொல்ல ஆரம்பித்து விட்டார்கள். கிராமங்களில் உலவும் எல்லாப் பேய்க்கதைகளும் இப்படித்தான்' என்று நம்பாத அணி விளக்கம் தருகிறது.

கேமரா என்கிற ஒன்று கண்டுபிடிக்கப்பட்டவுடன் உலகெங்கும் மகிழ்ச்சி அடைந்தவர்களில் ஆவி ஆராய்ச்சியாளர்களும் அடக்கம். குறிப்பாக பிரிட்டனிலும் அமெரிக்காவிலும் நூற்றுக்கணக்கில் ஆவிகளை போட்டோ எடுத்துக்கொண்டு வந்தார்கள்.

புகைப்படக்கலை நிபுணர்கள், அந்த போட்டோக்களை ஆராய்ந்ததில் முக்கால்வாசிக்கு மேல் டூப் என்று கண்டுபிடிக்கப்பட்டது.

அதேசமயம் போட்டோக்களில் (டபுள் நெகடிவ் போன்ற) சில்மிஷங்கள் எதுவும் இல்லை என்பதையும் போட்டோ நிபுணர்கள் ஒப்புக்கொண்டார்கள்.

கேமராவைத் தொடர்ந்து, டேப் ரெக்கார்டர், தானாக இயங்கும் வீடியோ கேமரா போன்ற கருவிகளை டெக்னாலஜி கண்டுபிடித்தது. எல்லா உபகரணங் களையும் வாரிச் சுருட்டிக்கொண்டு ஆராய்ச்சியாளர்கள் ஆவிகளை நிரூபிக்கக் கிளம்பினார்கள். பேய்கள் உலவுவதாகக் கூறப்பட்ட பழங்கோட்டைகளி லெல்லாம் இந்தக் கருவிகள் பொருத்தப்பட்டன.

குறிப்பாக, பிரிட்டனில் கெண்ட் என்கிற ஊரில் உள்ள டோவர் கோட்டையில் தானியங்கி வீடியோ கேமராவில் ஒரு கதவு தானாக மெல்ல மூடுவது போன்ற சில காட்சிகள் பதிவு ஆனது. அதே சமயத்தில், டேப்ரெக்கார்டர் காலடிச் சத்தங்களைப் பதிவு செய்தது. ஒருத்தரைக்கூட உள்ளே விடாமல் கோட்டை சீல் செய்யப்பட்டிருந்தது என்பதை நினைவில் கொள்ளவேண்டும்.

'Paranormal' என்கிற புத்தகத்தை எழுதிய ஜென்னி ராண்டெல்ஸ், யு.எஸ்.ஸில், பேய் நடமாடுவதாகச் சொல்லப்பட்ட ஒரு பழைய நைட் கிளப்பில் வீடியோ சோதனைகள் நடத்தினார். பொதுவாகவே ஆவிகள் வரும்போது டெம்பரேச்சர்சரேல் என்று குறையும். அப்படிக்குறையும்போது அலாரம் அடிக்கும்படி ஓர் ஏற்பாட்டைச் செய்தார் ராண்டெல்ஸ். கூடவே வீடியோ கேமரா!

நடுநிசியில் அலாரம் அடித்தது! அதே நேரத்தில் வீடியோ கேமராவில் ஓர் உருவம் நிழலாக நகர்ந்து ஓர் அறைக்குள் புகுந்து செல்வது பதிவானது! அதிகபட்சசாட்சியங்கள் இப்படிப் பட்டவையே.

தற்போது டெக்னாலஜி வளர்ச்சி காரணமாக ஆச்சரியமான நவீன கருவிகள் தயாரிக்கப்பட்டிருக்கின்றன. மின்காந்த அலைகள், வெப்பம், அல்ட்ராஸானிக் ஒலி அலைகள், இன்ஃப்ராரெட் ஒளி அலைகள் - இத்தனையும் கையாளும் கருவிகள் வந்துவிட்டன. இவை அத்தனை விஷயங்களையும் மேற்பார்வை யிட்டுப் பதிவு செய்யக்கூடிய 'Spider' என்ற கருவி (ஆவிகளுக்காகவே!) தயாரிக்கப்பட்டிருக்கிறது.

ஆனால், மனிதர்களைப் போல போட்டோவுக்கு போஸ் கொடுப்பதற்கு சில ஆவிகளே ஆர்வம் காட்டுகின்றன! பெரும்பான்மையானவை கேமரா கூச்ச வகை! தவிர, ஆவிக்கு மனிதன் என்பவன் தேவைப்படுகிறான். மனிதர்கள் யாருமே இல்லையென்றால் அங்கே ஆவியும் அவ்வளவாக வருவதில்லை. தனியாக வர ஆவிகளுக்குப் பயமோ என்னவோ!

டெக்னாலஜி மேலும் வளர வளர, எதிர்காலத்தில் கையும் காலுமாக(!) ஆவியும் பிடிபட்டு நிரூபிக்கப்படும் என்று நம்புவோம்.

தற்போது ஆவிகளுக்கு டாடா சொல்லிவிட்டு ஓர் அட்டகாசமான இன்னொரு மாபெரும் சக்திக்குப் போகலாம்.

10. அம்மாவுக்கு ஆபத்து!

கேயா என்கிற பத்து வயதுப்பெண் பள்ளிக் கூடத்துக்கு சற்று அலுப்போடு நடந்து போய்க் கொண்டிருந்தாள். ஜியாமெட்ரி ஹோம் ஓர்க்கை முழுசாக முடிக்கவில்லை. நைசாக லீவு போட்டு விட்டு மறுநாள் தயார் பண்ணிக்கொண்டு போகலாம் என்று நினைத்த கேயாவை அவளுடைய அம்மா டோஸ் விட்டு ஸ்கூலுக்கு அனுப்பினாள். அரைகுறையாகத் தான் போட்ட ஹோம் ஓர்க்கை நடந்தவாறே ஒருமுறை அவள் செக் செய்த போது...

சட்டென்று கேயாவின் கண்கள் லேசாக இருண்டன. ஏதேதோ வீடுகள், மரங்கள், தெருக்கள் என்று பல காட்சிகள் மின்னல் வேகத்தில் அவள் மனத்துக்குள் தோன்ற, கடைசி யில் அவள் வீட்டுச் சமையலறை ஏதோ ஜூம் லென்ஸ் போட்டது மாதிரி அவளுக்குக் க்ளோசப்பில் வந்தது. சமையலறையில், தரையில் கேயாவின் அம்மா மயக்கமாக விழுந்து கிடக்கிறாள். அம்மாவின் அருகே லேஸ் வேலை செய்யப்பட்ட ஒரு கர்ச்சீப். அத்தனையும் தத்ரூபமாக!

சில வினாடிகள்தான்...

கேயாவுக்கு விழிப்பு வந்தது. உடல் வியர்த் திருந்தது. அங்கிருந்து சற்றுத் தொலைவில் குடும்ப டாக்டர் வீடு இருப்பது நினைவுக்கு வர,

பதறியவாறு டாக்டர் வீட்டுக்கு ஓடினாள் கேயா. தன் அம்மாவுக்கு ஆபத்து என்று மட்டும் சொன்னாள். காரில் டாக்டருடன் வீட்டுக்கு விரைந்து வந்து பார்த்தபோது... அத்தனையும் நிஜம்! கிச்சனில் கேயாவின் அம்மா மயங்கி விழுந்திருந்தாள். பக்கத்தில் அதே கர்ச்சீப்.

அம்மாவுக்கு ஹார்ட் அட்டாக் வந்திருக்கிறது. உடனடியாக மருத்துவ மனைக்கு அழைத்துச் செல்லப்பட்டு - அந்தப் பெண்மணி பிழைத்துக் கொண்டார். நடந்த விஷயத்தை டாக்டரிடம் கேயா சொன்னபோது அவர் ஆச்சரியப்பட்டுப் போக, பிறகு மனோதத்துவ நிபுணர்கள் கேயாவை விசாரிக்க வந்தார்கள்.

•

மாரீன் ப்ளீத், ஹோட்டலில் பீட்ஸா சாப்பிட்டுக் கொண்டிருந்தாள். வெயிட்டர் அவள் அருகே வந்து 'வேறு ஏதாவது வேண்டுமா?' என்று கேட்டபோது காதில் விழவில்லை. ஆனால் அவளுக்குத் தலை சுற்ற ஆரம்பித்தது. மேடு பள்ளங்களில் ஏறி இறங்குவதுபோல ஓர் உணர்வு. வயிற்றையும் புரட்டியது. பயம் வந்தது! வயிற்றைப் புரட்டவே கலவரத் துடன் எழுந்து நின்றாள் ப்ளித். அதேசமயம் இருகரங்களை உயர்த்தியவாறு அவளுடைய கணவன் பரிதாப முகபாவத்துடன் க்ளோசப்பில் அவளுக்கு ஒரு காட்சியாகத் தெரிந்தான்.

வீட்டுக்கு வந்தால் டெலிபோன் மணி! ப்ளீத்தின் கணவன் சே, கடலில் பந்தயப் படகு ஓட்டுபவன். நடுக்கடலில் பெரிய அலையொன்று சே படகை மூழ்கடிக்க, படகு கவிழ்ந்து, நீருக்கடியில் சிக்கிக்கொண்டான் அவன்! செமத்தியான குளிர்காலம். அட்லாண்டிக் கடலின் ஐஸ் நீரில் அதிகபட்சம் சில மணி நேரம் உயிரோடிருந்தால் அதிகம். ஆபத்துதவிப் படகுகள் விரைந்து வந்துவிட்டதால் சே காப்பாற்றப்பட்டான். அவன் மூழ்கிய அதே நேரத்தில் கடலில் அலைகளுக்கு நடுவில் தான் போவது போன்ற உணர்வு மனைவிக்கு வந்து வாயிலெடுக்க வைத்திருக்கிறது! கூடவே கணவனின் கலவர முகம்.

இதெல்லாமே சில ஆண்டுகளுக்கு முன் நடந்த உண்மைச் சம்பவங்கள். சுருக்கமாக, இந்த அனுபவங்களுக்குப் பெயர்தான் டெலிபதி.

மனிதனுக்கு ஐம்புலன்கள் உண்டு. பார்ப்பது, முகர்வது, தொடுவது, ருசிப்பது, கேட்பது. நாம் உலகை உணர்வது இந்த ஐம்புலன்களினால்தான்!

இதைத் தாண்டிய ஆச்சரியம்தான் டெலிபதி என்கிற சிந்தனைப் பரிமாற்றம். வியப்பூட்டும் இந்தச் சக்தி நம் எல்லோருக்குமே இருக்கிறது. அதற்கேற்ப பல சமயங்களில் இந்த உணர்வு தெளிவாக இயங்கவும் செய்து நம்மை வியப்புக்குள்ளாக்குகிறது! சிலருக்கு இந்தச் சக்தி அதிகமாக இருக்கிறது. அவர்களை நாம் Psychic என்று அழைக்கிறோம்.

'தாமோதரன் வெளியூருக்கு வேலைக்குப் போய் ஓராண்டு ஆகிறதே, ஒரு தகவலும் இல்லையே!' என்று நாம் ஆழ்ந்து சிந்திக்கும் போது, டெலிபோன் மணி அடிக்கிறது. எடுத்தால், 'டேய்! நான் தாமுடா!' என்று நண்பரின் குரல்.

‘வெகேஷனுக்கு எங்கே போகலாம்? சிம்லாவுக்குப் போகலாமா?’ என்று நீங்கள் நினைக்கிற அதே விநாடியில் மனைவி ‘ஏங்க, இந்த வெகேஷனின் போது சிம்லா போகலாமா?’ என்கிறாள்.

‘இன்றைக்கு ஆபீசில் எனக்கு ஏதோ பிரச்னை இருக்கு!’ என்று திடுக்கென்று ஒரு கவலை வருகிறது. ஆபீஸுக்குப் போனால் குறைந்தபட்சம் ஒரு மெமோவாவது காத்திருக்கிறது. இது எல்லாமே டெலிபதிதான். ஆனால் நம்மில் பலர் இதெல்லாம் எதேச்சையாக நடக்கிற சம்பவங்கள் என்கிறோம். ‘இப்படி ஓர் அசாத்திய சக்தி போயும் போயும் நமக்கு இருக்க முடியுமா என்ன?’ என்கிற நினைப்பும் ஒரு காரணம்.

இந்தியாவில் புராண காலத்திலிருந்து டெலிபதி மேல் நமக்கு நம்பிக்கை இருந்து வருகிறது! சாமான்யர்களுக்கு இந்தச் சக்தி இல்லாமல் இருந்தாலும் முனிவர்கள், மகான்கள் போன்ற பெரியவர்களுக்கு இந்தச் சக்தி சத்தியமாக உண்டு என்று நாம் நம்புகிறோம். புராணங்களில் கூட இதை ஒட்டிய நிறைய கதைகள் உண்டு. முதலை கவ்விய யானை கஜேந்திரனை மகாவிஷ்ணு வந்து காப்பாற்றியது டெலிபதி மூலம்தானே!

அந்தக் கால மன்னர்கள் முனிவர்களைப் பக்கத்தில் வைத்துக் கொண்டதற்குக் காரணம், அவர்களுடைய ஞானதிருஷ்டியின் வலிமைக்காகத்தான்! இன்றைக்கும் நம் நாட்டில் இந்தச் சக்தி உள்ள மகான்கள் நிறையபேர் உண்டு (போலிச்சாமியார்கள் அல்ல!). பைபிளில் டெலிபதி பற்றிய நிகழ்ச்சி ஒன்று சொல்லப்படுகிறது. சிரியா நாட்டு மன்னர் தன் அரசவையைக் கூட்டி ‘இங்கே யார் துரோகி? யார் இஸ்ரேல் நாட்டுக்கு விசுவாசமாக இருந்து இங்கே நடக்கும் ரகசியங்களைத் தெரியப்படுத்துகிறார்?’ என்று கோபத்துடன் கேட்க, ஒரு பெரியவர் அமைதியாக எழுந்து நின்று, ‘யாருமில்லை அரசே! இஸ்ரேல் நாட்டில் வசிக்கும் ஞானி எலீசாவுக்கு எல்லாம் தெரிகிறது. படுக்கையறையில் நீங்கள் முணுமுணுப்பாகப் பேசுவது கூட எலீசாவின் காதுகளுக்குக் கேட்கிறது!’ என்று எடுத்துச் சொல்கிறார். மன்னர் திகைத்துப் போகிறார்!

அந்தக் காலத்தில் கிரேக்க மன்னர்கள் டெல்ஃபி என்கிற ஆலயத்துக்குப் போய் ஆரூடம் கேட்காமல் எந்தக் காரியத்திலும் இறங்க மாட்டார்கள். ஏதென்ஸ் நாட்டு மன்னர் க்ராஸஸ் மட்டும் அந்த டெல்ஃபி ஆரூடம் பற்றி சற்று சந்தேகப்பட்டார். ஒருநாள், விசுவாசமான தூதர் ஒருவரை அனுப்பி, குறித்த ஒரு நேரத்தில் ‘தற்போது மன்னர் க்ராஸஸ் என்ன செய்து கொண்டிருக்கிறார்?’ என்று அங்கே அசரீரியிடம் கேள்வி எழுப்பச் செய்தார். தான் செய்யப்போவதை யாருக்குமே தெரியாமல் ரகசியமாக வைத்துக்கொண்டார் மன்னர்! கேள்வி கேட்கப்பட்டது. ஆலயத்தின் உள்ளேயிருந்து அசரீரியின் குரல், ‘மன்னனைச் சுற்றிலும் சமையல் வாசனை! இந்த நிமிஷத்தில் அவர் ஆட்டுக்கறியையும் ஆமைக்கறியையும் சேர்த்து சமைக்கப்பட்ட ஒரு பதார்த்தத்தை ருசி பார்த்துக் கொண்டிருக்கிறார்’ என்று முழங்கியது.

அதுவரை அரண்மனை கிச்சனில் செய்யப்படாத வித்தியாசமான டிஷ் அது! அரசர் அதைத்தான் கடைசி நிமிஷத்தில் சமைக்கச் சொல்லி,

ருசித்துக்கொண்டிருந்தார்! டெஃல்பி செய்தி வந்த பிறகுதான் க்ராஸஸுக்கு முழு நம்பிக்கை வந்தது.

இந்தியாவைப் போலவே, ஆயிரக்கணக்கான ஆண்டுகளுக்கு முன் நாகரிகம் அடைந்த கிரீஸ், எகிப்து, சீனா போன்ற நாடுகளில் டெலிபதி மீது மக்கள் மிகுந்த நம்பிக்கை வைத்திருந்தார்கள். பிற்பாடு கிறிஸ்துவ மதம் விரிவடைந்த பிறகு, தேவாலயங்கள் டெலிபதி போன்ற சக்திகளை மறுத்து 'அவற்றை நம்புவதோ கடைப்பிடிப்பதோ குற்றம்' என்று சொல்லித் தடை விதித்தது. கடவுளுக்கு மட்டுமே அந்தச் சக்தி உண்டு என்பதாலும், மனிதர்கள் டெலிபதி என்கிற பெயரில் ஏமாற்று வேலைகளில் இறங்கக் கூடாது என்பதாலும் இப்படி ஒரு தடைச் சட்டம் என்று விளக்கினார்கள். என்றாலும், ரகசியமாக நிறைய பிரபல ஆருடக்காரர்களும், குறி சொல்பவர்களும் பிஸியாகச் செயல் பட்டுக் கொண்டுதான் இருந்தார்கள். வசதி படைத்த பலர் தனிப்பட்ட முறையில் டெலிபதி சக்தி உள்ளவர்களை வரவழைத்து டெமான்ஸ்ட்ரேஷன் செய்யச் சொல்லி ரகசியமாக ஆச்சரியப்பட்டார்கள்.

டெலிபதி மட்டுமல்ல, இதைச் சார்ந்த மேலும் சில சக்திகளும் உண்டு. பல சந்தர்ப்பங்களில் இந்த எல்லா சக்திகளும் ஒன்றாக இணைந்தும், சில சமயம் இரண்டாகக் கூட்டணி அமைத்தும் இயங்குவதும் உண்டு. மனோதத்துவ அறிஞர்கள் இவற்றில் முக்கியமான நான்கு சக்திகளை இணைத்து Psi (ஸை) என்று பெயரிட்டனர். பிற்பாடு இதற்கு நவீனமாக ESP (Extra Sensory Perception) என்று பெயர் வந்து நிலைத்தது. அதாவது புலன்களைத் தாண்டிப் புரிந்துகொள்ளும் சக்தி!

இந்தச் சக்திகள் எல்லாமே மகா ஆச்சரியமானவை!

11. நடுங்கிய எலிகள்!

மனிதனின் ஆழ்மனத்துக்குள் நான்கு அதிசய சக்திகள் அடக்கமாகத் ததும்பிக் கொண் டிருக்கின்றன என்று மனோதத்துவ அறிஞர்கள் கண்டுபிடித்திருக்கிறார்கள். டெலிபதியைத்தவிர, தொலைவில் நடக்கும் நிகழ்ச்சிகளைப் பார்க்கும் திறமை (Clairvoyance), எதிர்காலத்தில் நடக்க விருக்கும் நிகழ்ச்சிகளை முன்கூட்டியே சொல்லு தல் (Precognition) மற்றும் பொருள்களைத் தொடாமல் பார்வையின் சக்தியாலேயே நகர்த்துதல் (Psychokinesis) இந்த நான்கு சக்திகளையும் நிரூபித்து வசப்படுத்துவதற்கான முயற்சிகள் உலகெங்கும் தீவிரமாக நடந்து கொண்டிருக்கின்றன. அவ்வப்போது இந்தச் சக்திகள் 'நாங்கள் இருக்கிறோம்' என்று, சில பல விசித்திரங்களை நிகழ்த்தி நமக்குத் தெரியப் படுத்திக் கொண்டிருந்தாலும், விஞ்ஞானிகளின் கையில் வசமாகச் சிக்காமல் இச்சக்திகள் கண்ணா மூச்சி ஆடி வருகின்றன.

இலவச இணைப்புகளைப் போல மேலும் சில நுணுக்கமான சக்திகளும் உண்டு. ஒரு உதாரணம் - ஒரு வீட்டில் உள்ள நாற்காலி அல்லது கட்டிலைத் தீர்க்கமாகப் பார்த்துவிட்டு, அந்த அறையில் நடந்த நிகழ்ச்சிகளைச் சொல்லுதல்! இதற்கு (Psychometry) என்று பெயர். ஸ்காட்லாந்து யார்டு, எஃப் கொலைகாரர்களைக் கண்டுபிடிக்க பி.ஐ. - யில் உள்ள துப்பறியும்

நிபுணர்கள் இப்படிப்பட்ட திறமை உள்ளவர்களைக் கூடவே அழைத்துச் செல்வதுண்டு.

மொத்தத்தில் ஆழ்மனம் என்பது ஆழ்கடலைப் போல ஆச்சரியங்கள் அடங்கியது என்பதை மூளை மருத்துவ நிபுணர்களும், மனோதத்துவ மேதைகளும் ஒப்புக்கொண்டு விட்டார்கள். நிரூபிப்பதில்தான் கருத்து வேற்றுமைகள்.

மனிதன் பகுத்தறிவுள்ள, ஓர் உன்னதமான உயிரினம். தன்னைப் பற்றியே ஆராய்ச்சி செய்து கொள்கிற ஆர்வமும் திறமையும் அவனுக்கு உண்டு. ஆனால், ஆழ்மனம் என்பது எல்லா உயிரினங்களுக்கும் பொது என்று சில விஞ்ஞானிகள் சொல்கிறார்கள். சில உயிரினங்கள் மனிதனுக்கு இணையான சக்திகள் கொண்டவை என்றுகூடக் கருதப்படுகிறது.

லண்டனில் வசிக்கும் மனோதத்துவ ஆராய்ச்சி நிபுணர் டாக்டர் ராபர்ட் மாரிஸ் ஆச்சரியமான சோதனையொன்றை நடத்திக் காட்டினார் - எலிகளை வைத்து!

ஆழ்மனத்தின் சக்தியைத் துல்லியமாக எடுத்துக்காட்டிய (சற்றுக் கொடூரமான) பரிசோதனை அது!

மாரிஸ் சோதனையில் ஒரு கூண்டுக்குள் பத்தொன்பது எலிகள் விடப்பட்டன. அவற்றின் முதுகில் 1, 2, 3, 4... என்று எண்கள் எழுதப்பட்டன. ஒரு நிமிஷ இடைவெளி விட்டு 2, 4, 6 என்ற எண்கள் கொண்ட எலிகளை மாரிஸ் மின்சாரம் பாய்ச்சிக் கொல்ல ஆரம்பித்தார். அதாவது 2, 4, 6, 8, 10, 12, 14... எண்கள் கொண்ட எலிகள் கொல்லப்பட வேண்டும். 6-வது எலி கொல்லப்பட்டவுடன் இந்த 8, 10, 12, 14, 16, 18 எண் எலிகள் அச்சத்தில் நடுங்க ஆரம்பித்தன. நடக்க முடியாமல் அவை துவண்டு போயின. அதேசமயம் 1, 3, 5, 7... என்ற வரிசையில் உள்ள எலிகள் சாதாரணமாகப் பயமில்லாமல் வளைய வந்தன. 'வரிசைப்படி எங்களை மாரிஸ் கொல்ல மாட்டார்' என்பது புரிந்தது போல!

'நாலாம் நம்பர் செத்துவிட்டது. அடுத்து ஆறாம் நம்பராகிய நான்தான்!' என்கிற கணிதமும் லாஜிக்கும் எலிகளுக்குத் தெரிய சத்தியமாக வாய்ப்பில்லை! ஆனால் டாக்டர் மாரிஸ் மனத்துக்குள் எடுத்திருந்த முடிவை, சம்பந்தப்பட்ட எலிகள் ஏதோ உள்ளுணர்வால் புரிந்துகொண்டிருக்க வேண்டும்! மாரிஸ் இந்தச் சோதனையை நடத்திக் காட்டியவுடன் மேற்பார்வையிட்ட பல விஞ்ஞானிகள் விளக்கம் சொல்ல முடியாமல் விழித்தார்கள்.

கீழ்மட்டத்தில் எலிகள் என்றால், மனிதனுக்கு இணையாக மேல்தட்டில், கடலில் வசிக்கும் டால்ஃபின் பிராணி வருகிறது. சந்தேகமில்லாமல் டால்ஃபின் ஓர் உலக அதிசயம்! அதற்கென்று மொழி உண்டு. அவை தங்களுக்குள் பேசிக் கொள்கின்றன என்று விஞ்ஞானிகள் கண்டுபிடித்திருக்கிறார்கள். அதற்கென்று இசையும் உண்டு. டால்ஃபின்கள் பாடும்! இவை தவிர புத்திசாலித்தனம், சமூக உணர்வு, உதவும் தன்மை, இரக்கம் என்று பலவித உணர்வுகள் கொண்டது டால்ஃபின். தவிர, டால்ஃபின் மனிதனைவிட

அதிகமாக வலது மூளையை (Right Hemisphere) உபயோகிக்கிறதென்று விஞ்ஞானிகள் கூறுகிறார்கள். நம் மூளைக்கு வலது, இடது என்று இரு பகுதிகள் உண்டு. வலது மூளை உள்ளுணர்வு, கற்பனாசக்தி மற்றும் கலைத்திறமைகளின் உற்பத்தி நிலையம்! இடது பக்க மூளை (Left Hemisphere) படிப்படியான லாஜிக்கலான விஷயங்களைக் கையாளுகிற, கணிதம் போடுகிற, சீர்தூக்கிப் பார்க்கிற டிபார்ட்மெண்ட்.

கடலில் மூழ்கித்தத்தளிக்கும் மனிதர்களை டால்ஃபின்கள் தங்கள் முதுகில் சுமந்து கரை சேர்த்திருக்கின்றன. ஒலிம்பிக்ஸ் ஸ்டைலில் நிறைய டால்ஃபின்கள் சொல்லி வைத்தாற்போல் ஒரே சமயத்தில் தண்ணீருக்கு வெளியே பாய்ந்து, டைவ் அடிப்பதை நாம் பார்த்திருக்கிறோம்.

அதைவிட ஆச்சரியம், மருத்துவத்தால் குணப்படுத்த முடியாத குறிப்பிட்ட சில நோய்களை டால்ஃபின்கள் குணப்படுத்துவதாக டாக்டர்கள் சொல்கிறார்கள். மேலை நாடுகளில் Down's syndrome போன்ற மூளைப் பாதிப்பு நோயால் பாதிக்கப்பட்ட குழந்தைகளுடன், டால்ஃபின்கள் சில நேரம் விளையாடி, செல்லம் கொஞ்சிய பிறகு அந்தக் குழந்தைகளின் உடல்நிலை பெருமளவு முன்னேற்றம் கண்டது! மனநிலை பாதிக்கப்பட்ட சில குழந்தைகள் தொடர்ந்து சில நாள்கள் டால்ஃபின்களோடு விளையாடிய பிறகு முழுமையாகக் குணமடைந்தார்கள்.

க்ரிகெரி எவ்லீன் என்கிற விஞ்ஞானியின் சிநேகிதி (பெயரை அவர் குறிப்பிடவில்லை) பார்வையிழந்தவர். அந்தப் பெண், டால்ஃபின்களை ஆராய்ச்சி செய்யும் விஞ்ஞானி ஒருவரை மணந்து கொண்டார். கணவரின் வீட்டுத் தோட்டத்தில் உள்ள நீச்சல் குளத்தில் நிறைய டால்ஃபின்கள் உண்டு. ஒருமுறை நீச்சலடிக்க குளத்துக்குள் மெல்ல இறங்கிய அந்தப் பெண்ணுக்கு ஆச்சரியம் காத்துக் கொண்டிருந்தது.

அந்தப் பிராணிகளோடு நீரில் இருக்கும்போது விவரிக்க முடியாத நிம்மதியும் மகிழ்ச்சியும் அவருக்கு ஏற்பட்டது. டால்ஃபின்கள் ஏதேதோ தன்னிடம் பேச முயற்சிப்பது போன்ற உணர்வு அவருக்கு ஏற்பட்டது.

சிலநாள்களில், டால்ஃபின்கள் தண்ணீருக்குள் அவருக்கு வழிகாட்ட ஆரம்பித்தன. டெலிபதி மூலம், தண்ணீரில் எறியப்பட்ட பந்து எங்கேயிருக் கிறது என்பதைக்கூட அந்தப் பெண்ணால் கண்டுபிடிக்க முடிந்தது. நேரடியாக அந்தப் பந்தை நோக்கி நீந்திச் சென்றார் அவர்.

ஒருநாள், பார்வையிழந்த அந்தப் பெண்ணுக்கு டால்ஃபின்கள் விதவிதமான வண்ணங்களை மாற்றி மாற்றிக் காட்டின - மனக்கண்முன்!

டாக்டர் ஜான் லில்லி என்கிற டால்ஃபின் ஆராய்ச்சியாளர் நெத்தியடியாக ஒரு கருத்தைச் சொல்கிறார்: 'நாம் வேற்றுக் கிரகங்களில் (நம்மை விடப் புத்திசாலியான) மனிதர்கள் (Aliens) இருக்கிறார்களா என்று தொடர்ந்து ஆராய்ச்சி செய்து வருகிறோம். நமக்கு அருகிலேயே உள்ள மீன் உருவம்

கொண்ட Aliensதான் டால்ஃபின்கள்!' - ஒருவேளை டால்ஃபின்கள் வேறு உருவத்தில் காட்சியளிக்கும் தேவபுருஷர்களோ?

டால்ஃபின்களுக்கு அடுத்தபடியாகத்தான் நாய்கள் வருகின்றன! பிரிட்டனில், Psychic Research Foundation-ல் நாய்கள் மீதும் பல ஆராய்ச்சிகள் மேற் கொண்டார்கள். ஐந்நூறு மைல்களுக்கு அப்பால் எஜமானர் இறந்தால்கூட, இங்கே அவர் வளர்க்கும் நாய்க்குத் தெரிந்து, அங்கும் இங்கும் அலைந்து தவிக்கிறது, ஊளையிடுகிறது.

மற்ற உயிரினங்கள் கூட இப்படியென்றால் மனிதனின் மூளைக்குள்ளே ஆயிரக்கணக்கில் ரகசியமான ஆச்சரியங்களும் திறமைகளும் இல்லாமலிருக்க முடியாது! அவற்றை வெளிப்படுத்தி இயக்குகிற திறமை என்னமோ (ஞானிகளையும் மகான்களையும் தவிர்த்து) சாமான்யர்களில் சிலருக்குத்தான் இருக்கிறது. சிலர் விஞ்ஞானிகளையும், மனோ தத்துவ மேதைகளையும் திக்குமுக்காட வைத்திருக்கிறார்கள். இல்கா. கே. என்கிற சிறுமி ஓர் அசாத்தியமான உதாரணம்!

12. மர்மச் சிறுமி இல்கா!

ஏதையும் விட்டுக்கொடுக்காத தீவிரமான விஞ்ஞானிகள்கூட டெலிபதி என்கிற சக்தி உண்டு என்று ஒப்புக்கொள்கிறார்கள். ஆனால், டெலிபதி எப்படிச் செயல்படுகிறது? இன்னும் முழுமையாகப் புரிபடவில்லை.

தந்தியில்லாக் கம்பி (Wireless) கண்டுபிடிக்கப் பட்டவுடன் ஒரு தரப்பினர் டெலிபதி மர்மத்துக்கு விடை கிடைத்துவிட்டதாக மகிழ்ச்சியுடன் குரலெழுப்பினார்கள். அதாவது, டெலிபதி மூலம் வெளிப்படும் ஒரு தகவல், வானவீதியில் (Physical space) எண்ண அலைகளாக, வேறொரு இடத்தில் தயாராகக் காத்திருக்கும் ஒருவரைச் சென்றடைகிறது என்பது அந்தப் பிரிவினரின் கருத்து. சற்று யோசித்துப் பார்த்ததில் இது அபத்தம் என்று புரிந்தது. ரேடியோ அலைகளை அனுப்பவும், வாங்கிக் கொள்ளவும் சக்தி வாய்ந்த ட்ரான்ஸ்மிட்டர் தேவை.

மனித மூளையில் மின் அலைகள் உற்பத்தி யாவது உண்மைதான் என்றாலும் அது ரொம்பக் கொஞ்சூண்டு! தொலைவில் உள்ள இன்னொருவர் மூளைக்குத் தகவல் அனுப்பும் அளவுக்கெல்லாம் சக்தி வாய்ந்த மின் அலைகள் மூளையில் உற்பத்தியாக வாய்ப்பில்லை. அந்த அளவுக்கு மின்சக்தியை மனிதனால் சமாளிக்கவும் முடியாது. தவிர, எந்தத் தகவல் பரிமாற்றத்துக்கும்

மொழி அல்லது குறைந்த பட்சக் குறியீடுகள் தேவை. அட்லீஸ்ட் சைகையாவது வேண்டும். எல்லாருக்கும் பொதுவான டெலிபதிக்கு என்ன மொழி? ஒரு ரஷ்யரும் தமிழரும் எப்படிச் சிந்தனைப் பரிமாற்றம் செய்து கொள்ள முடியும்? தமிழருக்கும் தமிழருக்கும் இடையே மட்டும்தான் டெலிபதி இயங்குமா?

எனவே, ரேடியோ அலைகளைப் போல டெலிபதி அலைகள் விண் வழியே செல்கிறது என்ற வாதம் அடிபட்டுப் போகிறது.

சில ஆண்டுகளுக்கு முன் யு.எஸ்.ஸில் நடந்த சம்பவம் இது: ரோஸலிண்ட் ஹேவுட் என்கிற மனோதத்துவ புரொபசர். ஒருநாள் வெளியூருக்குப் போய்க் கொண்டிருந்த போது, நடுவில் அந்தப் பெண்ணின் கார் பிரேக்டவுன் ஆகியது. ஊரிலிருந்து எழுபது மைல் தொலைவில், வனாந்திரமான பகுதி அது. கொளுத்தும் வெயிலில் ஒரு மணிக்கும் மேலாக ஏதோ மரத்தின்கீழ் சற்றே அச்சத்துடன் அமர்ந்தார் ஹேவுட். லாரி, பஸ்கள் எதுவும் அந்தப் பக்கமாக வரவில்லை.

மேலும் அரைமணி நேரம் கழிந்தது. வெகு தொலைவில் புள்ளியாக ஒரு கார் புழுதியைக் கிளப்பியவாறு வருவது தெரிந்தது. அருகில் வந்து நின்ற காரிலிருந்து இறங்கியவர் ஹேவுட்டின் கணவர்! 'ஆபீசில் இருந்தேன். வழியில் ஏதோ பிரச்னையில் நீ சிக்கிக்கொண்டு தவிக்கிறாய் என்று என் உள்ளுணர்வு சொல்லியது. இந்த ரோடு, மரங்கள், நீ காரிலிருந்து இறங்கி நிற்கிற காட்சி... எல்லாமே மனத்துக்குள் படம் போல வந்தது!' என்றார் கணவர்.

'ஐயோ! என் கணவர் இப்போது அருகே இருக்கக் கூடாதா?' என்று ஹேவுட் நினைத்திருக்க வேண்டும். உடனே அவருடைய அடித்தள மனசு (Subliminal mind) கணவனுக்குத் தகவல் அனுப்புகிறது. இப்படித் தகவல் அனுப்புவது அந்தப் பெண்மணியின் மேல்தள மனதுக்கே கூடத் (Conscious mind) தெரியாது. அங்கே, ஆபீசில் இருந்த கணவரின் அடித்தள மனம் அந்தத் தகவலை வாங்குகிறது. அந்தத் தகவல், கடலடியிலிருந்து மேல்நோக்கி வரும் மீனைப் போல் குபுக்கென்று மேல் மட்டத்துக்கு வந்தவுடன் கணவரின் Conscious mind புரிந்து கொண்டு அவரைச் செயல்பட வைக்கிறது.

உலகெங்கும் உள்ள மனோதத்துவ ஆராய்ச்சியாளர்கள் கூடி அமர்ந்து டெலிபதியைப் பற்றி முழுவதும் அறிந்து கொள்வதற்காகப் பல சோதனைகளைத் தயாரித்தார்கள். சுருக்கமாகச் சொல்லவேண்டுமென்றால் அதன் அடிப்படை இதுதான்!

எழுத்து அல்லது குறியீடு எதையாவது காகிதத்தில் ஒருவர் எழுத, தொலைவில் இன்னொரு அறையில் உள்ள மற்றவர் அது என்னவென்று கரெக்டாகச் சொல்வது! இந்த அடிப்படையில், ஏராளமான மாற்றங்களோடு விதவிதமாக ஆயிரக்கணக்கான சோதனைகள் நடத்தப்பட்டன!

1935-ல் பெர்டினாண்ட் வான் நியூரைட்டர் என்கிற மனோதத்துவ அறிஞர் நடத்திய சோதனையொன்றில் கலந்துகொள்ள வந்தாள் இல்கா. கே. என்னும்

சிறுமி. நியூரைட்டர் மட்டுமல்ல, பிற்பாடு அவளைச் சோதித்த அத்தனை ஆராய்ச்சியாளர்களும் இல்காவின் விசித்திரமான ஆற்றலைக் கண்டு அசந்து போனார்கள்.

லிதுவேனியாவில் பிறந்த இல்கா ரொம்ப சராசரிக் குழந்தையாகவே வளர்ந்தாள். படிப்பில் ரொம்ப சுமார். வகுப்பில் டீச்சர் ஒரு பாடத்தைப் படிக்கச் சொன்னால் மிகவும் சிரமப்படுவாள் இல்கா. அடிப்படை எழுத்துகள் கூடப் புரியவில்லை. எதேச்சையாக இல்காவிடம் இருந்த ஒரு ஆச்சரியமான திறமையைக் கண்டுபிடித்தார் அவளுடைய டீச்சர். இல்காவுக்குப் படிக்க வரவில்லையே தவிர, பக்கத்தில் ஒருவர் நின்றுகொண்டு புத்தகத்தில் ஒரு பக்கத்தை மனத்துக்குள் படித்தால், பிரெஞ்ச், சைனீஸ் என்று எந்த மொழியாக இருந்தாலும் இல்கா அதைத் திருப்பி, கூடவே சொன்னாள்.

ஒரே கண்டிஷன் - யாரேனும் ஒருவர் அந்த அறையில் இருந்து சம்பந்தப்பட்ட புத்தகத்தை மனத்துக்குள் படிக்க வேண்டும்! சில சமயம் நியூரைட்டர் மனத்துக்குள் படித்தார். ஒருசமயம் இல்காவின் தாய், ஒரே அறையில் இருக்கும்போது இல்காவுக்கும் தாய்க்கும் இடையே ஒரு திரை போடப்பட்டது. பக்கத்து அறையிலிருந்து நியூரைட்டர் புத்தகங்கள், நாளிதழ்களைப் படித்தார். இந்த அறையில் அமர்ந்து இல்கா அத்தனையும் சொன்னாள்.

டெலிபதியில் தொலைவு ஒரு பொருட்டல்ல என்கிறார்கள் மனோதத்துவ ஆராய்ச்சியாளர்கள். தொலைபேசி கண்டுபிடிக்கப்பட்ட பிறகு அதற்கு அம்பத்தூரும் ஒன்றுதான். அமெரிக்காவும் ஒன்றுதான்.

ஒருமுறை நியூரைட்டர் ஒரு தாளில் ரகசியமாக $4.4 \times 5.5 = 41$ என்று எழுதி இல்காவின் தாயிடம் தந்தார். கணிதம் தெரியாத அந்தப் பெண்மணி குழப்பத்தோடு 'இது என்ன?' என்று நியூரைட்டரிடம் கேட்க, அறையின் மறுகோடியில் சுவரைப் பார்த்துக்கொண்டிருந்த இல்காவிடமிருந்து '41' என்று குரல் வந்தது. இந்தச் சோதனைகள் நடக்கும்போது இல்காவின் குரல் சற்று அடித்தொண்டையிலிருந்து வந்தது. அவள் பார்வை ஆழ்ந்த கவனத்தைக் காட்டியது. அவள் அம்மா ஒரு முறை தப்பாகப் (மனத்துக்குள்) படித்தபோது இல்காவும் தப்பாகவே அதைத் திருப்பிச் சொன்னாள்.

அதே இல்காவுக்கு ஐ.க்யூ. சோதனை நடத்தியபோது அவள் மிகக் குறைந்த மார்க்குகளே வாங்கினாள். டாக்டர்கள் அவளிடம் இருந்த ஆச்சரியமான குறையொன்றையும் கண்டுபிடித்தார்கள். அவள் சற்று 'எழுத்துக் குருடு'. இதற்கு அலெக்ஸியா என்று பெயர். மூளையில் எழுத்துகளைப் புரிந்து கொள்கிற பகுதியும், பேசுகிற வார்த்தைகளைக் கேட்டுப் புரிந்துகொள்கிற பகுதியும் வெவ்வேறு இடத்தில் பொருந்தியிருக்கின்றன! இல்காவுக்கு எழுத்துகளைப் புரிந்துகொள்கிற பகுதி ரொம்ப மந்தமாக இருந்தது. ஆனால், கேட்டுப் புரிந்துகொள்கிற பகுதி, சேர்த்து வைத்து மிக மிகத் தீவிரமாகச் செயல்பட்டது. மற்றவர் மனத்துக்குள் படித்தால்கூட இவள் காதுகளுக்குக் கேட்கும் என்கிற அளவுக்கு!

13. மூன்றாவது கண்...

உங்கள் நண்பர்களில் டெலிபதி சக்தி (ஓரளவுக் காவது) உள்ளவர்களை எப்படிக் கண்டு பிடிப்பது?

மனோதத்துவப் பேராசிரியர் பெர்தோல்ட் ஷ்வார்ஸ் இதற்காக ஒரு தனி நோட்டுப் புத்தகமே போட்டார்! சாமான்யர்களைப் பொருத்தவரை, நெருக்கமானவர்களுக்கு இடையில்தான் டெலிபதி இயங்குவதற்கான சாத்தியக்கூறுகள் அதிகம்.

அதனால் ஷ்வார்ஸ், தனக்கும் - தம் மனைவி - மற்றும் தம் இரு மகன்களுக்கும் இடையே நிகழும் டெலிபதி அனுபவங்களைத் தேதி யிட்டுக் குறித்துக்கொள்ள ஆரம்பித்தார்.

ஏழெட்டு ஆண்டுகளுக்குள் அவர் குறித்துக் கொண்ட தெளிவான டெலிபதி அனுபவங்கள் 1520-ஐத் தொட்டன! இந்த அணுகுமுறையை நாமெல்லோருமே பின்பற்றலாம். ஏனெனில், உங்கள் அம்மாவுக்கோ அண்ணனுக்கோ இந்தச் சக்தி சற்று அதிகமாக இருந்து, அவர்கள் (தாங்கள் அறியாமல் டெலிபதி மூலம்) கண்டுபிடித்துச் சொல்கிற பல விஷயங்கள் சரியாக இருக்கக் கூடும்.

'ஸெனர்கார்டுகள்' இன்னொரு வகை சோதனை. அமெரிக்க மனோதத்துவ டாக்டர் ஜெ.பி. ரைன் (1920-களில்) உருவாக்கிய டெஸ்ட் இது.

அதாவது, இருபத்தைந்து கார்டுகளை (சீட்டுக்கட்டு சைஸில்) எடுத்துக் கொள்ளுங்கள். ப்ளஸ் குறி, சதுரம், வட்டம், நட்சத்திரம், வளைவான கோடுகள் - இப்படி ஒவ்வொரு கார்டிலும் ஒன்றை வரைந்துகொள்ள வேண்டும். அறையில் உங்களுடன் ஒரு நண்பரை இருக்கச் சொல்லிவிட்டு, சீட்டுக்கட்டைக் கலைத்துவிட்டு ஒவ்வொரு சீட்டாக அவரிடம் கொடுங்கள். இப்போது அவர் கண்களை மூடிக்கொண்டு ஒவ்வொரு சீட்டிலும் உள்ள குறியீட்டை மனத்துக்குள் தீர்க்கமாக நினைக்க வேண்டும். வெவ்வேறு இடங்களில் உள்ள நண்பர்கள் அமர்ந்து, டெலிபதி மூலமாக அது என்ன குறியீடு என்று பரீட்சை மாதிரி பேப்பரில் எழுத வேண்டும்.

ப்ராபப்ளிடி விதிப்படி நூறு சீட்டுகள் பயன்படுத்தப்பட்டால் அவற்றைப் பார்க்காமல் இருபது சீட்டுகளைச் சரியாக ஊகிக்க முடியும். இருபதுக்கு மேலே போனால் சம்பந்தப்பட்டவருக்கு டெலிபதி சக்தி இருக்கிறது என்று அர்த்தம்! நூற்றுக்கு எழுபதுக்கு மேலே சரியாக ஊகித்தால் முனிவர்களுக்கு ரன்னர் அப் ஆகும் அளவுக்கு ஆசாமிக்குச் சக்தி உண்டு என்று பொருள்.

இந்தச் சோதனைகள் நடத்தப்பட்டபோது ப்ராபப்ளிடி விதியை மிஞ்சி சரியான விடைகளை எழுதி டெலிபதி சக்தி தங்களுக்கு இருப்பதாக நிரூபித்தவர்கள் மிகவும் குறைவாகவே இருந்தார்கள். ஆராய்ச்சியாளர்கள் தளர்ந்து போனார்கள்.

டாக்டர் வேட்லி கேரிங்டன் என்கிற அறிஞர் இதே ஸெனர் கார்டு அடிப்படையில் ஒரு சோதனை நடத்தினார்.

ஒவ்வொரு நாளும் சரியாக மாலை ஏழு மணிக்கு, வீட்டில் தன் அறையில் ஓர் ஓவியத்தை மாட்டிவைப்பார். பத்து நாள்களுக்குப் பத்து ஓவியங்கள்! வெவ்வேறு இடங்களில் வசிக்கும் 250 பேர், கேரிங்டன் ரகசியமாகத் தன் வீட்டில் மாட்டி வைத்திருக்கும் ஓவியத்தை, டெலிபதி மூலம் கண்டுபிடித்து (முடிந்தவரை) வரைந்துகாட்ட வேண்டும். அந்த விடைத்தாளைப் பத்து நாள்கள் கழித்துக் கேரிங்டனுக்கு அனுப்பவேண்டும். இந்தச் சோதனையிலும் சரியான விடைகள் கிடைக்கவில்லை.

பிறகுதான் அந்த ஆச்சரியத்தைக் கவனித்தார் கேரிங்டன்!

உதாரணமாக, புதன்கிழமை மாட்டப்பட்ட படம் மரம் என்றால் பலர் கப்பல் என்று வரைந்து காட்டியிருந்தார்கள்.

ஆச்சரியம் இதுதான்! கப்பல் முந்தைய நாளான செவ்வாய் அன்று மாட்டப்பட்ட படம். அல்லது மறுநாள் வியாழக்கிழமை அன்று மாட்டவிருந்த படம்! இந்த அடிப்படையில் ஓட்டுகளை மறுபரிசீலனை செய்து பார்த்ததில் டெலிபதி சக்தி உள்ளவர்களால் கேரிங்டன் அன்று மாட்டிய படத்தைக் கண்டுபிடிக்க முடியவில்லையே தவிர, அதற்கு முந்தைய நாளும் மறுநாளும் மாட்டப்பட்ட படங்களைக் கண்டுபிடிக்க முடிந்தது.

இதிலிருந்து டெலிபதியின் ஒரு முக்கியமான குணநலனை மனோதத்துவ நிபுணர்கள் புரிந்துகொண்டார்கள். அது - டெலிபதியின் கிறுக்குத்தனம்!

‘நீங்கள் நடத்துகிற சோதனைகளுக்கு அடங்கிக் கட்டுப்பட்டு இயங்குகிறவன் நானல்ல. என் விருப்பப்படி, சுதந்தரமாகத்தான் செயல்படுவேன்!’ என்று டெலிபதி சக்தி மனிதனிடம் எகத்தாளமாக எச்சரிக்கை விடுகிறதோ! அந்தச் சோதனைக்குப் பிறகு டெலிபதியைப் புரிந்துகொள்ள திறந்த மனத்துடன் வளைந்துகொடுக்க வேண்டும் என்று நிபுணர்கள் புரிந்து கொண்டார்கள்.

பிரிட்டிஷ் மனோதத்துவப் பேராசிரியர் டாக்டர் வில்பர்ட் முர்ரே டெலிபதிக்கான மனநிலை பற்றி அழகாக விளக்குகிறார்.

‘இந்த விசித்திரமான சக்தி சிந்தனையின் அடிப்படையில் (Thinking) இயங்குவதில்லை. டெலிபதி என்பது உணர்வுபூர்வமானது (Emotional). ஒருவர் சிந்தித்துத் தகவல் ஒன்றை அனுப்பலாம். அதைப் பெற்றுக் கொள்கிறவர் அந்தத் தகவலை உணர்கிறாரே தவிர, போஸ்ட் மாதிரியோ, தொலைபேசித் தகவல் மாதிரியோ படித்து அல்லது கேட்டுப் புரிந்து கொள்வதில்லை!’

ஆரம்பத்தில் மெஸ்மரிஸத்தின் தந்தையான மெஸ்மர் போன்றவர்கள் டெலிபதியைத் தூண்டி விடுவதற்கு, சம்பந்தப்பட்டவரை ஹிப்னாடைஸ் செய்யவேண்டும் என்று நம்பினார்கள். ஒரு பெண்மணி மெஸ்மரிடம் வந்து தன் பிரியமான நாய் தொலைந்துவிட்டதாகக் கூறிப் புலம்பினார். மெஸ்மர் அந்தப் பெண்ணை ஹிப்னாடிசம் மூலம் சொக்கவைத்து, தொலைந்து போன நாயைப் பற்றித் தீர்க்கமாகச் சிந்திக்கச் சொன்னார். அரை மயக்கத்திலிருந்த அந்தப் பெண், ‘குறிப்பிட்ட தெருவுக்குப் போனால் அங்கே கோடியில் ஒரு பெட்டிக்கடை இருக்கும். அதற்குப் பின்னால் தடிமனான ஒருவன் என் நாயுடன் இருக்கிறான். நாய் ஒரு கயிற்றால் கட்டப்பட்டிருக்கிறது!’ என்று அந்தத் தெருவுக்கு வழியெல்லாம் சொன்னார். அப்படியே செய்ய, நாய் மீண்டும் கிடைத்தது!

பிற்பாடு டெலிபதி சக்தியை இயங்க வைக்க ஹிப்னாடிசத் தூண்டுதல் தேவை யில்லை என்று மனோதத்துவ ஆராய்ச்சியாளர்களால் கண்டுபிடிக்கப்பட்டது. பக்திப் பரவசமடைய எதற்கு ஸ்பெஷலாக ஒரு மாத்திரை விழுங்க வேண்டும்? டெலிபதி அதுபோலத்தான் உணர்ச்சிமயமானது!

இந்தச் சக்தி உங்களிடம் செயல்பட, நீங்கள் அமைதியாகவும் மனத்தில் சலனங்கள் மற்றும் வெளிக்குறுக்கீடுகள், சத்தங்கள் இல்லாமலும் இருக்கவேண்டும். குறுக்கீடுகள் இருந்தால் ரேடியோ கரகரவென்று பிரச்னை பண்ணுவது போல மனம் அப்ஸெட் ஆகி டெலிபதி அலைகள் பாதிக்கப் படுகின்றன.

ஆராய்ச்சியாளர்கள் ஒருவழியாக ஏற்றுக்கொண்டிருக்கிற முக்கியமான ஒரு கருத்து, மூளை வேறு, மனம் வேறு என்பதே!

சுரேஷும் ரமேஷும் வெவ்வேறு மனிதர்கள். அவர்கள் மூளைகளும் தனித்தனியானது. அவற்றைத் தனித்தனியாக ஆராய முடியும். ஆனால் மனம் என்பதற்கு இடம், பொருள் கிடையாது. அது ஆக்ஸிஜன், கார்பன், நைட்ரஜன்

போன்றதல்ல. Physical விஷயங்களுக்குத்தான் Physical Space தேவை. டெலிபதிக்கு இந்த விண்வெளி அவசியமில்லை. இன்னொரு அகண்ட கண்டம் போல, புலன்களுக்கு அப்பாற்பட்ட ஆச்சரியமான சக்திகள் இயங்கும் Space-ம் இன்னொரு அகண்டகண்டமும் இருக்கலாம்.

அதேபோல மூளைக்குள்ளேயும், ஆழ்கடலைப் போல நமக்குப் புரிபடாத ஆச்சரியங்கள் ஏராளமாக இருக்கக் கூடும். டெலிபதியை இயங்கச் செய்வது மூளைக்குள்ளே ரகசியமாகப் புதைந்து கிடக்கும் பினியல் சுரப்பியாக இருக்கலாம் என்கிறார்கள் சில விஞ்ஞானிகள். பினியல் சுரப்பியின் காரண காரியங்கள் இன்னமும் மர்மமாகவே இருப்பதாக நியூரோ மருத்துவ அறிஞர்கள் ஒப்புக்கொள்கிறார்கள். ஸெரோடோனின் என்கிற ஹார்மோன் உற்பத்தியாவது அங்கேதான். ஒளிகளை மூளை புரிந்துகொள்வதில் பினியல் சுரப்பிக்கும் ஏதோ பங்கு உண்டு என்றும், ஸெரோடோனின், மனிதனின் சகல பரவச உணர்வுகளுக்கும் காரணமானது என்றும் விஞ்ஞானிகள் கண்டு பிடித்திருக்கிறார்கள்.

விஞ்ஞானிகள் ஒரு சோதனை மூலம் எலிகளின் மூளைக்குள் மெல்லிய கம்பியைச் செலுத்தி ஸெரோடோனின் உற்பத்தியைத் தூண்டினார்கள். எலிகள் ஒரு மினியேச்சர் பெடலை அழுத்தினால் அந்த ஹார்மோன் தூண்டப்படும் என்பதாக ஏற்பாடு. ஆச்சரியம்! இருபத்திநான்கு மணி நேரமும் எலிகள் துளிகூட ரெஸ்ட் எடுக்காமல் அந்தப் பெடலை அழுத்திக் கொண்டே யிருந்தன. அந்த அளவுக்கு இனம் புரியாத, விடுபட மனமே வராத பரவச நிலை எலிகளுக்கு ஏற்பட்டதுதான் காரணம்!

இரு புருவங்களுக்கு நடுவே, நெற்றிக்கு உள்ளே நேர்க்கோடாக, மூளையின் நடுவில் உள்ள பினியல் சுரப்பியை 'மூன்றாவது கண்' அல்லது நெற்றிக்கண் என்று இந்தியர்கள் என்றோ கண்டுபிடித்துச் சொல்லிவிட்டது குறித்து நாம் ஸெரோடோனின் பரவசத்தோடு காலரைத் தூக்கிவிட்டுக் கொள்ளலாம்.

14. டைட்டானிக் - ஒரு ஞான திருஷ்டி!

டெலிபதிக்கு இணையாகக் கூறப்படும் பிரபலமான சக்தி ஞான திருஷ்டி. மனோதத்துவ ஆய்வாளர்கள் இதை Precognition என்று அழைக்கிறார்கள். இரண்டுக்கும் அடிப்படை வித்தியாசம் - டெலிபதிக்கு இருவர் தேவை. ஞான திருஷ்டிக்கு இன்னொருவர் அவசிய மில்லை. இப்படி ஞான திருஷ்டியில் நான் (Ego) மட்டும் சம்பந்தப்பட்டிருப்பதால்தான் சமயம் கிடைக்கும் போதெல்லாம் 'நான் நினைச்சேன். அப்படியே நடந்தது!', 'அப்பவே எனக்குத் தோணிச்சு, இப்படி நடக்கும்னு!' போன்ற டயலாக்குகளை அவ்வப்போது நாம் சொல்லி திருப்திப்பட்டுக் கொள்கிறோம்.

உண்மையில் நம் எல்லோருக்குமே மிகக் கொஞ்சமாவது இந்த உள்ளுணர்வு இருக்கத்தான் செய்கிறது. அதற்கு நாம் அதிக முக்கியத்துவம் தருவதில்லை. நாம் எதிர்பார்ப்பது போல ஒன்று நடந்தால், அது குறித்துப் பெருமையோ வருத் தமோ பட்டுவிட்டு சும்மாயிருந்து விடுகிறோம். அதற்காக நமக்கு ஞான திருஷ்டி என்கிற சக்தி யெல்லாம் உண்டு என்றெல்லாம் நாம் நம்பி விடுவதில்லை.

டெலிபதியை விட தொலைநோக்கு சக்தி என்கிற Clairvoyance-ம் ஞான திருஷ்டி என்கிற Precognition-ம் உபயோகமானவை! டெலிபதி ரேடியோ மாதிரி என்றால் Clairvoyance டிவி!

உலகப் புகழ்பெற்ற Precognitions - கள் உண்டு. மார்கன் ராபர்ட்ஸன் என்னும் எழுத்தாளர் வியப்பான நாவலொன்றை எழுதினார். கற்பனையில் உதித்த கரு என்று சொல்வதைவிட உள்ளுணர்வு சொல்லிய கதை என்று அதை நாம் குறிப்பிடலாம்!

கதையில் 70,000 டன் எடையுள்ள மிகப் பெரிய கப்பலொன்று அட்லாண்டிக் கடலின் வடக்கே, ஐஸ்கட்டியில் மோதி மூழ்குகிறது. அந்தக் கப்பலின் முதல் பயணத்தில் இப்படி ஒரு கோர விபத்து! அந்த விபத்தில் 2,500 பயணிகள் உயிரிழக்கிறார்கள். இதை நாவலாக ராபர்ட்ஸன் எழுதியது 1898 இறுதியில். 1912 ஏப்ரல் 14-ம் தேதி 66,000 டன் எடையுள்ள டைட்டானிக் என்கிற கப்பல், அதே அட்லாண்டிக் கடலில், ஐஸ் கட்டி மீது மோதி, 1,513 பேர் உயிரிழந் தார்கள். உச்சகட்டமாக, லைஃப் படகுகளின் எண்ணிக்கை உள்பட, நாவலுக்கும் நிஜத்துக்கும் நூற்றுக்கணக்கான ஒற்றுமைகள் இருந்தன. ராபர்ட்ஸன் தன் நாவலில் அந்தக் கற்பனைக் கப்பலுக்கு வைத்த பெயர் டைட்டன்!

இப்படி ஒரு நாவல் முன்பே எழுதப்பட்டிருப்பது தெரியாமல், நிஜ டைட்டானிக் மூழ்குவதற்கு சில ஆண்டுகளுக்கு முன் லண்டன் நாளிதழ் ஒன்றில் அதே மாதிரி கற்பனையுடன் சிறுகதையொன்றை எழுதினார் டபிள்யூ. டிஸ்டெட் என்கிற பத்திரிகையாளர்.

சிறுகதையின் கடைசியில், மிகப்பெரிய கப்பல்கள் தயாரிக்கப்பட்டு வருவதால், ‘இது வெறும் கதையல்ல. நிஜமாகவே இப்படி நிகழப் போகிறது!’ என்று ஒரு குறிப்பையும் எழுதி எச்சரித்திருந்தார் அவர்! சோகமான, திகைப்பூட்டும் உண்மை - அந்தக் கப்பலில் பயணித்து, விபத்தில் மாண்டவர்களில் இந்தப் பத்திரிகையாளரும் ஒருவர்.

பிரச்னையே இதுதான்! இந்த அளவுக்குக் கற்பனை செய்யக்கூடிய ஒருவருக்கே அது நிஜமாக நடக்கப்போகிறது என்ற நம்பிக்கை ஏற்படவில்லை.

காரணம், சில சமயங்களில் விதி, இந்தச் சக்திகளை விட வலிமையாக இயங்குகிறது.

ஸ்காட்லாந்து நாளிதழ் Dundee Courier & Advertiser என்கிற நாளிதழில் வந்த செய்தி இது: நாற்பத்து மூன்று வயதான எட்வர்ட் பியர்ஸன் ஆருடம் சொல்பவர். 1978, டிசம்பர் 4-ம் தேதியன்று, டிக்கெட் இல்லாமல் ரயிலில் பயணம் செய்ததற்காக அவரைப் போலீஸ் கைது செய்தது. ‘டிக்கெட் வாங்க காசில்லை. நான் சுற்றுப்புறச் சூழல் அமைச்சரைச் சந்திக்க அவசரமாகப் போய்க்கொண்டிருக்கிறேன். இன்னும் இருபது நாள்களுக்குள் க்ளாஸ்கோ நகரைப் பூகம்பம் தாக்கப்போகிறது. அதைச் சொல்லி அமைச்சரை எச்சரிக்கத்தான் கிளம்பினேன்!’ என்றார் பியர்ஸன் பரிதாபமாக.

அதைக் கேட்டு போலீஸும் ரயில்வே அதிகாரிகளும் சிரித்தார்கள். பிரிட்டனில் பூகம்பங்கள் ஏற்படுவது மிக அரிது.

மூன்று வாரங்களுக்குப் பிறகு ஒரு செமத்தியான பூகம்பம் க்ளோஸ்கோ நகரைத் தாக்கி, நூற்றுக்கணக்கில் பலர் உயிரிழந்தனர்.

பாசிடிவ் ஆகவும் ஞானதிருஷ்டி இயங்குவது உண்டு. முப்பது ஆண்டுகளுக்கு முன் லண்டனில் வாழ்ந்த கில்ப் ராக்கன் சரியான குதிரை ரேஸ் பித்தர். ஞானதிருஷ்டி காரணமாக அவருக்குத் திடீரென்று அடிக்க ஆரம்பித்தது அதிர்ஷ்டம்!

15. கனவில் வந்த கருப்பு மேகம்!

அன்றாட வாழ்க்கையில் ஒவ்வொன்றாக எத்தனையோ பிரச்னைகளை நாம் எதிர்கொள்ள வேண்டியிருக்கிறது. பூர்ணிமாவிடம் காதலைச் சொல்வதிலிருந்து பூடான் லாட்டரி வரை எதுவுமே நிச்சயமில்லாத நிலை!

இந்த எல்லாமே நமக்கு முன்கூட்டியே தெரிந்து விட்டால் வாழ்க்கை எப்படி இருக்கும்?

ஒரு கோடி ரூபாய் பரிசுள்ள ஒரு க்விஸ் போட்டி யில் உங்களிடம் கேட்கப்போகிற எல்லா கேள்விகளும், அதற்கான விடைகளும் உங்கள் மனத்துக்கு முன்கூட்டியே தெரிந்திருந்தால்? நினைக்கவே குஷியாகத்தான் இருக்கிறது! (அதே சமயம் வாழ்க்கையில் ஈடுபாடு அடியோடு போய்விடும் என்பது வேறு விஷயம்!)

நடைமுறையில் இது சாத்தியமில்லை என்றாலும் எப்போதாவது, யாருக்காவது இப்படிப்பட்ட அதிர்ஷ்டம் அடிப்பதுண்டு!

கில்ப் ராக்கன் என்னும் பிரிட்டிஷ்காரர் அப்படிப் பட்ட ஓர் அதிர்ஷ்டக்காரர்! அவருக்கு குதிரைப் பந்தயம் என்றால் உயிர். ஒரு ரேஸ் விடமாட்டார். தூக்கத்தில்கூட குதிரைகள்தான் அவர் கனவில் வந்தன.

அதிகாலையில் ஒருநாள், அரைத்தூக்கத்திலிருந்த கில்ப் ராக்கனின் மனக்கண்ணில் குதிரையொன்று

பந்தயத்தில் முதலாவதாக வந்தது! ட்யூபர் மோர் என்னும் பெயருள்ள அந்தக் குதிரை வெற்றி பெறுவதாக அவர் மனத்துக்குத் தோன்றியது. ஒருவேளை நிஜமாகவே அப்படி ஒரு குதிரை ஓடினால் ஏன் அதன்மீது பணம் கட்டக்கூடாது? பார்ப்போமே.

மறுநாள் பரபரப்பாக நாளிதழ்களை வாங்கி, எல்லா பந்தயக் குறிப்புகளையும் பார்த்தார் கில்ப் ராக்கன்.

அந்தப் பெயரில் ஒரு குதிரைகூட ஓடவில்லை. வெறுத்துப் போய் பேப்பரைத் தூக்கியெறிய நினைத்தபோது, குறிப்பிட்ட ஒரு பந்தயத்தில் ட்யூபர்ரோஸ் என்கிற குதிரை ஓடுவதாக வெளியான அறிவிப்பு அவர் கண்ணில் பட்டது. ஏறக்குறைய அரைத் தூக்கத்தில் தோன்றிய பெயர்தான். ட்யூபர் என்கிற சொல் இருப்பதால் ஒருவேளை அதுவாகவே இருக்குமோ? முதல்வேலையாகக் கிளம்பிச் சென்று அந்தக் குதிரை மீது நிறையவே பணம் கட்டினார் கில்ப் ராக்கன்.

அந்தக் குதிரைக்கு சான்ஸே இல்லை (ODDS-100 க்கு 6). ஆனால் அந்த ரேஸில் ட்யூபர்ரோஸ் முதலாவதாக வந்து சில லட்சங்களை கில்ப் ராக்கனுக்கு அள்ளித் தந்துவிட்டது.

ஏதோ லக் என்று நினைத்த அவருக்கு, தொடர்ந்து (சற்றுக் கண்ணயரும் போதெல்லாம்) குதிரைகள் மனத்தில் தோன்றி, தொடர்ந்து அந்தக் குதிரை ஜெயிக்க, கில்ப்ராக்கன் விரைவில் கோடீஸ்வரர் ஆனார்! (பலமுறை நண்பர் களுக்கும் டிப்ஸ் கொடுத்து, அவர்களில் பலரும் லட்சாதிபதிகளானார்கள்!)

இப்படி மனக்கண்முன் குதிரை தோன்றுவது ஒவ்வொரு ரேஸிலும் அவருக்கு நிகழவில்லை என்பதையும் சொல்ல வேண்டும். ஆறு மாசத்துக்கு அல்லது வருஷத்துக்கு ஒருமுறை இப்படிக் கனவு வரும்.

சுமார் பத்தாண்டுகளுக்கு இந்த அதிர்ஷ்டம் தொடர்ந்தது. கடைசியில் 1972-ல் நியூடர்ன் என்ற குதிரை அவர் மனத்தில் தோன்ற, அதில் கில்ப் ராக்கன் பணம் கட்ட, குதிரை தோற்றுப்போனது. 'இறைவன் அதிர்ஷ்டமெல்லாம் போதும்!' என்று ஸ்டாப் சிக்னலைக் காட்டினாரோ என்னவோ... அதற்குப் பிறகு கில்ப் ராக்கன் பணம் கட்டிய எந்தக் குதிரையும் ஜெயிக்கவில்லை. அந்தச் சக்தி போய்விட்டது!

முதியவர்களைவிட, குழந்தைகளுக்கு இது போன்ற Psychic சக்திகள் அதிகம் இருப்பதாகப் புள்ளி விவரங்கள் தெரிவிக்கின்றன. ஆனால் பெரியவர்களின் எச்சரிக்கைகளையே மற்றவர்கள் கேட்காதபோது குழந்தைகளை யார் மதிக்கி றார்கள்?

பரிணாம வளர்ச்சியில் மனிதன் இழந்த விஷயங்கள் நிறைய! நம் முடிகள் உதிர்ந்துவிட்டன. முகரும் சக்தி குறைந்துவிட்டது. இருப்பினும், இன்றைக்கும் குழந்தைகளுக்கு இப்படிப்பட்ட சக்திகள் இருந்துவிட்டு வயதான பிறகு மறைந்து போகின்றன என்று மனோதத்துவ நிபுணர்கள் கூறுகிறார்கள்.

'மனிதனுக்கு தந்தை போன்றது குழந்தை' (The Child is the father of the man) என்று கவிஞர் வேர்ட்ஸ்வொர்த் குறிப்பிட்டது இதனால்தானோ!

1980-களில் எர்னஸ்டோ ஸ்பினெல்லி என்னும் மனோதத்துவ ஆராய்ச்சியாளர் 1,200 பேரை (வித வித வயதில்) தேர்ந்தெடுத்து டெலிபதி சம்பந்தப்பட்ட சோதனைகள் செய்ததில் - வயதானவர்களைவிட குழந்தைகள் அதிக மார்க்குகள் வாங்கினார்கள்.

1966-ம் ஆண்டு அக்டோபர் 21-ம் தேதி பிரிட்டனில் ஒரு பயங்கரம் நிகழ்ந்தது. அபெர்ஃபேன் என்னும் கிராமத்தில் மிகப்பெரிய நிலக்கரிச் சுரங்கம் உண்டு. மில்லியனுக்கும் மேலான டன்கள் நிலக்கரியை ஒரு சிறு மலைப்பகுதியில் சேமித்திருந்தார்கள். அடிவாரத்தில் சில வீடுகள், ஒரு பள்ளிக்கூடம்.

அக்டோபர் 21-ம் தேதி. அந்த மலை பிளந்துகொள்ள கருங்கடலைப் போல நிலக்கரி சரிய, பள்ளிக்கூடம் அடியோடு அமிழ்ந்து போய் நூற்றுக்கணக்கில் குழந்தைகள் இறந்தனர்.

139 பேர் பலியான அந்தக் கொடுமை நிகழ்ந்ததற்கு முந்தைய நாள் அந்தப் பள்ளியில் படித்த எரில் ஜோன்ஸ் என்கிற ஒன்பது வயதுச் சிறுமி தன் தாயிடம் சொன்னாள். 'அம்மா! ஹோம் ஒர்க் செய்து கொண்டிருந்த போது லேசாகக் கண்ணயர்ந்தேன். அப்போது ஒரு கனவு! அதில், நான் பள்ளிக்கூடம் போகிறேன். ஆனால், அங்கு பள்ளிக்கூடமே இல்லை. மிகப்பெரியதொரு கருப்பு மேகம் கீழே வந்து ஸ்கூலை மூடிக்கொண்டு விடுகிறது. நான் அதில் சிக்கிக் கொண்டு செத்துப்போவது மாதிரி இருக்கிறது. ஆனால் சாகிறோமே என்கிற பயம் எதுவும் ஏற்படவில்லை! நானும் என் ஃப்ரெண்ட்ஸ் ரெண்டு பேரும் கைகோத்தவாறு சொர்க்கத்துக்குப் போகிறோம்.'

அம்மாவிடம் சொல்லிய கையோடு அந்தச் சிறுமி தன் டைரியிலும் அந்தக் கனவை எழுதி வைத்தாள். அவளை இழுத்து அணைத்துக்கொண்ட தாய், 'பைத்தியக்காரத்தனமாக எதையாவது கற்பனை செய்து கொள்ளாதே. நிறைய சினிமா பார்த்தால் இப்படித்தான் கனவுகள் வரும்!' என்று ஆறுதல் சொன்னாள்.

மறுநாள் அந்த விபத்து நேர்ந்தது! இறந்த குழந்தைகளில் சிறுமி எரில் ஜோன்ஸும் ஒருவள்.

பிற்பாடு, அந்த கிராமத்துக்குப் போய் எல்லா விஷயங்களையும் சேகரித்த நிருபர்களில் ஒருவர் அங்கே தனியாக உருவெடுத்த இடுகாட்டுக்குச் சென்றபோது திகைப்போடு ஒன்றைச் சுட்டிக் காட்டினார்.

எரில் ஜோன்ஸ் கல்லறைக்கு அந்தப் பக்கமும் இந்தப் பக்கமும், முன்பு அவள் தாயிடம் குறிப்பிட்ட அந்த இரு ஃப்ரெண்டுகளின் கல்லறைகள்... எரிலோடு கைகோத்துக்கொண்டது போல!

•

நோஸ்ட்ராடாமஸ் (1503 - 1566) என்னும் பிரெஞ்சு நாட்டு ஆரூடக்காரர் இன்றளவும் புகழ்பெற்றவர். அவ்வப்போது என்றில்லாமல் மொத்தமாக 'எதிர்காலத்தில் நடக்கப்போகும் நிகழ்ச்சிகளை' எழுதி வைத்தவர் அவர். 1666-ல் லண்டனில் நேர்ந்த பிரும்மாண்டமான, பயங்கரத் தீ விபத்தை முன்கூட்டியே எழுதி வைத்துவிட்டார் அவர். 'முந்நூறு ஆண்டுகளுக்குப் பிறகு பெரிய விபரீதம் யுத்த வடிவில் வரும். அதில் போலந்து, பிரிட்டன், ஜெர்மனி நாடுகள் சம்பந்தப்படும்!' என்றும் ஆரூடம் சொன்னார் நோஸ்ட்ராடாமஸ். 1939-ல் போலந்து நாட்டைப் பெரும்படையோடு ஜெர்மனி ஆக்ரமிக்க, பிரிட்டன் போலந்துக்கு உதவப்போக, இரண்டாம் உலகப் போர் தொடங்கியது.

நோஸ்ட்ராடாமஸ் எழுதியது கடினமான, சிக்கலான கவிதை வடிவில்! அவற்றின் உள்ளர்த்தத்தைப் புரிந்துகொள்ள சிரமப்பட வேண்டியிருக்கிறது. சில சமயம் மொழி பெயர்த்தவர்கள் தப்பாகப் புரிந்துகொண்டதால், அவரது ஆரூடம் பலிக்காமலும் போயிருக்கிறது! அப்படி ஓர் ஆரூடம், 'உலகம் 1999-ல் அழியும்!' என்பது. கூட்டல் கழித்தலில் ஏதோ தப்பு நிகழ்ந்திருக்க வேண்டும்! அதே உலக யுத்தம் முடியும் தருவாயில் ஜப்பானில் அணு குண்டுகள் போடப்பட்டதையும், இராக் யு.எஸ். யுத்தத்தையும் நோஸ்ட்ராடாமஸ் கரெக்டாகக் குறிப்பிட்டிருக்கிறார்.

அண்மைக்காலமாக இந்தியாவை மிஞ்சும் அளவுக்கு அமெரிக்காவில் ஜோதிடர்களும் ஆரூடக்காரர்களும் ஆவிகளோடு பேசுபவர்களும் பெருகி விட்டனர். ஜீன்டிக்ஸன் என்னும் பெண்மணி நோஸ்ட்ராடாமஸின் மறுபிறவியோ என்று சந்தேகப்படும் அளவுக்கு ஆரூடத்தில் புகுந்து விளையாடினார்! அவர் முன்கூட்டியே சொன்ன நிகழ்ச்சிகள் திகைப்பானவை. அது பிற்பாடு!

16. ரத்த வெள்ளத்தில் ஜனாதிபதி!

ஒவ்வொரு முறை ரயில் அல்லது விமான விபத்து நிகழ்ந்த பிறகு, குறிப்பிட்ட விமானத்தில் போயிருக்க வேண்டியவர் கடைசி நிமிஷத்தில் பயணத்தைக் கேன்சல் செய்ததால் தப்பித்தது குறித்து பத்திரிகையில் செய்தி வருவது வழக்கம்! தாமதமாக வந்ததால் விமானத்தைக் கோட்டை விட்டவர்கள் சிலர் இருக்கலாம். சிலர் ஏதோ கெடுதல் நடக்கப்போகிறது என்று உள்ளுணர்ச்சி எச்சரிக்கை செய்ததால் பயணத்தை ரத்து செய்திருக்கலாம். இப்படிப்பட்டவர்களை நுணுக்கமாக விசாரணை செய்ய வேண்டியது அவசியம். துரதிருஷ்டவசமாக நிருபர்கள் சில கேள்விகள் கேட்டுப் பெட்டிச் செய்தி போடுவதோடு நிறுத்திக் கொள்கிறார்கள்.

1979, மே மாதம் ஒரு நாள். லிண்ட்ஸே வாக்னர் என்கிற ஹாலிவுட் நடிகையும் அவருடைய அம்மாவும் சிகாகோ ஓஹேர் விமான நிலையத்துக்குக் கிளம்பினார்கள். அமெரிக்கன் ஏர்லைன்ஸ் DC-10 என்கிற விமானத்துக்கான டிக்கெட் எடுக்கும் தருணத்தில், வாக்னர் தயங்கினார். அவருடைய வயிற்றுக்குள் பட்டாம்பூச்சிகள் பறப்பதைப் போல தர்மசங்கடமான உணர்வு ஏற்பட்டது. டிக்கெட்டை கேன்சல் செய்துவிட்டு அரைமணிநேரம் கழித்துப் புறப்பட்ட இன்னொரு விமானத்தில் பயணித்தார். அதற்குமுன், தன்னை

வழியனுப்ப வந்த நண்பர்களிடமும் ரசிகர்களிடமும் வெளிப்படையாக, தனக்கு ஏதோ பயமேற்பட்டதாகக் கூறினார் வாக்னர். அவர் பயணித்திருக்க வேண்டிய விமானம் டேக் ஆஃப் ஆன சில நிமிஷங்களில் கீழே விழுந்து நொறுங்கி, அத்தனை பயணிகளும் உயிரிழந்தனர்.

இது ஒரு கச்சிதமான, தெளிவான ப்ரிகாக்னிஷன்! இதே விபத்து சம்பந்தமாக இன்னொரு ஆச்சரியமும் நடந்தது. சிகாகோ ஏர்போர்ட்டிலிருந்து சுமார் 400 மைல் தொலைவில் வசித்த டேவிட் பூத் என்கிற இளைஞருக்கு, தொடர்ந்து இரண்டு நாள்களாக ஒரு கனவு வந்தது! கனவில் ஒரு விமானம் டேக் ஆஃப் ஆனவுடன் விபத்துக்குள்ளாகிறது. அந்த விமானத்தின் வண்ணம், நம்பர், டேக் ஆஃப் நேரம், விமானத்தின் பின்பகுதியில் இருந்த ஒரு கீறல்...

இப்படி நுணுக்கமான பல விஷயங்கள் கனவில் வர, டேவிட்பூத் பல ஏர்போர்ட் அதிகாரிகளிடம் தொடர்பு கொண்டு இதுபற்றி எச்சரிக்கை செய்தார். விபத்து நிகழப்போவது எந்த ஏர்போர்ட் என்பது மட்டும் அவருக்குத் தெரியவில்லை. விமான அதிகாரிகளோ அவரிடம் சலிப்புடன், 'நீங்கள் சொல்கிற நேரத்தில் ஆயிரத்துக்கும் மேற்பட்ட விமானங்கள் கிளம்புகின்றன. அத்தனையும் நிறுத்தி செக்கிங் பண்ணுவது நடக்காத காரியம்' என்று சொல்லிவிட்டார்கள்.

விமானம் விழுந்து நொறுங்கிய பிறகு, பல விமான தள அதிகாரிகள் அந்த இளைஞர் போன் பண்ணி எச்சரித்ததை ஒப்புக் கொண்டார்கள்.

மனோதத்துவ ஆய்வாளர்கள் இந்த 'நடக்கப்போவதை முன்கூட்டியே தெரிந்துகொள்ளும் சக்தி' இருக்கிறது என்று ஏற்றுக்கொண்டாலும், இந்தச் சக்தியால் பெரிய பலன் எதுவும் இல்லையென்கிறார்கள். எல்லாருக்கும் ஏதாவது இப்படி தோன்றிக்கொண்டுதானிருக்கிறது. ஒவ்வொன்றையும் நம்பிக் கொண்டிருந்தால் உலகமே இயங்காது.

தவிர, நிச்சயமாக ஒரு விபத்து நிகழ்வது முன்கூட்டியே தெரிந்துவிட்டால், அதை எப்படித் தவிர்க்க முடியும் என்று சிலர் லாஜிக்காகக் கேள்வியெழுப்புகிறார்கள். அப்படித் தவிர்த்துவிட்டால், அப்புறம் விபத்து நடக்கப் போவதாக எப்படி ப்ரிகாக்னிஷன் ஏற்பட முடியும்?

ஒரேயடியாக அப்படி எடுத்துக்கொள்ள வேண்டியதில்லை என்று சில ஆராய்ச்சியாளர்கள் சொல்கிறார்கள். நம் எதிர்கால நிகழ்வுகள் முடிவு கட்டப்பட்டு விட்டதாக (Fatalistic View) நினைக்க வேண்டியதில்லை. சில ப்ரிகாக்னிஷன் அனுபவங்கள் எச்சரிக்கை செய்வதாகவும் அமையலாம் என்பது இவர்கள் கருத்து. அப்படி ஓர் அனுபவம் நேர்ந்ததுண்டு!

ஒரு பெண்மணிக்குக் கனவு வந்தது. அதில் குடும்பத்தோடும், மேலும் சில நண்பர்களுடனும் பிக்னிக் போகிறாள். அங்கே கூடாரம் அடித்துத் தங்குகிறார்கள். எதிரே அழகிய மலை. அப்போது பெண்கள் உணவு தயாரிக்கிறார்கள். குழந்தைகள் விளையாடப் போகின்றன. அருகில் ஓர் ஏரி. அப்போது அந்தப் பெண்மணியின் இரண்டு வயது மகன் ஏரியில் தடுமாறி

விழுகிறான். தண்ணீரில் தத்தளிக்கிறான். அவன் அணிந்த சிவப்பு வண்ண டி ஷர்ட் கூடத் தெளிவாகத் தெரிகிறது.

தூக்கிவாரிப் போட்டு எழுந்த அந்தப் பெண் சில நாள்களில் அந்தக் கனவை மறந்துபோனாள்.

ஒரு மாதம் கழித்து நிஜமாகவே குடும்பத்தோடும், நண்பர்களோடும் பிக்னிக் போனாள் அவள்.

பெண்கள் உணவு தயாரித்துக் கொண்டிருந்த போது நிமிர்ந்து பார்த்தாள். எதிரே அந்த மலை! கரேலென்று அந்தக் கனவு நினைவுக்கு வந்தது. பதறிப் போய் ஏரிக்கு அருகே ஓடினாள். அங்கே சில குழந்தைகள் அழுது கொண் டிருக்க, அவளுடைய குழந்தை தண்ணீரில் தத்தளித்துக் கொண்டிருந்தது. பாய்ந்து குழந்தையைக் காப்பாற்றினாள் அவள். குழந்தை அணிந்திருந்தது சிவப்பு வண்ண பனியன்.

கனவு நினைவுக்கு வராமல் இருந்து, அந்தப் பெண் எச்சரிக்கையாகாமல் இருந்திருந்தால் குழந்தை நிச்சயம் இறந்திருக்கும். ஆகவே, இங்கே ப்ரிகாக்னிஷன் ஓர் உயிரைக் காப்பாற்றி இருக்கிறது! ஒருவேளை குழந்தை இறந்திருந்தால், அவள் கனவில், மகன் தண்ணீரில் இறந்து மிதந்து கொண்டிருக்கும் காட்சியும் வந்திருக்குமோ!

ஏப்ரல் 1998-ல் ரியானான் கார்ட்ரைட் என்னும் சிறுமிக்கு வந்த கனவு அவளுடைய குடும்பத்தையே காப்பாற்றியது! பிரிட்டனில் ஸ்டாஃபோர்டு ஷையர் என்கிற ஊரில் சிறு ஹோட்டல் நடத்தி வந்தார் அவளுடைய தந்தை. அதே ஹோட்டல் மாடியில்தான் அந்தக் குடும்பம் வசித்து வந்தது. ஒருநாள் இரவில் ரியானானுக்குக் கனவு - பயங்கரத் தீ விபத்து ஏற்பட்டு அவர் களுடைய ஹோட்டல் சேதப்படுவதாக! ஒரு வாரம் கழித்து, இரவு 11 மணி சுமாருக்கு ரியானானுக்கு ஏதோ தீ வாசனை முகர்வது போல ஓர் உணர்வு ஏற்பட, தூங்கப்போயிருந்த பெற்றோரை எழுப்பி, வற்புறுத்தி வெளியே அழைத்துக்கொண்டு ஓடினாள். பதினைந்து நிமிஷங்கள் கழித்து திடீரென ஹோட்டல் பகுதி தீப்பிடித்துக்கொண்டு வெகுவேகமாகப் பரவியது.

தீயணைக்கும் படை வந்தது. பிற்பாடு அதன் அதிகாரி ஒருவர் சொன்னார்: 'இந்தக் குடும்பத்தினர் பின்மாடியில் இருந்திருக்கிறார்கள். இப்படி ஒரு தீ விபத்தில் அவர்கள் தப்பிக்க வழியே இருந்திருக்காது!'

•

ஒவ்வொரு நாளும் உலகில் பில்லியனுக்கும் மேற்பட்ட கனவுகள் காணப்படுகின்றன. இவற்றைக் கண்காணிப்பது (Monitor) நடக்காத காரியம். ஒவ்வொரு கனவு சொல்படி இயங்குவதும் இயலாது. ஆகவே, தனிப்பட்ட அளவில் மனிதர்கள் அவர்களுக்கு வரும் கனவுகளைச் சீர்தூக்கிப் பார்த்துச் சற்று எச்சரிக்கையாக இருப்பது மட்டுமே சாத்தியம் என்பது சில கனவு ஆராய்ச்சியாளர்களின் கருத்து.

இதில் இன்னொரு பிரச்னையும் இருக்கிறது. முக்கால்வாசிக் கனவுகள், படுக்கையிலிருந்து எழுந்தவுடன் நமக்கு மறந்துவிடுகின்றன. நினைவுக்கே வராத கனவால் என்ன பயன்?

இதைத் தவிர்க்க, மனோதத்துவ விஞ்ஞானிகள் ஒரு வழி சொல்கிறார்கள். படுக்கை அருகே ஒரு டைரி வைத்துக் கொள்வது - Dream Diary! அல்லது டேப்ரெக்கார்டர் ஒன்றை வைத்துக்கொள்ளலாம். வந்த கனவுகள் பற்றிய குறிப்புகளை எழுதிவைக்க வேண்டும். எழுந்து பல்விளக்கிவிட்டு வந்தபிறகெல்லாம் இதைச்செய்யக்கூடாது.

மனம் ஒரு தளம் - ஆழ்மனம் வேறு ஒரு தளம்! மூளையின் Conscious பகுதி அசாத்தியமானது. விழித்தவுடனேயே விறுவிறுவென்று அது வேலை செய்ய ஆரம்பிக்கிறது. அது இயங்க ஆரம்பித்த உடனே ஆழ்மனம் பதுங்கிவிடுகிறது. ஆகவே, காலையில் எழுவதற்கு முந்தைய நிலையான அரைத்தூக்கத்தில் நம் கரம் நீண்டு அலாரத்தை நிறுத்துகிறதல்லவா? அந்த நிலையில் டைரியில் கனவுகள் பற்றி (கோணல்மாணலாகக் கையெழுத்து இருந்தாலும் சரி!) எழுதிவிட வேண்டும் அல்லது பட்டனைத் தட்டிவிட்டு டேப்ரெக்கார்டரை ஓடவிட்டு வந்த கனவுகளை டிக்டேட் செய்யலாம்! இரண்டு அல்லது மூன்று நாள்களுக்கு ஒருமுறை நோட்டுப் புத்தகத்தை எடுத்து நமக்கு வந்த கனவுகள் எவை போன்ற குட்டி ஆராய்ச்சிகள் செய்தால் ஒரு மாதிரி நிலைமையைப் புரிந்து கொண்டு தற்காப்பு நடவடிக்கைகள் எடுக்க முடியும் என்பது ஒரு கருத்து.

சிலர் இப்படியெல்லாம் மெனக்கெட வேண்டியதில்லை. அரிதான, ஆச்சரியமானவர்கள் அவர்கள்! தொலைநோக்கும் சக்தியைக் கடவுள் அவர்களுக்கு வாரி வழங்கியிருக்கிறார்! ஜீன்டிக்ஸன் என்னும் அமெரிக்கப் பெண்மணி ஓர் அட்டகாசமான உதாரணம்! அந்தக் கால நோஸ்ட்ராடாமஸுக்கு அடுத்தபடி உலகப்புகழ் பெற்றவர் டிக்ஸன். யு.எஸ். ஜனாதிபதி ஜான் கென்னடி சுட்டுக் கொல்லப்படுவதற்குப் பதினோரு ஆண்டுகளுக்கு முன்பே டிக்ஸனுக்குச் சிலீர் என்று அந்தக் காட்சி மனக்கண்முன் ஓடியது! வெள்ளை மாளிகையும், அதன் பால்கனியில் நின்று கையசைத்துக்கொண்டிருந்த நீலநிற விழிகள் கொண்ட இளம் அதிபரும், பிறகு வேகமாகச் செல்லும் காரும், அதில் அந்த இளைஞர் அமர்ந்திருப்பதும், துப்பாக்கிச் சத்தமும், ரத்த வெள்ளத்தில் அந்த இளைஞர் விழுந்து கிடப்பதும் ஒரு சினிமாக் காட்சியாக டிக்ஸன் உணர்ந்தார். கூடவே 1-9-6-0 என்ற எண்கள் அவர் முன் விரிந்தன. அவர் உடல் நடுங்கியது.

17. அலெக்ஸாந்தரின் கவலை!

கலாசார வளர்ச்சியடைந்த பண்டைய நாடுகளான சீனா, எகிப்து, க்ரீஸ், இந்தியா - இந்த நாடுகளில், நோயாளிகள் கோயில்களுக்கு வந்து குணமடையும்வரை தங்கும் ஒரு வழக்கம் இருந்தது. இரவில், ஆலயத்தின் பிராகாரத்திலேயே தூங்க வேண்டும். நோயாளியின் கனவில் கடவுள் வந்து பரிகாரம் சொல்வார். கிரேக்க நாட்டில் ஈஸ்க்யூலேப் பியஸ் ஆலயத்தில் 'மென்ட்டேஷன் சிகிச்சை' என்ற ஒன்று பின்பற்றப்பட்டது. மென்ட்டேஷன் என்றால் 'கோயில் தூக்கம்' என்று அர்த்தம்! நோயாளிகள் கோயிலுக்கு வந்து பலிகொடுத்துப் பிரார்த்தனை செய்துவிட்டு, கோயில் குளத்தில் குளித்துவிட்டு (ஆசாரமாக) இரவில் பிராகாரத்தில் படுத்துத் தூங்க வேண்டும். ஈஸ்க்யூலேப்பியஸ் கடவுள் அவர் கனவில் வந்து சிகிச்சையளிப்பார்! சில நோயாளிகளுக்குத் தூங்கும்போதே அறுவை சிகிச்சைகூட நடந்ததாகக் கூறப்பட்டது! (பூசாரிகளில் தேர்ந்த மருத்துவர்களும் இருந்ததாகவும், நோயாளிகள் தூங்கும்போது அவர்கள் நைசாக வந்து காதில் சிகிச்சை முறைகளைக் கிசுகிசுத்தார்கள் என்று இன்றைய மனோதத்துவ நிபுணர்கள் கருத்து தெரிவிக்கிறார்கள். கடவுளே காதில் வந்து சொன்னதாக நோயாளிகள் நம்பி, அந்தத் தீவிர நம்பிக்கையே அவர்களைப் பாதி

குணமடைய வைத்தது என்பது இன்றைய மனோதத்துவ ஆய்வாளர்களின் கருத்து. எப்படியிருந்தால் என்ன?)

இந்த தெய்வீகக் கனவு சிகிச்சை இன்றைக்கும் இந்தியாவில் மட்டுமல்ல, சீன, எகிப்திய, கிரேக்க நாடுகளிலும் தொடர்கின்றன! குறிப்பாக, அந்தக் காலத்தில் எகிப்து நாட்டில் தெய்வீகக் கனவுகளுக்கு மிகுந்த முக்கியத்துவம் கொடுத்தார்கள். நாலாயிரம் ஆண்டுகளுக்கு முந்தைய Papyrus சுவடி ஒன்று தொல்பொருள் ஆராய்ச்சியாளர்களால் கண்டுபிடிக்கப்பட்டது.

அதில் 'கனவுகளும் அதன் அர்த்தங்களும்' விரிவாக எழுதப்பட்டிருந்தன. கி.மு. 1450-ல் எகிப்தை ஆண்ட பாரோ மன்னனான நாலாம் தத்மோஸ் ஒரு கனவு கண்டார். அதில் ஹார்மாக்கூ என்னும் கடவுள் தோன்றி, 'பாலைவனத்தில் ஒரு குறிப்பிட்ட இடத்தைத் தோண்டி, தனக்கு விடுதலை தருமாறு ஆணையிடுகிறார். இதைச் செய்வதன் மூலம் நீ என் மகனாவாய். நீண்ட காலம் சிறப்பான முறையில் உன் ஆட்சி அமையும்!' என்கிறார் கடவுள். தத்மோஸ் பணிவோடு அதே போலச் செய்ய, மண்ணுக்கடியில் புதையுண்டிருந்த ஸ்பிங்ஸ் (மனித முகம், சிங்க உடல்!) சிலையொன்று வெளிப்பட்டது! அதை வழிபட ஆரம்பித்த பிறகு, தத்மோஸ் மன்னனுக்கு எல்லாச் சிறப்புகளும் குவிந்தன.

தத்மோஸ் மன்னருக்குப் பிறகு அதற்கு அடுத்த நூற்றாண்டில் பாபிலோனிய நாட்டை ஆண்ட நெபுசட் நெஸ்ஸார், ஒரு நாள் காலையில் எழுந்தபோது கவலையோடு காணப்பட்டார். அரசவையைக் கூட்டி, 'எனக்கு நேற்றிரவு ஒரு கனவு வந்தது. அந்தக் கனவு எனக்கு மறந்துபோய் விட்டது. அந்தக் கனவில் வந்த காட்சியை முதலில் கண்டுபிடித்துச் சொல்ல வேண்டும். அதற்கு விளக்கம் தர வேண்டும்!' என்று அறிவிக்கிறார். கனவுக்கு விளக்கம் சொல்லலாம். கனவே என்ன என்று எப்படிச் சொல்வது? ராஜகுருக்களும் அமைச்சர்களும் விழித்தார்கள். 'பெரிய அறிஞர்கள் என்று சொல்லிக்கொள்கிறீர்கள். என் கனவைக் கண்டுபிடித்துச் சொல்லாவிட்டால் மரணதண்டனை!' என்கிறார் அரசர், கோபத்துடன். இதுபற்றிக் கேள்விப்பட்ட டேனியல் என்கிற இளைஞர், 'அரசே! நாளைக்கு உங்கள் கனவைச் சொல்கிறேன்!' என்று அனுமதி வாங்கிச் செல்கிறார். அன்றிரவு இறைவனிடம் டேனியல் பிரார்த்தனை செய்துவிட்டு, படுத்தவுடன் அதே கனவு அவருக்கும் வருகிறது.

மறுநாள் மன்னரிடம் சென்று 'உங்கள் கனவில் வந்தது ஒரு பெரிய சிலை! அதன் தலை தங்கத்தால் ஆனது. உடல் வெள்ளியாலும், இடுப்பு வெண்கலத்தினாலும், கால்கள் இரும்பாலும், பாதங்கள் களிமண்ணாலும் செய்யப்பட்டிருந்தன. தலை உங்கள் ஆட்சியைக் குறிக்கிறது. உங்களுக்குப் பிறகு வரவிருக்கும் ஆட்சியாளர்கள் நாட்டைக் குட்டிச்சுவராக்கப் போகிறார்கள். நாடு சீரழியப் போகிறது. கவலை வேண்டாம்! பிறகு புதிய பொற்காலம் தோன்றும். அப்போது மக்கள் உங்கள் ஆட்சியை மட்டுமே மகிழ்வோடு நினைவு கூர்வார்கள்!' என்று விளக்கம் தர, நெபுசட்நெஸ்ஸார் மெய்சிலிர்த்துப் போய், டேனியல் முன் மண்டியிட்டு நன்றி கூறுகிறார். பிறகு டேனியல், சக்கரவர்த்தியின் பிரதான ஆலோசகராக ஆகிறார்.

கிரேக்கச் சக்கரவர்த்தி, மாவீரன் அலெக்ஸாந்தர் (கி.மு. 332-ல்) பொனீஷிய நாட்டின் டைர் நகரத்தின் மீது போர் தொடுத்தார். டைர் வீரர்கள் அலெக்ஸாந்தரின் படையைக் கடுமையாக எதிர்த்தார்கள். கிரேக்கப் படை சற்று நம்பிக்கையிழந்தபோது, அலெக்சாந்தருக்குக் கனவு வந்தது. அதில் ஒரு தங்கக் கேடயத்தின் மீது Satyr (குட்டிச்சாத்தான் மாதிரி!) தாண்டவமாடுவது போன்ற காட்சி விரிந்தது. அலெக்ஸாந்தருக்குக் கவலை ஏற்பட்டது. 'கனவுகளை விளக்குபவர்' என்று பெயர்பெற்ற அரிஸ்டாந்தரை வரவழைத்து கனவைச் சொல்ல, அவர் அலெக்ஸாந்தரிடம் 'கவலைப்பட வேண்டாம் அரசே, இது நல்ல கனவு! இறைவனின் சொல் விளையாட்டு இது! Satyros என்பதைப் பிரித்துப் பார்க்க வேண்டும். Sa + Tyros அதாவது Sa என்றால் உன்னுடையது. டைர் நகரம் உன்னுடையது எடுத்துக்கொள்' என்பதே கனவின் அர்த்தம்!' என்றார்.

உற்சாகமாக நம்பிக்கை பிறந்து, மீண்டும் தாக்குதல் நடத்தி, மறுநாள் டைர் நகரைக் கைப்பற்றினார் அலெக்ஸாந்தர்.

ஆகவே, கனவுகளின் அர்த்தத்தைப் புத்திசாலித்தனமாகப் புரிந்து கொள்வது முக்கியம். நாமாக நேரடி அர்த்தம் எடுத்துக் கொள்ளக் கூடாது.

பயங்கரக் கனவுகள் (Night mares) வேறு வகை! அதன் வேர்கள் நமது சின்ன வயசு நினைவுகள். அந்த நினைவுகளுடன் நம்முடைய இன்றைய கவலைகளும் பயங்களும் இணைந்து - பயங்கரக் கனவுகளாக விரிகின்றன. இந்த வகைக்கும் Prophetic கனவுகளுக்கும் சம்பந்தமில்லை என்கிறார்கள் கனவு ஆராய்ச்சியாளர்கள்.

ஜூலியஸ் சீசர் சதிகாரர்களால் கொல்லப்படுவதற்கு முன்னிரவில், அவரது மனைவி கல்பூர்னியா 'சீசரின் சிலையெங்கும் துளைகள் ஏற்பட்டு, அவற்றிலிருந்து நீருற்று மாதிரி ரத்தம் தெறிப்பதாகக் கனவு கண்டாள். சீசரிடம் இதுபற்றிச் சொல்லி செனட் கூட்டத்துக்குச் சீசர் போக வேண்டாமென்று மன்றாடினாள் கல்பூர்னியா. அதைச் சிரித்து அலட்சியப்படுத்திய சீசருக்கு நேர்ந்த கதி தெரிந்ததே!

இந்தக் காலத்தில் அமெரிக்க ஜனாதிபதி ஆப்ரஹாம் லிங்கனுக்கு வந்த கனவு பிரமிப்பூட்டுகிறது. தெளிவாக அவரே கனவில் நடந்ததை எழுதி வைத்தார்! - 'படுத்திருந்த என் காதில் அழுகைச் சத்தம் கேட்கிறது. நிறையபேர் அழு கிறார்கள். கட்டிலிருந்து இறங்கி நடந்து ஒவ்வொரு அறைக்குள்ளேயும் எட்டிப் பார்க்கிறேன். யாரும் இல்லை. பிறகு முன் அறைக்குச் சென்றால் அங்கே ஓர் உடலைக் கிடத்தியிருக்கிறார்கள். யாரோ இறந்திருக்கிறார்! அருகே ராணுவ அதிகாரிகள் சல்யூட் அடித்தவாறு நிற்கிறார்கள். இறந்தவர் யாரென்று எட்டிப் பார்க்கிறேன். நான்! என் உடல்! அருகே நின்றிருந்த ஒருவர் விம்மியவாறு என்னிடம், 'ஜனாதிபதியைச்சுட்டுக்கொன்று விட்டார்கள்!' என்கிறார்.

விழிப்பு வந்து திடுக்கிட்டு எழுந்து கட்டிலில் உட்கார்ந்தேன். அதற்குப் பிறகு மனம் சரியாக இல்லை. மீண்டும் தூக்கம் வரவில்லை. நிகழப்போகும்

சோகத்தை எவ்வளவு கச்சிதமாக, அப்பட்டமாக, முன்கூட்டியே சொன்ன கனவு இது!

ஜீன்டிக்ஸன் கென்னடி மரணம் (டிக்ஸன் மனத்தில் வந்த 1-9-6-0) எண், கென்னடி பதவிக்கு வந்த ஆண்டு - 1960) மட்டுமல்ல, அவரது தம்பி ராபர்ட் கென்னடி கொலை, கருப்பர் தலைவர் மார்ட்டின் லூதர்கிங், எகிப்திய அதிபர் சதாத் கொலைகளையும் முன்கூட்டியே சொன்னார்.

மொத்தத்தில் கனவு காணாத மனிதனே கிடையாது.

'எனக்குக் கனவே வருவதில்லை' என்று சிலர் சொல்லிக் கொள்வார்கள். அது புரியாமல் பேசுவது! எழுந்தவுடனே அவர்களுக்குக் கனவு மறந்து விடுகிறது என்பதுதான் உண்மை. எல்லாக் கனவுகளும் பலிப்பதில்லை. ஆனால், யாருக்கு வேண்டுமானாலும் நிகழப்போவதைச் சொல்லும் கனவுகள் வரலாம்.

இதையெல்லாம் மிஞ்சிய அதிசயம் Psychokinesis என்கிற பார்வையாலேயே பொருள்களை நகர்த்துகிற அமானுஷ்ய சக்தி. தலைசுற்ற வைக்கும் ஆச்சரியம் அது!

18. மிதந்தது மேஜை!

தொலைவில் இருப்பவரின் ஆழ்மனத்துடன் உரையாடுகிற டெலிபதி சக்தி, நடக்கவிருப்பதை முன்கூட்டியே கனவில் காணும் சக்தி, எங்கோ நடந்துகொண்டிருப்பதை உணரும் சக்தி - இவை யெல்லாவற்றையும் விட அபூர்வமான சக்தி ஒன்று உண்டு!

பார்வையின் தீட்சண்யத்தால் அல்லது ஆழ் மனத்தின் சக்தியால், பொருள்களைத் தொடா மலேயே நகர்த்தும் Psychokinesis என்கிற சக்தி!

உதாரணமாக, டைனிங் டேபிளில் அமர்ந்து தயிர்சாதம் சாப்பிட்டுக் கொண்டிருக்கிறீர்கள். ஊறுகாய் தேவைப்படுகிறது. ஆனால் ஊறுகாய் பாட்டில், டைனிங் டேபிளின் மறுகோடியில் இருக்கிறது. பௌதிக விதிகளின்படி அந்த ஊறுகாய் உங்களிடம் வர இரண்டு வழிகள்தான் உண்டு. ஒன்று மனைவியிடம் ஊறுகாயை எடுத்துவரச் சொல்வது. (இது சற்று சிரமமானது. 'கம்முனு சாப்பிடுங்க. டாக்டர் நீங்க ஊறுகாய் சாப்பிடக் கூடாதுன்னு சொல்லியிருக்காரு!' என்று மனைவி மறுத்துவிட்டால் போச்சு.)

இரண்டாவது வழி - நீங்களே எழுந்து சென்று ஊறுகாய் பாட்டிலை எடுத்து வருவது! அதாவது, நியூட்டன் விதியின்படி எந்த ஒரு பொருளும் வைத்த இடத்தில் தொடர்ந்து இருக்கும் - வெளிச் சக்தி ஒன்று இயங்கி அதை நகரச் செய்யும்வரை!

மூன்றாவதாக ஓர் ஆச்சரியமான சக்தி உண்டு! நீங்கள் உட்கார்ந்த இடத்திலிருந்து ஊறுகாய் பாட்டிலைத் தீர்க்கமாக உற்றுப் பார்க்கிறீர்கள் அல்லது கண்களை மூடித் தியானம் செய்கிறீர்கள். ஊறுகாய் பாட்டில் மெல்ல தானாகவே நகர்ந்து உங்களிடம் வருகிறது. இது எப்படியிருக்கு? இதற்கு மனோதத்துவ அறிஞர்கள் தந்த பெயர் - 'ஸைக்கோ கைனெஸிஸ் சக்தி.

'இது ரொம்ப ஓவர். நடக்கிற காரியமா?' என்று கேட்கத் தோன்றும். ஆனால், உலகில் பலருக்கு இந்தச் சக்தி இருக்கிறது. சிலருக்கு மிக அதிக அளவில் இருக்கிறது என்று மனோதத்துவ ஆராய்ச்சியாளர்கள் ஒப்புக்கொண்டு விட்டார்கள்.

எல்லா பண்டைய நாடுகளின் புராணங்களிலும் இந்தச் சக்தி படைத்த கேரக்டர்கள் வருகிறார்கள்! நம் அனுமார்கூட சஞ்சீவி மலையை மெனக் கெட்டு தூக்கிக்கொண்டு பறப்பதுபோல பாவ்லா காட்டியிருப்பாரேயன்றி, Psychokinesis மூலமாகத்தான் மலையை எடுத்துச் சென்றிருப்பார் என்று தோன்றுகிறது! இதெல்லாமாவது புராணம். நிஜவாழ்க்கையில் இது எவ்வளவு சாத்தியம்?

தன் அபூர்வ சக்தியினால் பத்தொன்பதாம் நூற்றாண்டைக் கலக்கிய ஒருவர் உண்டு. அவர் டேனியல் டங்க்ளஸ் ஹ்யூம். மார்ச் *1833*-ல் பிரிட்டனில் பிறந்தவர் ஹ்யூம். தன் அப்பா யாரென்று அவருக்குத் தெரியாது. சிறு வயதி லேயே அம்மாவும் இறந்துபோக, ஒன்பது வயதான ஹ்யூமை அவருடைய அத்தை அமெரிக்காவுக்கு அழைத்துச் சென்று குடியேறினார். அங்கு ஹ்யூமுக்கு நெருக்கமான நண்பனாக ஆனான் எட்வின் என்கிற சிறுவன்.

இருவருமே சற்று வித்தியாசமான சிறுவர்கள்.

ஒருநாள் ஹ்யூமும் எட்வினும் ஒரு விசித்திரமான ஒப்பந்தம் செய்து கொண்டார்கள் - 'நம் இருவரில் யார் முதலில் இறக்கிறோமோ, அவர் மற்றவர் கண்முன் (இறந்தபிறகு) தோன்ற வேண்டும்!' பிறகு எட்வின் தன் குடும்பத்துடன் வெளியூரில் குடிபுக நேர்ந்தது.

1846-ல் ஓரிரவு, அத்தையிடம் ஹ்யூம் ஓடிவந்து, 'என் கட்டிலருகில் எட்வின் நின்று கொண்டிருந்தான். அவன் இறந்து விட்டான் என்று தோன்றுகிறது' என்று சொல்லி அழ, அத்தை 'இது என்ன பைத்தியக்காரத்தனம்!' என்று கோபித்துக் கொண்டாள்.

மறுநாள் எட்வின் ஒரு விபத்தில் இறந்த செய்தி வந்தது! முதல்முறையாகத் தனக்கு ஏதோ சக்தி இருப்பதாக ஹ்யூம் முடிவுக்கு வந்தது அப்போதுதான்.

அதிலிருந்து நான்கு ஆண்டுகள் ஆச்சரியமான எதுவும் ஹ்யூமுக்கு நிகழ வில்லை. பிறகு, ஒரு காலைப் பொழுதில் கண்ணாடியில் ஹ்யூம் தலைவாரிக் கொண்டிருந்தபோது அறையில் இருந்த நாற்காலி ஒன்று தானாகவே நகர்ந்து, அவனருகில் வந்தது! கண்ணாடி வழியே அதைப் பார்த்து கலவரத்தில் ஆழ்ந்த ஹ்யூம் பயந்துபோய் வெளியே ஓடினான்.

மறுநாள் அத்தையின் குடும்பத்துடன் காலைச் சிற்றுண்டிக்காக அமர்ந்தபோது டேபிளிலிருந்து தானாக விதவிதமான டொக் டொக் சத்தங்கள் எழுந்தன. அத்தை அச்சத்துடன் மேஜைக்கடியில் குனிந்து பார்த்தாள். எதுவுமில்லை! தொடர்ந்து இதுபோல, 'ஸ்பூன் நகருவது, திரைச்சீலை தானாக மூடிக் கொள்வது, பூக்கள் மிதப்பது போன்ற நிகழ்ச்சிகள் நடைபெற, 'வீட்டுக்குள் சாத்தானை அழைத்து வந்திருக்கிறாய்!' என்று கூச்சல் போட்ட அத்தை, ஹ்யூமை வீட்டைவிட்டு வெளியேற்றி விட்டார்.

ஹ்யூமுக்குப் பதினேழு வயது ஆனது. நிறைய நண்பர்கள் இருந்ததால் மாறி மாறி அவர்கள் வீடுகளில் தங்கிச் சமாளித்தார் அவர். ரூஃபஸ் எல்மர்ஸ் என்கிற செல்வந்தர் ஹ்யூம் செய்திகளைக் கண்டு வியந்து, அந்த இளைஞரைத் தம் வீட்டிலேயே வைத்துக் கொண்டார். ஹ்யூமுக்கு இருக்கும் அமானுஷ்ய சக்தி பற்றிக் கேள்விப்பட்டு அதைச் சோதிப்பதற்காக ஒரு கமிட்டி வந்தது. இந்த முறை நடுவில் வைக்கப்பட்டிருந்த பெரிய மேஜை ஒன்றிலிருந்து பலவித மான சத்தங்கள் கிளம்பின. பிறகு மேஜை அசைய ஆரம்பித்தது. மெல்ல மேலே கிளம்பி மிதந்தது! கமிட்டியைச் சேர்ந்த மூவர் பதற்றத்துடன் மேஜையை இழுத்துப் பிடித்தார்கள். மேஜையைக் கீழே கொண்டுவர முடியவில்லை. இருவர் மேலே ஏறி அமர்ந்து பார்த்தார்கள். தொடர்ந்து மேஜை, அவர்களைத் தாங்கிக்கொண்டு மிதந்தது! ஏதாவது ட்ரிக் இருக்கும் என்று நினைத்த குழுவினரில் சிலர் ஹ்யூமைக் கட்டிப்பிடித்துக் கொண்டனர். ஹ்யூம் புன்ன கைத்தார். இப்போது அங்கிருந்த நாற்காலி, டேபிள் லேம்ப், பூச்செடி எல்லாமே மிதந்து சுற்றிச் சுற்றி வர ஆரம்பித்தது. எல்லோரும் வியப்பில் உறைந்து போனார்கள்! அதிலிருந்து ஹ்யூம் அமெரிக்காவில் மிகப் பிரபலமாகிவிட்டார்.

டெலிபதி சைக்கோகைனெஸிஸ் சக்தி தவிர ஆவிகளும் தனக்கு உதவுகின்றன என்பது ஹ்யூமின் விளக்கம். சில ஆவிகளை 'ப்ரையன் வந்துவிட்டாயா?' என்றெல்லாம் பெயர் சொல்லி அவர் அழைப்பதுண்டு!

ஆகஸ்ட் 1852-ல் இன்னொரு மனோதத்துவ நிபுணர்கள் கமிட்டி, ஹ்யூமைச் சோதிக்க வந்தது. மறுபடியும் டேபிளை மிதக்க வைக்கச் சொன்னார்கள். 'சும்மா மேஜையே மிதந்தால் போரடிக்கும்!' என்று சொன்ன ஹ்யூம் வேறொரு ஆச்சரியத்தை நிகழ்த்திக் காட்டினார். இந்த முறை மிதந்தது ஹ்யூம்! அலேக் என்று தரையிலிருந்து கிளம்பி மேலே சென்று மிதந்த ஹ்யூமின் தலை கூரையைத் தொட்டது! அடுத்த நிமிஷம் அங்கிருந்த பியானோவும் அவரோடு கிளம்பி மிதந்தது. தானாகவே இசைக்கவும் ஆரம்பித்தது.

ஹ்யூம் கவர்ச்சியானவர். ஸ்டைலாக உடையணிந்து மென்மையாகப் பேசிப் பழகுபவர். பெண்களுக்கு அவரை ரொம்பப் பிடித்தது. இதன் காரணமாகவே ஆண்கள் அவர் மீது வெறுப்பு கொண்டார்கள். 'எல்லாமே மேஜிக் வேலை' என்று செய்தியைப் பரப்பினவர்கள் உண்டு. ஆனால் எதுவும் ஹ்யூமின் புகழைப் பாதிக்கவில்லை.

ஹ்யூம் தன் சக்திகளைக் காட்ட பணம் வாங்க மறுத்தார். போக்குவரத்து, லாட்ஜிங் போன்ற செலவுகளை மட்டும் மற்றவர்கள் பார்த்துக் கொண்டார்கள்.

சிறுவயதிலிருந்தே ஹ்யூமுக்குக் காசநோய் (டி.பி.) இருந்தது. 1855-ல் இருமல் அதிகமாக டாக்டர்கள் நல்ல க்ளைமேட் உள்ள வெளியூர் எங்கே யாவது போகச் சொன்னார்கள். 'லண்டனுக்கு வேண்டுமானால் போகிறேன்' என்று சொல்லி அங்கு சென்று வசிக்க ஆரம்பித்தார் ஹ்யூம்.

பிற்பாடு, ஐரோப்பா முழுவதும் பயணித்துத் தன் சக்திகளை மக்கள் முன் காட்டினார் ஹ்யூம். ரோம் நகரில் அவருடைய நிகழ்ச்சிக்கு வந்த பதினேழு வயதான ஸாச்சா என்கிற அழகிய ரஷ்யப் பெண் அவர்மீது காதல் வயப்பட, இருவரும் ரஷ்யாவுக்குச் சென்று திருமணம் செய்து கொண்டு, பிறகு ரோம் வந்தார்கள்.

துரதிர்ஷ்டவசமாக, ஸாச்சாவுக்கு டி.பி. நோய் தொற்றிக்கொண்டு, சில ஆண்டுகளுக்குப் பிறகு இறந்து போனார். அதற்கு முன் ஹ்யூம் தம்பதிக்கு ஒரு மகள் பிறந்தாள். ஸாச்சா இறந்ததை ஒரு பிரிவாகக் கருதவில்லை ஹ்யூம். அவளை நான் தினமும் இரவில் சந்தித்துப் பேசுகிறேன். அவள் மகிழ்ச்சியாகவே இருக்கிறாள்.

ஹ்யூமின் அபூர்வ சக்திகள் கண்டு கத்தோலிக்க சர்ச் அவரைச் சூன்யக்காரர் என்று குற்றம் சாட்டியது. போலீஸ் ரோம் நாட்டை விட்டு அவரை வெளியேற்றியது. பிறகு லண்டன் சென்று, அங்கே கணவனை இழந்த ஒரு பணக்காரப் பெண்ணோடு தங்கினார் ஹ்யூம். இதுபற்றி ஊரில் நிறைய கசமுசா! எது பற்றியும் கவலைப்படவில்லை ஹ்யூம். போகப் போக தன் சக்தி பற்றி அவருக்கு மிதப்பு மிகுந்தது.

ஓரிரவு அவர் கட்டிலில் படுத்துக்கொண்ட சில நிமிஷங்களில் விளக்குகள் ஆடின. மணியடிக்கும் சத்தம் அறைக்குள் கேட்டது. காதில் 'உனக்குக் கர்வம் வந்துவிட்டது. இன்றிலிருந்து ஓராண்டுக் காலம் உனக்கு எந்த சக்தியும் இருக்காது என்ற தண்டனை விதிக்கிறோம்!' என்று (ஆவிகளின்) குரல்கள் ஒலித்தன. கலவரத்துடன் எழுந்து உட்கார்ந்தார் ஹ்யூம்!

அன்றிலிருந்து ஓராண்டுக்கு அவரால் எதையும் சாதிக்க முடியவில்லை. அவர் எவ்வளவு தீர்க்கமாகத் தன் சக்தியைப் பிரயோகித்தும் ஒரு ஸ்பூன்கூட நகரவில்லை! பலருடைய ஏளனத்துக்கு உள்ளாகி, சில மாதங்கள் பரதேசி போல அலைந்தார் ஹ்யூம். 'எல்லாமே இறைவன் தரும் சக்தி. அதை அலட்சியப்படுத்தினேனே!' என்று கலங்கினார் ஹ்யூம்.

ஓராண்டு முடிந்தது. சரியாகக் குறிப்பிட்ட தேதியில், அத்தனை சக்திகளும் அவருக்குத் திரும்ப வந்தன. முதல் கட்டமாகப் பூச்செடியிலிருந்து மலர்கள் கிளம்பி அவரைச் சுற்றி மிதந்தன.

1866-ல் அவர் சந்தித்த லேன் லையன் என்கிற வசதியான பெண்மணி ஹ்யூமிடம் ஆதரவு காட்டினார். தன் மகனாக அவரைத் தத்தெடுப்பதாகச் சொன்னார் லையன். சில மாதங்களில் அவர்களுடைய உறவு முறிந்தது. 'என்னை ரொம்ப பொஸஸிவாக நடத்திச் சித்ரவதை செய்தார் அந்தப் பெண்மணி!' என்று குற்றஞ்சாட்டி அவருடைய வீட்டிலிருந்து அவர் வெளி

நடப்பு செய்ய, தன்னை மிரட்டி ஹ்யூம் பணம் கேட்டதாக வழக்குத் தொடர்ந்தார் அந்தப் பெண். 'மகன் என்று சொல்லிவிட்டு என்னிடம் தகாத முறையில் நடந்துகொண்டார்!' என்று பதிலுக்குக் குற்றம் சாட்டினார் ஹ்யூம்.

வழக்கில் லையனுக்குச் சாதகமாகத் தீர்ப்பு வழங்கப்பட, அந்தப் பெண்மணியிடம் முன்பு கடனாக வாங்கிய பணத்தையெல்லாம் ஒரு தொகையாகத் திருப்பிச் செலுத்துமாறு கோர்ட் ஆணையிட்டது.

எப்படியோ ஓரளவு பணத்தைப் புரட்டித் திருப்பித் தந்த ஹ்யூம், அதற்குப் பிறகு வறுமையில் சில மாதங்கள் வாழ நேர்ந்தது. அவரது சக்திகள் தொடர்ந்து அவரிடம் இருந்து வந்ததால் பல நிகழ்ச்சிகள் நடத்தி நிதிதிரட்டிச் சமாளிக்க வேண்டி வந்தது.

அவர் சாதனைகளைப் பார்த்து அதிசயித்த லார்டு அடேர் என்கிற செல்வந்தர் 'ஹ்யூம் சக்திகள்' பற்றி ஒரு புத்தகம் எழுத, அது ஒரு திருப்பமாக அமைய, மீண்டும் ஹ்யூமின் புகழ் உச்சத்துக்குச் சென்றது!

பகுத்தறிவு மிகுந்த டாக்டர் க்ரூக்ஸ் என்னும் பேராசிரியர் விஞ்ஞானிகளின் பட்டாளத்துடன் ஹ்யூமைச் சோதிக்க ஏற்பாடுகள் செய்தார். சவாலை ஏற்றுக்கொண்ட ஹ்யூம் அத்தனை பேர் முன்னிலையிலும் செய்து காட்டிய சாகசங்களைக் கண்டு எல்லாரும் திகைப்பிலும் வியப்பிலும் ஆழ்ந்தார்கள். மாடியில் ஒரு ஜன்னல் வழியே வெளியே மிதந்து சென்று இன்னொரு ஜன்னல் வழியே உள்ளே வந்தார் ஹ்யூம்! பிறகு நெருப்புத் தணல்களால் முகம் கழுவிக் கொண்டார். தீப்பிழம்புகளுக்கு உள்ளே தலையை நுழைத்தார். அவருடைய ஒரு முடி கூடப் பொசுங்கவில்லை! விஞ்ஞான உலகம் 'இது யாராலும் விளக்கமுடியாத இறைவன் தந்த அபூர்வ சக்தி!' என்று ரிப்போர்ட் தந்துவிட்டுப் போனது.

1872-ம் ஆண்டு ஹ்யூம் 'தான் ரிடையர் ஆகப்போவதாக அறிவித்தார். பல ஆண்டுகளாக அடங்கியிருந்த காசநோய் திடீரெனத் தலைதூக்க, ஐம்பத்து மூன்றாவது வயதில் காலமானார் ஹ்யூம்.

புகழ்பெற்ற என்சைக்ளோபீடியா பிரிட்டானிகா அகராதி யாராலும் விளக்கமுடியாத இனம் புரியாத சக்தி படைத்தவர் என்று பிற்பாடு அவரைப் பற்றி எழுதியது.

'ஹ்யூமுக்கு ஆவிகள் உதவின' என்பது குறித்து விஞ்ஞானிகளிடையே கருத்து வேறுபாடுகள் இருந்தாலும் அவரிடம் அரிதான - சாமான்யர்களிடம் இல்லாத - அபூர்வ சக்திகள் இருந்தன என்பது பற்றித் துளியும் சந்தேகமில்லை. கடவுள் படைத்த, மனிதனின் சிற்றறிவுக்குப் புரிபடாத பெரும் ஆச்சரியங்களில் டேனியல் டங்க்ளஸ் ஹ்யூமும் ஒருவர்!' என்று விஞ்ஞான உலகம் கப்சிப் என்று ஒப்புக்கொண்டது குறிப்பிடத்தக்கது.

19. விஸ்வரூபம்!

அசாதாரணச் சக்திகள் கொண்ட மனிதர்களை டாப் 10 என்கிற ரீதியில் தேர்ந்தெடுத்து வரிசைப் படுத்தினால் அதில் முதலிடம் டேனியல் டங்க்ளஸ் ஹ்யூமுக்குத்தான் போகும் என்பது மனோதத்துவ விஞ்ஞானிகளின் ஏகமனதான தீர்ப்பு. மற்றவர்களுக்கெல்லாம் ஏதேனும் ஓரிரு அபூர்வ சக்திகள் இருக்கலாம். ஆனால் ஹ்யூம் இந்த விஷயத்தில் ஒரு சகலகலாவல்லவராக வாழ்ந்தார்! தன்னுடைய சக்தி தன் அம்மாவிட மிருந்து தனக்கு வந்ததாக ஒருமுறை குறிப்பிட்டார் ஹ்யூம். இறந்தபோன அவருடைய தாய் (பதினேழு வயதில்) ஓரிரவு காட்சி தந்து ஆசிர்வதித்ததாகவும், அதிலிருந்து அபூர்வ சக்திகள் தன் கைவசமானது என்றும் சொன்னார் அவர். அம்மாவைத் தவிர, ஒரு சிவப்பிந்திய பூசாரியின் (நல்ல) ஆவியும் தன் மீது பாசம் வைத்திருந்ததாகவும், தனக்குப் பிறகு தன் மகனுக்கும் இந்தச் சக்திகள் தொடரும் என்றும் குறிப்பிட்டார் ஹ்யூம். அதே போல, அவருடைய மகன் க்ரீஷாவுக்கும் இந்தச் சக்திகள் (அப்பா அளவுக்கு இல்லாவிட்டாலும்) தொடர்ந்தன!

மனோதத்துவ அறிஞர்கள் (டெலிபதி போன்ற) மூளையின் ரகசிய சக்திகளைக்கூட ஏற்றுக்கொள் கிறார்கள். 'ஆவிகள் உதவி' என்கிற ஐடியா அவர் களை நெளிய வைக்கிறது. ஆனால் ஹ்யூமைச் சோதித்த டாக்டர் க்ரூக்ஸ், 'ஹ்யூமைப்

பொருத்தவரை ஆவி உலகம் பெருமளவில் அவருக்கு உதவியது என்பதில் சந்தேகமில்லை. ஹ்யூம் நிகழ்த்திய ஆச்சரியங்களை வெறும் ஆழ்மனத்தின் சக்திகளால் எல்லாம் சாதிக்க முடியாது!' என்று அடித்துச் சொன்னார். 'நல்ல பகுத்தறிவாளரான க்ரூக்ஸ் இப்படி ஒரு முடிவுக்கு வருகிறாரே!' என்று மற்ற விஞ்ஞானிகள் கடுப்பானார்கள்!

ஹ்யூம் செய்து காட்டிய முக்கியமான, விசித்திரமான சில சாதனைகளுக்கு வேறு மாதிரியான மனோதத்துவ விளக்கங்களை யாராலும் தர முடியவில்லை.

ஒருமுறை கூட்டமாக ஆராய்ச்சியாளர்கள் (எதையும் சுலபத்தில் நம்பாத வர்கள்!) ஹ்யூமைச் சோதித்தபோது, அவர் எந்த சாதனை நிகழ்த்தினாலும் இது ட்ரிக்தான் என்பது போல நடந்து கொண்டார்கள். மேஜை கிளம்பி மிதந்தால் உடனே எல்லோரும் அடியில் குனிந்து பார்ப்பது, நாற்காலிகள் தானாக நகர்ந்தால் கண்ணுக்குத் தெரியாத கயிறு இருக்கிறதா என்று பரபரப்பாகத் தடவித் தடவித் தேடுவது என்று சோதனையாளர்கள் செயல்பட்டதால், சற்று பொறுமையிழந்த ஹ்யூம் ஒரு சுவர் ஓரமாகப் போய் நின்றுகொண்டு தன் உயரத்தை அளக்கச் சொன்னார். ஆராய்ச்சியாளர்கள் ஸ்கேல் கொண்டுவந்து அவரை மாறி மாறி அளந்தார்கள். அவர் உயரம் கரெக்டாக ஐந்தடி பத்து அங்குலம். பிறகு அத்தனை பேர் முன்னிலையிலும் மூச்சை இழுத்துக் கண்களை மூடிக்கொண்டார் ஹ்யூம். ஆச்சரியம்... மெல்ல மெல்ல அவரது உயரம் அதிகமானது!

மீண்டும் ஓடிச்சென்று அவர் உயரத்தை அளந்தார்கள். இப்போது ஹ்யூம் ஆறடி ஆறு அங்குலம் இருந்தார். அவர் பாதங்கள் நன்கு தரையில் பதிந்திருந்தன. இது எப்படிச் சாத்தியம்? விஞ்ஞானிகள் வாய்பிளந்து நின்றார்கள். ஒரு மனிதனால் தன் உயரத்தை இப்படி அதிகப்படுத்த முடியுமென்றால் நம் புராணங்களில் வரும் தவ வலிமை மிகுந்தவர்கள் ஏன் நிஜமாகவே சில நேரங்களில் விஸ்வரூபம் எடுத்திருக்க முடியாது? விஸ்வரூபம் என்கிற கான்செப்ட் வெறும் கற்பனை மட்டும் இல்லையா? மனவலிமையால் உடல் வளர முடியும் என்றால் சுருக்கிக் கொள்ளவும் (அனுமார் அசோகவனத்துக்குச் சென்ற போது சின்ன சைஸ் குரங்காக மாறியது போல) முடியுமா? யார் கண்டது? எதிர்காலத்தில் மனிதனுக்கு இப்படிப்பட்ட சக்திகள் மீண்டும் வரலாம். நாமெல்லாரும் மனவலிமையால் தக்குனூண்டு ஆக முடிந்தால் முதலில் டிராஃபிக் பிரச்னை தீரும்!

சரி, ஹ்யூம் நிகழ்த்திய இன்னொரு சாதனை - கவிஞர் ப்ரௌனிங் தம்பதியும், மற்ற நண்பர்களும் வந்த போது, 'ஒரு கை' எலிசபெத் ப்ரௌனிங் தலையில் மாலை சூட்டிய அமானுஷ்ய நிகழ்ச்சி! மங்கலான அறையில், எல்லோரும் அமர்ந்திருந்தபோது ஹ்யூம் கண்களை மூடித் தியானம் செய்ய, சற்றே ஒளி வீச, வெளிறிய கை ஒன்று மிதந்து வந்தது. அங்கிருந்த விஞ்ஞானி ஒருவர் ஆர்வத்துடன் அந்தக் கையைத் தொட்டுப் பார்த்தார். பிறகு அதோடு கைகுலுக்கினார்! 'வெதுவெதுப்பாகச் சதைப் பிடிப்பாக, சாதாரண மனிதரின் கை போலத்தான் இருந்தது!' என்றார் அவர். கைகுலுக்கிக் கொண்டிருந்த

போதே அந்த மர்மக் கை பொல பொலவென்று உதிர்ந்து மறைந்து போனது. விஞ்ஞானி வெறுமனே தன் கையை மட்டும் மேலும் கீழும் ஆட்டிக் கொண்டிருந்தார். பிறகு இரண்டு (வலது, இடது) கைகள் தோன்றி ஒரு மாலையை (wreath) எலிசபெத் தலைமீது வைத்ததும் நடந்தது! இந்தக் காட்சியைப் பகுத்தறிவு மிகுந்த ஆராய்ச்சியாளர்கள் நேரில் பார்த்தார்கள்! ஆகவேதான் 'இப்படி ஒரு சாதனையை வெறும் மனவலிமையால் மட்டும் செய்ய முடியாது; நிச்சயம் ஆவிகள் உதவி இருந்தாக வேண்டும்!' என்கிறார் டாக்டர் க்ரூக்ஸ்!

ராபர்ட் ப்ரௌனிங் மட்டும் சிடுசிடுவென்று அமர்ந்திருந்தார். இத்தனை நடந்தும் அவருக்கு நம்பிக்கை வரவில்லை. பிறகு ஹ்யூம் நண்பர்களிடம், 'ராபர்ட் தனக்குத்தான் அந்தக் கை மாலை போடப்போகிறது என்று எதிர்பார்த்து ஏமாந்தார். மனைவிக்கு அதிக முக்கியத்துவம் கொடுத்தது அவருக்குப் பொறுக்கவில்லை' என்று காரணம் சொன்னார்.

நிஜமாகவே அபூர்வ சக்திகள் கொண்ட சிலர் கூட சில சமயங்களில் மேஜிக் செய்து மாட்டிக் கொண்டிருக்கிறார்கள். ஆனால் டேனியல் டங்க்ளஸ் ஹ்யூம் கடைசிவரை, ஏமாற்று வேலைக்கு அப்பாற்பட்டவராகவே வாழ்ந்தார் என்பதைச் சொல்ல வேண்டும். ஒருமுறை கூட 'ட்ரிக் எதையோ செய்தார்' என்ற குற்றச்சாட்டு அவர்மீது பாயவில்லை. ஆகவேதான் அவருக்கு டாப் 10-ல் முதலிடம் தந்திருக்கிறார்கள்.

ஹ்யூம் இறந்து அறுபது ஆண்டுகள் கழித்த பிறகு இஸ்ரேலின் தலைநகரமான 'டெல்அவிவ்'-ல் (டிசம்பர் 20, 1946-ல்) பிறந்தவர் யூரிகெல்லர். ஹ்யூமின் மறு அவதாரம் என்று யூரியை அழைக்கலாம்! யூரிகெல்லர் பிறந்த பிறகு தகவல் தொடர்பு சாதனங்கள் மிகுந்த வளர்ச்சியடைந்து விட்டதால், ஹ்யூமைவிட கெல்லரால் புகழடைய முடிந்தது. எல்லாவிதமான சக்திகளும் திடீரென்று யூரிக்குச் சிறுவயதிலேயே வந்து குவிந்த விதமே ஒரு ஆச்சரியம்!

யூரி கெல்லரின் அம்மா தையல் மெஷின் ஒன்று வைத்திருந்தார். ஒருநாள் சிறுவன் யூரி விளையாட்டுத்தனமாக அதைச் சோதித்துக் கொண்டிருந்தபோது, தையல் ஊசியின் சிறு துவாரங்களுக்குள் நீல வண்ணத்தில் புள்ளி அளவுக்குப் பளீரென்று ஓர் ஒளி வீசியது! ஆச்சரியப்பட்ட யூரி அதைத் தன் ஆள்காட்டி விரலால் தொட, புரியாத ஒரு மின்சக்தி அவரைத் தாக்கியது! நாலடி பின்னுக்குத் தூக்கியெறியப்பட்டான் ஐந்து வயதான யூரிகெல்லர்!

அந்தக் கணத்திலிருந்து யூரியிடம் வியப்பான பல சக்திகள் குடிபுகுந்தன! மின்சக்தி தாக்கிய மறுநாளே, யூரியின் அம்மா தன் சிநேகிதிகளோடு சீட்டாடிவிட்டு வந்தபோது, எத்தனை கேம்களில் அம்மா ஜெயித்தார், எவ்வளவு பணம் கிடைத்தது போன்ற தகவல்களைச் சொல்லித் தாயைத் திகைக்க வைத்தான் சிறுவன் யூரி (இது டெலிபதி). சில மாதங்கள் கழித்து யூரியின் அப்பா ரிஸ்ட் வாட்ச் ஒன்றைப் பரிசாகத் தந்தார். அப்பாவின் முன்னிலையில் அந்த வாட்ச்சைக் கையில் பிடித்துத் தொங்க விட்டவாறு உற்றுப் பார்த்தான் யூரி. 'என்ன பார்க்கிறாய்?' என்று எட்டிப் பார்த்த அப்பா திடுக்கிட்டார்!

வாட்ச்சில் மணி, நிமிஷம் காட்டும் முட்கள் வேகமாகச் சுற்றிக் கொண்டிருந்தன. 'நில்' என்று யூரி சொன்னவுடன் சரியான நேரத்துக்கு வந்து பிறகு இரு முட்களும் நின்றன! பிறகு, வீட்டில் ஓரிரவு குடும்பத்துடன் சூப் அருந்திக் கொண்டிருந்தபோது யூரியின் கையிலிருந்த எவர்சில்வர் ஸ்பூன் வளைய ஆரம்பித்தது! இன்னொரு நாள் அப்பாவுடன் ஹோட்டலுக்குப் போனபோது, பக்கத்து டேபிளில் சிற்றுண்டியைச் சுவைத்துக் கொண்டிருந்தவரின், கையில் இருந்த ஸ்பூனை உற்றுப் பார்த்தான் யூரி. உடனே அவருடைய ஸ்பூன் தானாகப் பின்னுக்கு வளைந்தது. கலவரப்பட்டுப் போனார் அந்த மனிதர்! யூரியின் தந்தைக்குக் கவலை வந்துவிட்டது. மகனை ஒரு 'சைக்கியாட்ரிஸ்ட்' டிடம் அழைத்துச் செல்ல வேண்டும் என்று முடிவு கட்டினார் அவர்!

20. விண்வெளியில் ஒன்பது சக்திகள்!

டாக்டர் ஆண்ட்ரிஜா ப்யூஹாரிச் உலகப் புகழ் பெற்ற அமெரிக்க விஞ்ஞானி. தவிர, மனோ தத்துவத் துறையில் ஏராளமான ஆராய்ச்சிகள் செய்தவர். டெலிபதி போன்ற விஷயங்களை அலசும் அவருடைய புத்தகங்களை விஞ்ஞான உலகம் மிகுந்த ஆர்வத்துடன் வரவேற்றது.

1952-ல் இந்தியாவுக்கு வந்த ப்யூஹாரிச் வடக்கே ஓர் இந்து யோகியைச் சந்தித்தார். டெலிபதி போன்ற அபூர்வ சக்திகள் பற்றி அந்தத் துறவி யிடம் பலமுறை விவாதித்து, குறிப்புகள் எடுத்துக்கொண்டார்.

ஒருநாள் இரவு, துறவியோடு தனியாக உரை யாடிக் கொண்டிருந்தபோது, திடீரென அந்தத் துறவியின் கண்கள் ஒளி வீசின. குரல் மாறியது. ஆங்கிலம் தெரியாத அந்தத் துறவியிடமிருந்து மிகத் தெளிவான உச்சரிப்போடு ஆங்கிலத்தில் வார்த்தைகள் வெளிப்பட்டன. 'நான் அந்த ஒன்பது பெரும் சக்திகளின் பிரதிநிதி. மனித மூளைக்கு அப்பாற்பட்ட, அறிவாற்றல் படைத்த அந்தச் சக்திகள் உலகைக் கண்காணித்துக் கொண் டிருக்கின்றன. மனிதர்கள் எங்கள் குழந்தைகள், அவர்களுடைய பரிணாம வளர்ச்சியை முடிவு செய்கிறவர்கள் நாங்கள்!' என்று அச்சக்திகள் தெரிவிக்கின்றன! இப்படிச் சொல்லிவிட்டுப் பளிச்சென்று விழித்துக்கொண்ட அந்தத் துறவியின் உடல் நடுங்கியது.

நிறைய துறவிகளையும் ஞானிகளையும் இந்தியாவில் சந்தித்துப் பழக்கப்பட்டுவிட்ட ப்யூஹாரிச்சுக்கு இதுபோன்ற அனுபவங்கள் புதிதல்ல. அத்தோடு விட்டுவிட்டார்.

நான்கு ஆண்டுகள் கழித்து, மெக்ஸிகோவில் ப்யூஹாரிச் தங்கியிருந்த போது டாக்டராகப் பணிபுரியும் ஒரு நண்பரின் மனைவியைச் சந்தித்தார். அந்தப் பெண்மணிக்கு டெலிபதி சக்தி நிறைய இருந்தது. ஒரு சமயம், தியானத்தில் ஆழ்ந்த அந்தப் பெண்மணி இனம் புரியாத சிலர் என்னிடம் தொடர்பு கொண்டிருக்கிறார்கள். தங்களை ஒன்பது பெரும் சக்திகள் என்று அழைத்துக்கொள்ளும் அவர்கள், இந்தியாவில் நீங்கள் சந்தித்த துறவி பற்றி நினைவூட்டுகிறார்கள். மீண்டும் உங்களை அவர்கள் தொடர்புகொள்வார்கள் என்றும் அதற்குத் தயாராக இருக்கும்படியும் உங்களிடம் சொல்லச் சொல்கிறார்கள்!' என்றார். ஆச்சரியப்பட்டுப் போனார் ப்யூஹாரிச். தான் இந்தியாவில் துறவியைச் சந்தித்து உரையாடியது மெக்ஸிகோவில் வசிக்கும் இந்தப் பெண்மணிக்கு எப்படித் தெரிந்தது?

1960-ம் ஆண்டு ப்ரேஸில் நாட்டில் வசித்து வந்த அரீகோ என்கிற சர்ஜனைச் சந்திக்கச் சென்றார் ப்யூஹாரிச். அரீகோ சாமான்ய சர்ஜன் அல்ல. மருத்துவம் படித்தவரும் அல்ல. சுரங்கத் தொழிலாளியாகப் பணிபுரிந்து வந்த அரீகோவுக்குத் திடீரென்று ஒருநாள் சாமி வந்தது. சில நிமிஷங்களுக்குப் பிறகு விழிப்புவந்து, நேராக கிச்சனுக்குச் சென்று காய்கறி நறுக்கும் ஒரு கத்தியை எடுத்துக்கொண்டு வெளியே வேகமாக நடந்தார் அரீகோ. அவருடைய நண்பரின் அம்மா நோய்வாய்ப்பட்டிருந்தார். டாக்டர்கள் 'இனி ஒன்றும் செய்வதற்கில்லை' என்று சொல்லிவிட்டனர். நோயாளிப் பெண்மணியின் வயிற்றுக்குள் வளர்ந்திருந்த ஒரு ட்யூமர் முற்றிய நிலை. அந்தப் பெண் படுத்திருந்த அறைக்குள் நுழைந்த அரீகோ தன் நண்பரை வெளியே தள்ளிவிட்டுக் கதவைப் பூட்டிக் கொண்டார். மயக்க மருந்து எதுவும் இல்லாமல் அந்தப் பெண்ணின் வயிற்றைக் கிழித்துக் கைகளால் ட்யூமரைப் பிய்த்தெடுத்தார். ஸ்டெரிலைஸ் செய்யப்படாத கத்தி. கையில் க்ளவுஸ் கிடையாது! ஆபரேஷன் நடந்தபோது நோயாளி மயக்கமடையவும் இல்லை! ரத்தம் வெளியேறவுமில்லை. ஆபரேஷன் சக்ஸஸ்! அத்தனை டாக்டர்களாலும் கைவிடப்பட்ட அந்தப் பெண்மணி குணமடைந்து சில நாள்களில் எழுந்து நடக்க ஆரம்பித்தார்.

இதுபற்றிக் கேள்விப்பட்டு வியந்துபோன காரணத்தால்தான் ப்யூஹாரிச் ப்ரேஸில் சென்றார். அரீகோவை அவர் சந்திப்பதற்குள், நூற்றுக்கணக்கான அறுவை சிகிச்சைகளை அரீகோ வெற்றிகரமாகச் செய்து முடித்திருந்தார். எல்லாமே சக்ஸஸ்! அரீகோவைச் சந்தித்து ப்யூஹாரிச் பேசிக் கொண்டிருந்த போது புகழ்பெற்ற ஒரு ஜெர்மன் சர்ஜன் பெயரைக் குறிப்பிட்ட அரீகோ, 'எனக்கும் மருத்துவத்துக்கும் எந்தச் சம்பந்தமுமில்லை. ஆனால், ஆபரேஷன் ஆரம்பிக்கும்போது அந்த ஜெர்மன் சர்ஜனின் ஆவி எனக்குள் புகுந்துகொண்டு என்னை இயக்குவிக்கிறது. கூடவே வானிலிருந்து கண்ணுக்குத் தெரியாத சில

சக்திகள் எனக்கு ஆலோசனை கூறுகின்றன. நோயாளிகளிடமிருந்து ரத்தம் வெளியாகாமல் இருக்கவும், ஆன்ட்டிபயாடிக் உதவியில்லாமல் காயம் ஆறுவதற்கும் அந்தச் சக்திகள்தான் காரணம் என்பது என் கருத்து!' என்றார்.

ப்யூஹாரிச் முழங்கையில், கட்டி ஒன்று ரொம்ப காலமாகத் தொல்லை தந்து வந்தது. அதே ஸ்டைலில் அரீகோ, கிச்சன் கத்தியால் அதைக் கீறி ஆபரேஷன் செய்து அவரைக் குணப்படுத்தினார்.

1971 ஜனவரி மாதம், கார் விபத்து ஒன்றில் அரீகோ இறந்து போனார். இந்தத் தகவல் வந்தவுடன் இடிந்துபோனார் ப்யூஹாரிச். அரீகோவின் சக்திகளை முழுமையாக ஆராயாமல் சற்று அலட்சியமாக, வெறும் பார்வையாளரைப் போல இருந்து விட்டோமே என்கிற குற்ற உணர்வு அவரை வாட்டியது. இன்னொரு சமயம் அரீகோவைப் போன்ற அதிசய மனிதர் யாரையேனும் சந்திக்க நேர்ந்தால் இப்படி அலட்சியமாக இருக்கக் கூடாது என்று தனக்குள் சத்தியம் செய்துகொண்ட சூழ்நிலையில்தான் யூரிகெல்லர் பற்றிக் கேள்விப்பட்டு, உடனே இஸ்ரேலுக்குக் கிளம்பினார் ப்யூஹாரிச். பிறகு யூரியை அமெரிக்காவுக்கு அழைத்து வந்தவரும் அவர்தான்.

யூரிகெல்லரின் தந்தையே மகனை மனோதத்துவ டாக்டர்களிடம் அழைத்துச் செல்ல வேண்டுமென முடிவெடுத்திருந்தார். ஆனால், அந்த ஐடியாவை அவர் கைவிட நேர்ந்தது. உறவினர்கள் 'உங்கள் மகனுக்குத் தெய்வ சக்தி ஏதோ இருக்கிறது. சைக்கியாட்ரிஸ்ட்டிடம் அழைத்துச்சென்று தெய்வ குற்றத்துக்கு ஆளாக வேண்டாம், பொறுத்திருந்து பார்ப்போம்!' என்று அவரைக் கட்டுப்படுத்தினார்கள்.

'ஆவிகளின் விளையாட்டாகவும் இருக்கலாம்!' என்று சில நண்பர்கள் சொன்னார்கள். ஆவிகளைப் பற்றிய வதந்திகள் நிறையப் பரவியிருந்த கால கட்டம் அது! டாக்டரிடம் போவதா, ஆவிகளை விரட்ட பாதிரியார்களிடம் போவதா என்ற குழப்பம் யூரியின் தந்தைக்கு!

யூரிகெல்லரின் கிறுக்குத்தனங்களுக்கு இன்னொரு நியாயமான மனோதத்துவ விளக்கமும் சொல்லப்பட்டது. குடும்பத்தில் சூழ்நிலை சரியாக இல்லாவிட் டால் பருவ வயதில் உள்ள சிறுவர்கள் அல்லது சிறுமிகள் 'ஆவி அது இது' என்று பிரச்னைகள் ஏற்படுத்துவார்கள் என்று மனோதத்துவம் சொல்கிறது. கணவனுடன் உடலுறவு பிடிக்காத அல்லது மாமியார் கொடுமைக்கு உள்ளாகும் இளம்பெண்கள் கூட தனக்குப் பேய் பிடித்துவிட்டதாக ஆழ்மனத்தில் நம்பி ஆவேச நிலையை அடைவதுண்டு!

யூரிகெல்லர் குடும்பத்திலும் பிரச்னைகள் இருந்தன. யூரியின் அப்பாவுக்கு ஒரு காதலி இருந்தாள். இதனால் குடும்பத்தில் குழப்பம் ஏற்பட்டு அப்பாவுக்கும் அம்மாவுக்கும் வாக்குவாதங்கள் ஏற்பட்டன. தொடர்ந்து, யூரியின் அம்மா விவாகரத்துப் பெற நேர்ந்தது. சில ஆண்டுகள் கழித்து யூரியின் அம்மா மறுமணம் செய்து கொண்டார்.

'இதெல்லாம் பெரிய அளவில் என்னைப் பாதிக்கவில்லை. என் வளர்ப்புத் தந்தை என்னிடம் அன்பாகவே நடந்து கொண்டார்...' என்று பிற்பாடு குறிப்பிட்டார் யூரி.

யூரியின் அம்மாவைத் திருமணம் செய்துகொண்ட கையோடு புது அப்பா, யூரிக்கு சைக்கிள் ஒன்றைப் பரிசாகத் தந்தார். 'நாளைக்கு நல்ல நாள். நாளையிலிருந்து ஓட்ட ஆரம்பி' என்று சொல்லி சைக்கிளைப் பூட்டி வைத்தார் அப்பா. யூரி பதிலேதும் சொல்லாமல் புன்னகையுடன் சைக்கிளை உற்றுப்பார்க்க, சைக்கிள் பூட்டு தானாகக் கழன்று கொண்டது. பிரமித்துப் போனார் அப்பா.

ப்யூஹாரிச் - யூரி கெல்லர் சந்திப்பு நிகழ்ந்தது பிற்பாடுதான். ஒருமுறை 'உங்கள் அபூர்வ சக்திகளைப் பற்றி நீங்கள் என்ன நினைக்கிறீர்கள்?' என்று ப்யூஹாரிச் யூரியைக் கேட்க, 'எனக்கே புரியவில்லை. ஆனால், ஏதோ இனம் புரியாத சக்திகள் என்னை இயக்குவதாகத் தோன்றுகிறது. அந்தச் சக்திகள் விண்வெளி யிலிருந்து எனக்குத் தகவல்கள் அனுப்புவதாக நான் உணர்கிறேன். 'ஒன்பது பெரும் சக்திகள்' என்று என்னிடம் அவை அறிமுகம் செய்து கொள்கின்றன. ஒரு விண்வெளிக் கப்பலில் இருந்து கொண்டு ஆயிரக்கணக்கான ஆண்டுகளுக்கும் மேலாக மனித சமுதாயத்தைத் தாங்கள் கண்காணிப்பதாக அவை தெரிவித்தன!' என்றார் யூரி. ப்யூஹாரிச்சுக்குத் தலைசுற்றியது. முன்பு இந்துத் துறவி சொன்னதும், பிற்பாடு மெக்ஸிகோ நண்பரின் மனைவி சொன்னதும் ப்யூஹாரிச்சுக்கு நினைவுக்கு வந்து அப்படியே நினைப்பில் உறைந்து போனார் அவர்!

70-களின் ஆரம்பத்தில் எரிக்வான் டேனிகன் என்பவர் எழுதிய The Chariots of Gods? (கடவுளின் ரதங்கள்) என்ற புத்தகம் வெளிவந்து பெரிய பரபரப்பு ஏற்படுத்தியிருந்தது. டேனிகனின் தியரி இதுதான்!

'ஆயிரக்கணக்கான ஆண்டுகளுக்கு முன்பு அசாதாரணமான அறிவாற்றல் மிகுந்த வேற்றுக்கிரக மனிதர்கள் பறக்கும் தட்டுகளில் வந்து பூமியில் வசித்த குரங்கு மனிதர்களுடன் உடலுறவும் கொண்டார்கள். அந்தப் புணர்ச்சியின் விளைவாக உருவானதுதான் மனித இனம்!'

இந்தக் கருத்துக்கு வலுவூட்ட ஏராளமான சாட்சியங்களை முன் வைத்தார் டேனிகன். தென் அமெரிக்காவில், மாயர்கள் நாகரிகத்தைச் சேர்ந்த பாறைச் சிற்பங்களில் 'பறக்கும் தட்டுகளில் கடவுள்கள் வந்து இறக்கும் காட்சிகள் செதுக்கப்பட்டிருப்பது டேனிகன் முன்வைத்த பல சாட்சியங்களில் ஒன்று. ஆனால், விஞ்ஞான உலகம் டேனிகனின் கருத்துகளைச் 'சுவையான வெறும் கற்பனை' என்று சொல்லி நிராகரித்து விட்டது வேறு விஷயம்!

'ஏன் அது உண்மையாக இருக்கக்கூடாது? அந்த வேற்றுக்கிரகவாசிகள் நமக்கு முன்னோர்கள் என்றால், அவர்களுடைய வாரிசுகளான நம்மை அவ்வப்போது வந்து, அவர்கள் கண்காணிப்பதில் (பாசம்?) ஆச்சரியம் ஒன்றுமில்லை!' என்று சில Para psychology சம்பந்தப்பட்ட பத்திரிகைகள் எழுதின.

யூரிகெல்லரை முதலில் ப்யூஹாரிச் சந்தித்தது 1971 ஆகஸ்ட் 17-ம் தேதி. அன்று ஒரு ஹோட்டலில் கெல்லரின் நிகழ்ச்சி நடந்தது. கூட்டத்தோடு அமர்ந்து, யூரிகெல்லர் மேடையில் செய்து காட்டிய டெலிபதி, ஸ்பூனை வளைப்பது போன்ற சாதனைகளைப் பார்த்தார் ப்யூஹாரிச். முக்கால்வாசி விஷயம் மேஜிக் என்றே அவருக்குத் தோன்றியது. மறுநாள் யூரியை வீட்டில் சென்று சந்தித்தபோது, 'நேற்று நான் பார்த்த உங்கள் நிகழ்ச்சி எனக்கு அவ்வளவாக நம்பிக்கை தரவில்லை!' என்றார் யூரியிடம், ப்யூஹாரிச். 'அது ஆடியன்ஸுக்காக நான் நடத்திய நிகழ்ச்சி. ஆகவே, தேவையில்லாத ஆர்ப்பாட்டம் அதிகம் செய்ய வேண்டியிருக்கிறது!' என்று சொன்ன யூரி, ப்யூஹாரிச் கண்ணெதிரில் செய்துகாட்டிய எளிமையான ஒரு சாதனை ப்யூஹாரிச்சைத் திக்குமுக்காட வைத்தது!

அந்த நிமிஷத்தில் யூரிகெல்லர் மீது ப்யூஹாரிச்சுக்கு முழு நம்பிக்கை பிறந்தது!

21. யூரி – செக்ஸில் கில்லாடி!

யூரிகெல்லரை அவர் வீட்டில் சந்தித்தார் ப்யூஹாரிச். கையோடு சில ஸ்பூன்களையும் எடுத்துச் சென்றார். டேபிள் மீது அவர் வைத்த ஸ்பூன்களை ஒதுக்கி ஓரமாக வைத்த யூரி 'உங்களுக்கு என் சக்தி மீது நம்பிக்கை வர வில்லை. சரிதானே?' என்று கேட்க, ப்யூஹாரிச் லேசாகப் புன்னகைத்தார். சற்று யோசித்த பிறகு ஒரு பேப்பரை எடுத்து, அதில் மூன்று எண்களை எழுதி, மடித்து கவருக்குள் போட்டு ஒட்டி டேபிள் மீது வைத்த யூரி 'ஏதாவது மூன்று எண்களை மனதில் நினைத்துக் கொள்ளுங்கள்!' என்றார் ப்யூஹாரிச்சிடம். 'ஓகே! நினைத்துக் கொண்டு விட்டேன்!' என்று ப்யூஹாரிச் சொன்ன வுடன் 'கவரைப் பிரித்துப் பாருங்கள்!' என்றார் யூரி.

கவரைப் பிரித்த ப்யூஹாரிச்சின் முகம் வியப்பைக் காட்டியது. காகிதத்தில் அவர் நினைத்துக் கொண்ட அதே எண்கள்!

டெலிபதி சக்தி இருந்தால் கூட, ஒருவர் மனத்தில் நினைத்துக் கொள்ளும் எண்களைத்தான் கண்டு பிடிக்க முடியும். நினைப்பதற்கு முன்பே எழுதி வைத்தால்? இது எப்படிச் சாத்தியமாகும்?

அயர்ந்துபோய் நிமிர்ந்து பார்த்த ப்யூஹாரிச்சைப் பார்த்து சிரிப்போடு யூரி சொன்னார்: 'நீங்கள் நினைப்பது நியாயம்தான். நான் செய்தது வேறு!

அதாவது, மூன்று எண்களை எழுதினேன். பிறகு டெலிபதி மூலம் உங்கள் மூளைக்கு அதே எண்களை நினைக்கச் சொல்லி ஆணை பிறப்பித்தேன்! நீங்கள் வேறு எண்களை நினைத்திருக்கவே முடியாது என்பதுதான் விஷயம்!

ஒரு எண் என்றால்கூடப் பரவாயில்லை. மூன்று எண்களை கரெக்டாக, டெலிபதி மூலம் சொல்ல வைப்பது அசாதாரணமான விஷயம்!

அன்றிலிருந்து ப்யூஹாரிச் - கெல்லர் நட்பு உறுதிப்பட்டது. ப்யூஹாரிச், யூரியைப் பலவிதமான சோதனைகளுக்கு ஆட்படுத்தினார். 'ஸ்பூனை வளைப்பது' மட்டும் என்றில்லாமல், வாட்ச்சை நிறுத்துவது, தான் ரகசியமாக வரைந்து வந்த படங்களை டெலிபதி மூலம் கண்டுபிடித்து வரையச் சொல்வது... இப்படிப் பலவிதமான சோதனைகளின் மூலம் யூரி கெல்லருக்கு அமானுஷ்ய சக்தி இருப்பதாக நிரூபிக்கப்பட்டது.

ஒருமுறை, இரண்டு தெர்மா மீட்டர்கள் கொண்டு வரப்பட்டன. அதில் ஒன்றை மட்டும் யூரி உற்றுப் பார்க்க, அதிலிருந்த மெர்க்குரி மட்டும் பத்து டிகிரிகள் ப்யூஹாரிச் கண்ணெதிரே சரேலென்று உயர்ந்தது! இன்னொரு சமயம், கேமராவில் லென்ஸின் மூடியை அகற்றாமலேயே தன்னைத்தானே படம் எடுத்துக்கொண்டார் யூரி. பிலிமை டெவலப் செய்து பார்த்தால்... படம் கச்சிதமாக வந்திருந்தது! இருப்பினும் எல்லோரும் யூரியின் சக்தியை நம்பவில்லை. யூரிக்கு எதிராக ஒரு கோஷ்டியே எதிர்ப்பிரசாரம் செய்தது. அதற்குத் தலைமை வகித்தவர் ராண்டி என்கிற மேஜிக் நிபுணர்.

ராண்டி, 'கெல்லர் செய்வது எல்லாமே ட்ரிக்ஸ்! அதையெல்லாம் நான் செய்து காட்டுகிறேன்' என்று சொல்லி நிகழ்ச்சிகள் நடத்தினார். 'கெல்லர் ஒரு ஃப்ராடு' என்று ஒரு புத்தகம் கூட வெளியிட்டார்.

ஆனால், கெல்லரின் எல்லாச்சாதனைகளையும் அவரால் செய்து காட்ட முடிய வில்லை என்பதுதான் உண்மை. ஸ்பூன்களை நைசாக விரல்களால் வளைக்க முடியும் அல்லது ஏற்கெனவே வளைத்த ஸ்பூனை உடைக்குள் ஒளித்து வைத்துக்கொள்ள முடியும்!' என்று ராண்டி சொன்னதற்குப் பதிலடியாக, யூரிகெல்லர் ரோஷத்துடன் தெருவுக்குச் சென்று அங்கிருந்த இரும்பு டிராஃபிக் சிக்னலை வெகுநேரம் உற்றுப் பார்த்தார். அந்தக் கம்பம் மெல்ல வளைய ஆரம்பித்தது!

ஒருமுறை விஞ்ஞானக்குழு ஒன்று யூரியைச் சோதிக்க வந்தது. அவர்கள் கண்ணெதிரே ஸ்பூன் ஒன்றைப் பார்வையாலேயே யூரி வளைத்துக் கொண்டிருந்தபோது, ஒரு சோதனையாளர் 'எனக்கென்னவோ ஸ்பூனை விரல்களால் நீங்கள் வளைப்பதாகப் படுகிறது. உங்கள் விரல்களுக்கு சற்று அசாத்தியமான பலம் இருக்கலாமே?' என்றவுடன் சற்று அப்ஸெட் ஆனயூரி, அந்த ஸ்பூனை அவரிடமே கொடுத்துப் பிடித்துக்கொள்ளச் சொன்னார். ஸ்பூன் தொடர்ந்து வளைந்து கொண்டிருந்தது!

ஆவிகள், டெலிபதி போன்ற அமானுஷ்ய விஷயங்களைப் பற்றிப் பல புத்தகங்கள் எழுதிய பிரபல எழுத்தாளர் காலின் வில்ஸன், யூரியின் வாழ்க்கை

வரலாற்றையும் எழுதினார். அதற்காக யூரியைப் பலமுறை பேட்டி கண்டார். அப்போது வில்ஸன், யூரிகெல்லரிடம் கேட்ட சுவையான கேள்வி!

'தப்பாக எடுத்துக் கொள்ளாதீர்கள்! உங்களுக்கு ஏராளமான கேர்ள் ஃப்ரெண்ட்ஸ் இருக்கிறார்கள். நீங்கள் ரொம்ப செக்ஸியானவர் என்று எல்லோருமே குறிப்பிடுகிறார்கள். இந்தியாவில் தாந்த்ரிக் யோகா என்ற ஒரு அணுகுமுறை உண்டு. அதாவது சுருக்கமாக, செக்ஷுவல் சக்தியை ஆன்மிக ரீதியில் உபயோகிப்பது! அதைப் பின்பற்றுபவர்களால் பலமணி நேரம் கலவியில் ஈடுபட முடியும் என்று கேள்விப்பட்டிருக்கிறேன். பெண்களைக் கவரும் உங்கள் சக்திக்கும் அதற்கும் ஏதாவது சம்பந்தம் உண்டா?'

யூரி இந்தக் கேள்வியைத் தப்பாக எடுத்துக் கொள்ளவில்லை. 'நான் செக்ஸில் எப்படிச் செயல்படுகிறேன் என்று எந்தப் பெண்ணையும் இதுவரை கேட்டது கிடையாது. ஆனால் நிறைய பெண்கள் மற்ற சராசரி இளைஞர்களை விட மிக அதிகமாக செக்ஷுவல் எனர்ஜி எனக்கு இருப்பதாகக் கூறியிருக்கிறார்கள். தாந்த்ரிக் பற்றியெல்லாம் எனக்கு எதுவும் தெரியாது!' என்று பதில் சொன்னார் அவர்.

ஹாரி ப்ரைஸ் என்னும் மனோதத்துவ ஆராய்ச்சியாளர் ஆஸ்திரியாவில் வசித்த யூரி கெல்லரைப் போல, சக்தி படைத்த ஒருவரைப் பேட்டி கண்டபோது, அந்த மனிதர் தன் மனைவியோடு உடலுறவு கொள்ளும்போது, உச்சகட்ட மகிழ்வு நிலையில், அருகே உள்ள டேபிள் லேம்ப், முகம் பார்க்கும் கண்ணாடி, கோப்பைகள் - போன்ற பல பொருள்கள் எக்ஸார்ஸிஸ்ட் திரைப்படத்தில் வரு வதைப் போல ஆவேசமாக எகிறிக் குதிப்பதாகத் தன்னிடம் குறிப்பிட்டதாகக் காலின் வில்ஸன் சொல்கிறார்!

'ஒரு ஸ்பூனைப் பார்வையால் வளைப்பதாலோ, டேபிள் மீது உள்ள வாட்ச்சைப் பார்வையின் சக்தியாலேயே நகரச் செய்வதாலோ சமுதாயத்துக்கு என்ன பலன்? மனத்தை ஒருமுகப்படுத்தித் தீர்க்கமாகத் தியானித்து மேஜைமீது உள்ள ஒரு டம்ளரை நகர வைப்பதற்குள், சாதாரணமாகக் கையை நீட்டி டம்ளரை எடுத்துக் கொள்ளலாமே?' என்று சில ஆராய்ச்சியாளர்கள் யூரிகெல்லரை ஏளனம் செய்தார்கள்.

'இது குழந்தைத்தனமான கருத்து. ஸ்பூனை வளைப்பது ஒரு முக்கியமான விஷயமல்ல. இப்படிப்பட்ட சக்திகள் இருக்கிறதா என்று நிரூபிப்பதுதான் முக்கியம். அவை நிரூபிக்கப்பட்டால் பிறகு அதன் ஆச்சரியமான விளைவு களை எண்ணிப் பார்க்க வேண்டும்!' என்று காட்டமாகப் பதில் சொன்னார் ப்யூஹாரிச்.

முதன்முதலில் கார் கண்டுபிடித்த போதும் அமெரிக்க விஞ்ஞானிகள் சங்கம் 'இரண்டுமே வித்தியாசமான கண்டுபிடிப்புகள்தான். இவற்றை சர்க்கஸ் போல ஏதாவது கண்காட்சியில் காட்டலாம். மக்களுக்கு இந்தக் கண்டுபிடிப்புகள் எந்தவிதத்திலும் எதிர்காலத்தில் உபயோகப்படப் போவதில்லை!' என்று கருத்து சொன்னது நினைவுக்கு வருகிறது.

இருப்பினும், யூரிகெல்லர் ஒரே ஒருமுறை 'உபயோகமான' ஒரு சாதனையை நிகழ்த்திக் காட்டினார்! ஒருமுறை, அமெரிக்காவில் ஒருவர் கடத்தப்பட்டார். போலீஸ் அவரைத் தேடியும் பலனில்லை. கடத்தப்பட்டவரின் வீட்டுக்கு யூரி சென்று, அங்கே நடு ஹாலில் கண்மூடி சற்று நேரம் நின்றார். பிறகு அந்த ஊரின் வரைபடம் ஒன்றை எடுத்து, குறிப்பிட்ட இடத்தில் பென்சிலால் புள்ளியிட்டார். 'இங்கேதான் அவர் இருக்கிறார் என்று என் மனம் சொல்கிறது!' என்று சொன்னார். போலீஸ் படை அந்த இடத்துக்கு விரைந்து, கடத்தப்பட்டவரை மீட்டது!

அதைத் தொடர்ந்து, இப்படிப்பட்ட உதவிகள் கேட்டுப் பலர் யூரியிடம் வந்தும், அவர் மறுத்துவிட்டார். எழுத்தாளர் காலின் வில்ஸனிடம், 'இதெல்லாம் கிரிமினல் பிரச்னைகள். என் மூக்கை நுழைக்க அச்சமாக இருக்கிறது. பிறகு எனக்கு ஏதேனும் ஆபத்து வரலாம்!' என்றார் யூரி.

'சாமான்ய மனிதர்கள் தங்களுக்கு எந்த அபூர்வ சக்தி இருப்பதாகவும் நம்புவதில்லை. பலருக்கு மூளையின் அடித்தளத்தில் அபூர்வ சக்திகள் இருக்கக்கூடும். யாருமே தங்கள் மூளையின் சக்திகளைப் புரிந்துகொள்வது கூட இல்லை!' என்று பேட்டி ஒன்றில் வருத்தப்பட்ட யூரிகெல்லர் அதற்கான டிப்ஸ் சிலவற்றையும் எடுத்துச்சொன்னார்.

22. கிராமத்தைக் காப்பாற்றிய கர்னல்!

இலக்கியம், கணிதம், ஓவியம், கவிதை அல்லது செஸ் போன்ற விளையாட்டுகள் என்று ஏதாவது ஒரு விஷயத்திலாவது ஜீனியஸ் ஆகத் திகழ்ந்து பிரமாதப்படுத்தும் குழந்தைகள் உலகெங்கும் உண்டு!

இப்படிப்பட்ட அதிசயக் குழந்தைகளைப் பற்றிய குறிப்புகளை சர்வதேச மனோதத்துவ சொஸைட்டி தொகுத்து வைத்திருக்கிறது. அதில் ஒரு சிறுவனைப் பற்றிய குறிப்பு இது...

1825-ம் ஆண்டு லண்டனில் அதிகாலையில் அப்பாவுடன் வாக்கிங் போய்க்கொண்டிருந்தான் ஐந்து வயதுச் சிறுவன் ஒருவன். எதேச்சையாகத் தந்தையிடம் அந்தச் சிறுவன் கேட்டான் - 'அப்பா! என் பர்த்டே எனக்குத் தெரியும். நான் பிறந்த மணி என்ன? கரெக்டாகச் சொல்லுங்கள்!'

'காலை சரியாக நாலு மணி!' என்றார் தந்தை.

'இப்போ சரியாக என்ன மணி?'

'7.50. ஏன், என்ன விஷயம்?' என்று கேட்டார் தந்தை. சில நிமிஷங்கள் கழித்து 'அப்படி யென்றால் எனக்கு இப்போது 188,352,000 விநாடிகள் வயசாகிறது!' என்றான் அந்தச் சிறுவன் பளீரென்று.

திகைத்துப் போன அப்பா மகன் சொன்ன எண்ணைக் குறித்து வைத்துக் கொண்டார்.

மனிதனும் மர்மங்களும் • 95

வீட்டுக்குத் திரும்பியவுடன் முதல் வேலையாக ஒரு பேப்பரில் நிதானமாகக் கணக்கு போட்டார். மகனிடம் வந்து, 'நீ கெட்டிக்காரன்தான். ஆனால் 172,800 விநாடிகள் குறைத்துச் சொல்லியிருக்கிறாய்!' என்றார். புன்னகை புரிந்த சிறுவன் 'அப்பா! நீங்கள்தான் தப்பாகக் கணக்கு போட்டிருக்கிறீர்கள். 1820-ம் ஆண்டும் 1824-ம் ஆண்டும் லீப் வருஷங்கள்! அந்த இரண்டு எக்ஸ்ட்ரா நாள்களைச் சேர்த்துக் கொள்ளாமல் மறந்து விட்டுவிட்டீர்கள்!' என்றான். கணக்கு கரெக்ட்!

தந்தைக்குத் தலை சுற்றியது!

பெஞ்சமின் ப்ளித் என்கிற இந்தச் சிறுவன் ஐஸக் நியூட்டனோ, ஐன்ஸ்டினோ அல்ல. ஒரு சாமான்ய இன்ஜினீயருக்குப் பிறந்தவன்!

உலகெங்கும் இப்படிப்பட்ட கில்லாடிக் குழந்தைகள் இருக்கிறார்கள். அதேசமயம் பல குழந்தைகளுக்கு நாலு வயதில் இருக்கும் இப்படிப்பட்ட அசாதாரணமான சக்திகள், டீன் ஏஜ் நெருங்க நெருங்க மங்கி மறைய ஆரம்பிக்கின்றன. மிகக் குறைந்த சதவிகிதத்தினரே தொடர்ந்து ஜீனியஸ் ஆக வளர்ந்து புகழடைகிறார்கள்.

மனித சமுதாயம் சில கோடி ஆண்டுகளுக்கு முன் மீன்களாக இருந்தது! பிறகு ஊர்வனவாக மாறி அதற்கப்புறம் பாலூட்டிகளாக (Mammals) வளர்ச்சி அடைந்தது. குரங்குதான் நம் (அண்மைக்கால) முன்னோர்! இன்றைய மனித பரிணாம வளர்ச்சி ஆரம்பித்தது குரங்கிலிருந்துதான். இத்தனை மாற்றங்களிலேயும் தொடர்ந்து வளர்ச்சியடைந்தது மூளை.

நமக்கு நெருக்கமான குரங்கினத்துக்கும் நமக்குமே மூளை வளர்ச்சியில் பிரம்மாண்ட வித்தியாசம் உண்டு! நினைத்துப் பார்க்க முடியாத அளவுக்கு மனித இனம் பிடிவாதமாக நிலைத்து நின்றது அவன் மூளையால்தான்! மனிதனுக்கு எவ்வளவு தேவையோ அந்த அளவுக்கு மூளை வளர்ச்சி அடைந்தது.

அப்படியிருக்க, சிலருக்கு மட்டும் தேவைக்கு அதிகமாக அசாதாரணத் திறமைகளை மூளை வெளிக்காட்டுவது ஏன்? சாமான்ய மனிதர்களால் கற்பனை கூடச் செய்ய முடியாத சாதனைகளை யூரிகெல்லர்கள் நிகழ்த்திக்காட்ட முடிவது எப்படி?

இந்த மர்மம் எல்லா உயிரினங்களிலும் உண்டு! பைரூட் ப்ரிண்டாமூர் என்கிற விலங்கின ஆராய்ச்சியாளர் உராங் உடான் குரங்கினத்தைத் தீர்க்கமாக ஆராய்ந்து பல புத்தகங்களை எழுதியவர். பேபி உராங் உடான்கள் விஷயத்திலும், சில அசாதாரணத் திறமைகள் இருப்பதை அவர் கண்டுபிடித்தார். அந்தப் புத்திசாலித்தனம் வயதானபிறகு அந்தக் குரங்குகளிடம் இல்லை. ஏன்? காரணம், வயதான பிறகு அதீத புத்திசாலித்தனம் அதற்குத் தேவைப் படாததுதான் என்றார் பைரூட்.

சுறாமீனை எடுத்துக்கொள்வோம். சுமார் 400 மில்லியன் ஆண்டுகளாகக் கடலில் (எந்தப் பரிணாம வளர்ச்சியும் இல்லாமல் தொடக்கத்தில் இருந்த

அதே உருவ மற்றும் மூளை வளர்ச்சியுடன்) வளைய வந்துகொண்டிருக்கிறது. நீந்துவது, முகர்வது, இரையைக் கபளீகரம் செய்வது - இதுதான் சுறாவின் வாழ்க்கை! அதற்குத் தேவையான மூளை வளர்ச்சியும், பற்கள் வளர்ச்சியும்தான் சுறாவுக்கு உண்டு. வெற்றிகரமாக வாழ சுறாவுக்கு அது போதும்!

அதே சுறாவை ஸ்விம்மிங் ஃபூல் போன்ற நீர்த்தேக்கத்தில் வளர்த்து விஞ்ஞானச் சோதனைகளைச் செய்துபார்த்துப் பழக்கினார்கள். கொஞ்சம் கொஞ்சமாகச் சுறாவின் மூளை வளர்ச்சி அதிகமானது! அதைவிடப் பல மடங்கு புத்திசாலியான முயலின் அளவுக்கு சுறாவின் மூளையில் வளர்ச்சி ஏற்பட்டது.

மூளை என்பது ஓர் ஆச்சரியம். ஒரு மாபெரும் மர்மம்! மூளைக்குள் ஒளிந்துகொண்டிருக்கும் விசித்திரமான திறமைகள் முழுமையாக இன்னும் கண்டுபிடிக்கப்படவில்லை. மூளையின் சக்தியில் பத்தில் ஒரு பங்கைத்தான் மனிதன் பயன்படுத்துகிறான் என்று பல விஞ்ஞானிகள் திரும்பத் திரும்பக் கூறுகிறார்கள். மிச்சம் ஒன்பது பங்கின் பணிகள் என்ன? உடலின் ஒவ்வொரு தக்குனூண்டு பகுதிக்கும் உபயோகம் உண்டு! ஆகவே எந்தப் பணிகளும் திறமைகளும் இல்லாமல் வெறுமனே இருந்துவிட்டுப் போவதற்காக அந்த மிச்ச (ஒன்பது பங்கு) மூளை உருவாகியிருக்க முடியாது!

ஆனால், மிச்சமிருக்கும் அந்த ஒன்பது பங்கு மூளை பயன்படுத்தப்படாமல் வெறுமனே இருக்கிறது என்பதே உண்மை!

வேலை கொடுக்கப்படாத எந்த உடல் பகுதியும் துவண்டு போய்விடும் என்பது மருத்துவ உண்மை. பரிணாம வளர்ச்சியும் அதையேதான் சொல்கிறது. மனிதன் மரத்திலிருந்து இறங்கி, நிமிர்ந்து நடக்க ஆரம்பித்த பிறகு அவனுக்கிருந்த வால் மறைந்து போனது!

கடலில் கில்லர் திமிங்கலம் வெறுமனே நீந்திக்கொண்டிருந்தது. அதே திமிங்கலத்தைத் திட்டமிட்டுப் பழக்கினால், தன்னுடைய மூக்கு முனையில் பந்தை பேலன்ஸ் செய்ய அதனால் முடிகிறது! பச்சை என்று குரல் கொடுத்தால் பச்சை வளையத்துக்குள்ளும், சிவப்பு என்று கூவினால் சிவப்பு வளையத்துக் குள்ளும் டைவ் அடிக்கக்கூடிய அளவுக்குப் புத்திசாலித்தனம் திமிங்கலத்துக்கு வந்துவிடுகிறது.

என்னதான் அசாத்திய மூளை வளர்ச்சி இருந்தாலும் மனிதனை விட விலங்குகள் பல அமானுஷ்யத் திறமைகளைக் கைவிடாமல் வைத்துக் கொண்டிருக்கின்றன.

புறாக்கள் நூற்றுக்கணக்கான மைல் தொலைவு பறந்தாலும் கனகச்சிதமாக வீடு திரும்புகின்றன. பூமியின் காந்த சக்தியைப் பின்பற்றித்தான் அவை வீடு திரும்புகின்றன என்று ஒரு கருத்து உண்டு. அதே போல நாய்கள், கிளிகள் போன்றவை தங்கள் எஜமானர் வீடு திரும்புவதற்காக ஆபீசிலிருந்து கிளம்பிய உடனேயே தங்கள் மகிழ்ச்சியை வீட்டில் காட்டுகின்றன என்று கண்டுபிடித்திருக்கிறார்கள்.

பூகம்பம் வருவதற்கு முன்பே பல விலங்கினங்களுக்குத் தெரிந்து விடுகிறது! மிருகங்களுக்கும் பறவைகளுக்குமே இப்படி என்றால் மனித மூளைக்குள் எத்தனை திறமைகள் அமுங்கிக் கிடக்க வேண்டும்! பற்பல அபூர்வ சக்திகள்தான் அந்த மிச்ச ஒன்பது பங்கா?

மூளையின் அந்தப் பகுதிகளை மனிதன் தட்டியெழுப்பாததற்குக் காரணம் - அந்தப் பகுதியின் உதவிகள் அவனுடைய அன்றாட வாழ்க்கைக்குத் தேவைப்படவில்லை என்பதால்தான் என்கிறார்கள் விஞ்ஞானிகள்.

தொலைவில் வருகிற விரோதியை மோப்பம் பிடிக்கவேண்டிய அவசியம் மனிதனுக்கு இன்று இல்லை. பைனாகுலரில் எதிரியைப் பார்த்துக் கொள் கிறான். டெலிபதி அவனுக்குத் தேவையில்லை. டெலிபோனில் பேசிக் கொள்கிறான்.

இப்படி எந்தவிதமான அசாதாரணமான சக்தியும் திறமையும் காட்டாமலேயே வெற்றிகரமாக வாழ்ந்து திருப்திப்பட்டுக் கொண்டுவிட்டான் மனிதன். விளைவாக, அவன் மூளைக்குள் அபூர்வ சக்திகள் வெறுமனே தூங்கிக் கொண்டிருக்கின்றன!

ஆனால், சாமான்யர்களிடம் கூட திடீரென்று - அத்தியாவசியத் தேவை ஏற்பட்டால் இப்படிப்பட்ட சக்திகள் பளீரென்று வெளிக்கிளம்பும் என்பதற்கு உதாரணங்கள் உண்டு! ஒரு சின்னஞ்சிறு கிராமத்தை எதிரிப்படை சுற்றி வளைத்தபோது பல குடும்பங்களைக் காப்பாற்ற வேண்டிய பொறுப்பு அங்கே யிருந்த ஒரு கர்னலுக்கு வந்தது.

ஒரு நிமிஷம் கண்ணயர்ந்தால்கூட ஆபத்து என்பதைப் புரிந்து கொண்ட அந்தக் கர்னல் ஒரு வாரம் முழுவதும் தூங்கவில்லை. அவ்வப்போது தன்னிடம் இருந்த பிராந்தியைக் குடித்து உயிர் வாழ்ந்தார் அந்தக் கர்னல்.

பிராந்தியை மட்டும் குடித்துக் கொண்டிருந்தாலும், அந்தக் கர்னலுக்கு லேசான மயக்கம் கூட வரவில்லை! சாதாரண காலத்தில் ஒரு வாரம் முழுவதும் தூங்காமல் இருப்பதோ, பிராந்தி மட்டும் குடித்துக்கொண்டு மயக்கமடை யாமல் வாழ்வதோ முடியாத காரியம் என்கிறார்கள் மருத்துவர்கள். அதேபோல யு.எஸ்.ஸில் அரிஸோனா பாலைவனத்தில் டயர் மாற்றும்போது ஜாக்கி உடைந்து வேனுக்கு அடியில் சிக்கிக்கொண்டான் ஓர் இளைஞன். கூட இருந்தது எழுபது வயதான அவனுடைய பாட்டி. உதவிக்கு யாரும் இல்லை. பதறிப்போன பாட்டி, தன் இரு கரங்களாலும் அந்த வேனை அப்படியே தூக்கிச் சில நிமிஷங்கள் பிடித்துக்கொள்ள, இளைஞன் வெளியே வந்துவிட்டான்!

எல்லா மனிதர்களிடமும் ஒளிவீச்சு என்கிற ஒன்று உண்டு என்று விஞ்ஞான உலகம் அண்மைக்காலத்தில் கண்டுபிடித்திருக்கிறது. Aura என்று அழைக்கப்படும் அந்த ஒளிக்கதிர்கள் விரல்களின் நுனியிலிருந்து நிறையவே வெளிப்படுகின்றன. யோகிகளும் மகான்களும் நம்மை விரல்களால் தொடும்போது ஒருவிதப் பரவச உணர்வு ஏற்படுவதற்கு அவர்களுடைய Aura தான் காரணம் என்கிறார்கள்.

இருபதாம் நூற்றாண்டின் பிற்பகுதியில், இந்த Auraவைப் படம் பிடிக்க (எக்ஸ்ரே கருவி போல) விசேஷ கேமராவைக் கண்டுபிடித்தார் கிர்லியன் என்கிற விஞ்ஞானி. 'கிர்லியன் போட்டோகிராபி' என்கிற இந்த முறையில் யூரிகெல்லரின் விரல்களைப் படம் பிடித்தபோது ஒரு ஒளிக்கீற்று அவரது விரலிலிருந்து கிளம்பிச் சென்றதைப் பார்த்தார்கள். மறுவினாடி யூரியின் முன்பு டேபிள் மீது இருந்த சாவி வளைந்தது! இப்படிப் பல புதிய கண்டுபிடிப்புகளின் மூலம் சோதனைகள் நடத்தி மனிதனின் அபூர்வ சக்திகளைப் புரிந்துகொள்ள விஞ்ஞான உலகம் இன்றளவும் முட்டி மோதி முயன்றுகொண்டுதான் இருக்கிறது. அந்தச் சக்திகளும் பதிலுக்கு அவர்களுடன் கண்ணாமூச்சி ஆடிக் கொண்டிருக்கின்றன. யூரி என்ன சொல்கிறார்?! 'சராசரியான அறிவு படைத்த எல்லோராலும் தங்களுக்குள் உள்ள அபூர்வ சக்திகளைத் தட்டியெழுப்பி இயக்க முடியும். யாருமே அதைச் செய்வதில்லை என்பதுதான் வருத்தப்பட வேண்டிய விஷயம். இரண்டு நாள்களுக்கு மட்டும் வெயிட் லிஃப்டிங் செய்தால் எந்த முன்னேற்றமும் இருப்பதில்லை. அதுவே, தொடர்ந்து அதைச் செய்துவந்தால் ஒருவரால் ஒலிம்பிக் சாம்பியனாக ஆக முடிகிறது. தொடர் முயற்சிதான் முக்கியம். ஆனால் யாருமே தங்களுக்கும் இப்படிப்பட்ட சக்திகள் இருக்கும் என்று நம்புவதில்லை. யோகாசனம் செய்வது போல, இப்படிப்பட்ட சக்திகளை வளர்த்துக்கொள்ளவும் பயிற்சி தேவை!' என்கிறார் அவர்.

தெருவில் நடந்து செல்லும்போது கூட இந்தப் பயிற்சியைச் செய்யமுடியும் என்பது யூரியின் கருத்து! உதாரணமாக, தெருவின் திருப்பத்தில் வரப்போகும் வாகனத்தின் வண்ணம் என்னவாக இருக்கும் என்பதை ஊகிப்பது! தொடர்ந்து பல நாள்கள் இப்படிச் செய்யும்போது மூளை திடீரென்று ஒருநாள் விழித்துக்கொண்டு ஒரு புதிய சக்தியை உங்களுக்குத் தருகிறது.

டெஜா வூ (Deja vu) என்கிற உணர்வு ஓர் உதாரணம். ஓரிடத்துக்கு நாம் போகும்போது அங்கு நிகழ்கிற அனைத்தும் அதற்கு முன்பே நடந்தது போன்ற விசித்திர உணர்வு ஏற்படுவதுதான் டெஜாவூ! தெருக்கோடிக்குச் செல்கிறோம். திருப்பத்தில் ஒரு முதியவர் குடையோடு வருகிறார். சைக்கிளிலிருந்து ஒரு சிறுவன் தடுமாறி விழுகிறான். தொலைவில் கோயில் கோபுரம் தெரிகிறது. இத்தனையும் முன்பே பார்த்த ஓர் உணர்வு ஏற்படுகிறது. எப்படி இது சாத்தியம்? 'சில சமயங்களில் நம்முடைய முன்கூட்டியே அறியும் சக்தி' நமக்கு முன்பே (நாம் உடல் ரீதியாகச் செல்வதற்கு முன்!) அங்கு சென்று விடுகிறது. நேரில் பார்ப்பது இரண்டாவது முறையாகத்தான் என்கிறார் யூரிகெல்லர்.

வாசகர்களே! குறைந்த பட்சம், இனி 'பஸ் ஸ்டாப்பில் நின்று கொண்டிருக்கும்போது அங்கு இன்னும் கொஞ்சநேரத்தில் வரப்போகும் காதலி எந்த வண்ணத்தில் புடைவை உடுத்தியிருப்பாள் என்று ஆழ்ந்து சிந்தித்துக் கண்டுபிடிக்க முயற்சி மேற்கொள்ளுங்கள். முன்கூட்டியே ஒரு பேப்பரில் அந்த வண்ணத்தை எழுதி வைத்துக்கொண்டு, பிற்பாடு காதலியிடம் காட்டினால், அவள் அதிசயித்துப் போவாள். உங்கள் அபூர்வ சக்திக்கு அந்தப் பரிசு போதாதா!

மனிதனும் மர்மங்களும் • 99

23. மேகம் செய்த ராகிங்!

பல லட்சம் ஆண்டுகளுக்கு முன்பு, பூமியில் மனிதன் தோன்றிய நாளிலிருந்து அவனுக்கு ஏராளமான ஆச்சரியங்கள் காத்துக் கொண்டிருந்தன. ஏன்? சில நூறு ஆண்டுகளுக்கு முன்பு வரை, மின்னல் என்பது மின் சக்தி என்பதுகூட அவனுக்குத் தெரியாமல் இருந்தது!

மனிதனிடம் ஏகத்துக்கு ஆர்வமும், ஆராய்ச்சி மனப்பான்மையும் இருந்ததால் பல புதிர்களை மெல்ல அவிழ்த்து உண்மைகளைப் புரிந்து கொண்டான் அவன்.

இருப்பினும், இறைவன் உருவாக்கி வைத்திருக்கும் ஆயிரக்கணக்கான (லட்சக்கணக்கான) ஆச்சரியங்களில் மிகச் சிலவற்றையே மனிதன் புரிந்து தெளிவடைந்திருக்கிறான் என்பதில் சந்தேகமில்லை.

இந்த நூற்றாண்டில் மட்டும் மனிதன் கண்டுபிடித்த புத்தம்புதிய விஷயங்கள் நூற்றுக்கணக்கில் உண்டு! ஒவ்வொரு புதிய கண்டுபிடிப்பும் புதிய வாசல்களைத் திறக்கிறது. புதிய கேள்விகளை எழுப்புகிறது. அடுத்த கட்டத்துக்குப் போகும் ஆர்வம் அதிகமாகிறது!

'உலகம் தட்டையானது' என்று மனித சமுதாயம் முன்பு (தவறாக) முடிவு செய்திருந்தது தெரிந்த விஷயம்! உலகம் உருண்டை என்று பிறகு

புரிந்தவுடன் ஒரே கணத்தில் அகண்ட கண்டத்தைப் பற்றிப் பல புதிய உண்மைகள் புரிந்துகொள்ளப்பட்டன! அதனால் பல விஞ்ஞானச் சாதனைகளும் நிகழ்ந்தன. பூமியைப் பற்றிய பழைய சட்டதிட்டங்களை மாற்றியமைத்த பிறகுதான் புதிய சாதனைகள் மனிதனுக்குக் கைகூடி வந்தன.

நூற்றைம்பது ஆண்டுகளுக்கு முன்புவரை, மிகச் சிறந்த அறிவாற்றல் கொண்ட விஞ்ஞானிகளுக்குக் கூட அணுசக்தி என்றால் என்னவென்றே தெரியாது! அணுவுக்குள் என்ன நிகழ்கிறது என்பதும் தெரியாது! உலகில் உள்ள ஒவ்வொரு பொருளும் அணுக்களால் ஆனது என்கிற உண்மை தெரிய வந்தது கடந்த நூற்றாண்டில்தான்.

இப்படிப்பட்ட மர்மங்கள் விடுபட விடுபட - விஞ்ஞான உலகத்துக்கு அதீத எச்சரிக்கை உணர்வு வந்து சேர்ந்துவிட்டது! எதையுமே சுலபத்தில் ஏற்றுக் கொள்ளாத மனோபாவம் ஏற்பட்டு உண்மைகளைச் சோதனைக்கூடங்களில் நிரூபித்தாக வேண்டும் என்றார்கள். அதற்காகப் பல சட்டதிட்டங்களைத் தயாரித்தார்கள். 'போலிகள்' உள்ளே நுழைந்துவிடக் கூடாது என்கிற பெரும் கவலைதான் காரணம் என்பதால் இதில் தவறில்லைதான்!

அதேசமயம், பழைய வரலாறைப் புரட்டிப் பார்க்கும்போது, புதிய கருத்துகளுக்குக் கதவு திறக்காத பிடிவாத உணர்வு விஞ்ஞான உலகில் அதீதமாக இருந்தது என்பதையும் சொல்ல வேண்டும்.

'சூரியன் உள்பட மற்றக் கிரகங்கள் சுற்றி வருகின்றன என்கிற கருத்து தவறானது. உண்மையில் மையத்தில் ஆட்சி செய்வது சூரியன்தான்!' என்றார் விஞ்ஞானி கலீலியோ! இந்தக் கருத்தை அவர் சொன்னபோது உலகம் அதிர்ச்சியடைந்தது! குற்றவாளியைப் போல கலீலியோ இழுத்து வரப்பட்டு, 'ஏதோ தெய்வக்குற்றம் போல' போப்பாண்டவர் முன் மண்டியிடச் செய்தார்கள். தான் சொன்னதற்கு மன்னிப்புக் கேட்ட கலீலியோ பிறகு வெளியே வந்தபோது நண்பர்களிடம் 'நான் என்ன செய்ய? உண்மையில் சூரியன்தான் நடுவில் இருக்கிறது' என்று மீண்டும் முணுமுணுப்பாக வலியுறுத்தினார்! இன்று 'பூமிதான் நடுவில் இருக்கிறது' என்று யாரேனும் சொன்னால் அவரை மனநோய் மருத்துவமனைக்குத் தூக்கிக்கொண்டு போய்விடுவார்கள்.

1792-ம் ஆண்டிலிருந்து சோதனைகளில் ஈடுபட்டு ஒரு வழியாகக் 'கம்ப்யூட்டர் என்கிற கருவி சாத்தியமானது' என்று கண்டுபிடித்தார் சார்லஸ் பாபேஜ்! ஆனால் அவர் அடுத்த கட்டத்துக்குப் போக முடியாமல் தவித்தார்! காரணம், அப்போது மின்சக்தி கண்டுபிடிக்கப்படவில்லை! மனம் உடைந்து 1871-ல் இறந்தார் பாபிஜ்.

அவருக்குப்பின் 1943-ல் ஹார்வேர்டு பல்கலைக்கழகத்தில், மின்சாரத்தி னால் இயங்கும் கம்ப்யூட்டரைத் தயாரித்து விஞ்ஞானிகள் வெற்றி பெற்றார்கள். ஆனால் அந்த கம்ப்யூட்டரை உங்கள் மேஜை மீதெல்லாம் வைக்க முடியாது.

மார்க்- 1 என்கிற அந்த கம்ப்யூட்டரின் நீளம் 55 அடி, உயரம் 8 அடி! மினி கம்ப்யூட்டர் உருவாக்கப்பட்டது 1963-ல்தான். அதுவும் நம் வீட்டு ஃபிரிட்ஜ் - குளிர்சாதனப் பெட்டியின் சைஸில் இருந்தது! இன்று கதையே வேறு. கையகல கம்ப்யூட்டரைப் பாக்கெட்டில் செருகிக்கொண்டு நாம் பாட்டுக்குப் போகலாம்! எதிர்காலத்தில் இன்னும் என்னவெல்லாம் வருமோ?

ஐயாயிரம் ஆண்டுகளுக்கு முன்பு பாபிலோனியர்கள், கணிதம் போட உதவும் ஒரு கருவியைக் கண்டுபிடித்துத் தயாரித்தார்கள். கம்ப்யூட்டர் அளவுக்கு ஆச்சரியம் ஏற்படுத்திய அந்தச் சாதனத்துக்கு Abacus என்று பெயர். செங்குத்தான, வரிசையான கம்பிகளில் மணிகள் கோர்க்கப்பட்டிருக்கும். ஒவ்வொரு மணியாக நகர்த்திக் கணிதம் போடலாம்.

யார் கண்டது! எதிர்காலத்தில் டெலிபதி, ஆவி உலகம் போன்ற மர்மங்களும் புரிபடலாம். அவை பற்றிய உண்மைகள் நாம் எதிர்பார்ப்பதற்கு நேர் எதிராக இருக்கலாம்! ஏன்? வருங்காலத்தில் பள்ளிக்கூடங்களில் விசேஷ டெலிபதி பயிற்சி என்பது (இன்று கம்ப்யூட்டர் சயன்ஸ் மாதிரி) பாடத்திட்டமாகக்கூட அமையலாம்.

மொத்தத்தில் புதிர்களும் மர்மங்களும் ஆச்சரியங்களும் நம்மைப் பார்த்துச் சவால் விட்டுச் சிரித்துக் கொண்டிருக்கும் உணர்வுதான் ஏற்படுகிறது. அவற்றையெல்லாம் புரிந்துகொள்ள மனிதன் மேற்கொண்டிருப்பது - ஒரு நீண்ட நெடிய பயணம்.

டாம்டெர்கோல் நியூ யார்க்கில் வசிக்கும் கணித ஆசிரியர். சில ஆண்டுகளுக்கு முன்பு ஒருநாள் இரவு, தான் பணிபுரியும் கல்லூரியிலிருந்து வெளியே வந்த அவர், எதேச்சையாக அண்ணாந்து பார்த்தார். பள்ளிக்கூடக் கூரைக்கு மேல் உருண்டையாக, கால்பந்து சைஸில் ஒரு மேகம் மெல்ல அசைந்தாடிக் கொண்டிருந்தது. பலவிதமான மேகங்கள் உண்டு. இது எதிலும் சேர்த்தி இல்லை என்பதைப் புரிந்துகொண்டு எச்சரிக்கையானார் டாம்.

பிறகு, அந்த மேக உருண்டை மெல்லப் பெரிதாக ஆரம்பித்தது. கூடவே அதன் நிறமும் வெண்மையிலிருந்து லேசான கருப்பு நிறத்துக்கு மாறியது. அசையாமல், பிரமிப்போடு அண்ணாந்து நின்றிருந்தார் டாம். மேலே, சுமார் ஆறடி விட்டத்துக்குப் பிரும்மாண்ட பூசணி அளவுக்கு வளர்ந்திருந்த அந்த உருண்டை திடீரென்று சுழன்றவாறு டாமின் தலைக்கு இரண்டி உயரத்துக்கு மேலே மிதந்தது. அந்த உருண்டையில் வேகமான அதிர்வுகள் ஏற்பட்டன.

சில நிமிஷங்கள்தான். பிறகு பளிச்சென்று ஒரு திரவத்தை அந்தக் கணித ஆசிரியர் மீது அந்த உருண்டை பீய்ச்சியடித்தது. ஒரு பாக்கெட் அளவு திரவம்... முழுக்க நனைந்து போனார் டாம்! மறுவிநாடி உருண்டை மறைந்து போனது! தொலைவிலிருந்த சில ஆராய்ச்சி மாணவர்களும் இந்தக் காட்சியைப் பார்த்து திகைத்துப் போனார்கள்.

கல்லூரிக்குள் திரும்ப ஓடினார் டாம். நேராக லேப்புக்குச் சென்றார். அங்கே அந்தத் திரவம் சோதனைக்குள்ளாக்கப்பட்டது. விஞ்ஞானிகள் விரைவாகச்

செயல்பட்டு ரிசல்ட்டை எடுத்துக் கொண்டு வந்தார்கள். அந்தத் திரவம் H_2O. அதாவது வெறும் தண்ணீர்!

அந்த உருண்டைக்குள்ளே என்ன இருந்தது என்பது மர்மமாகவே போய்விட்டது வேறு விஷயம்! நடந்த அந்த நிகழ்ச்சியைச் சற்று நகைச்சுவை உணர்வோடு பார்க்கும்போது, உலகில் மனிதனுக்குப் புரிபடாத பல மர்மங்களுக்குப் பிரதிநிதியாகவே அந்த மேக உருண்டை வந்திருக்குமோ என்று நினைக்கத் தோன்றுகிறது. கடைசியில் தண்ணீரை டாம் மீது பீய்ச்சியடித்ததைப் (அல்லது துப்பியதோ?) பார்க்கும்போது உலகை ஒரு அமானுஷ்ய சக்தி கேலியோடு பார்த்து ராகிங் பண்ணுவதைப் போலவும் கற்பனை செய்யத் தோன்றுகிறது. சற்று யோசித்துப் பாருங்கள்! எதிர்காலத்தில் மேக உருண்டையின் மர்மம் மட்டும் நமக்குப் புரிந்துவிட்டால் எப்படியிருக்கும்? சென்னையில் குடிநீர்ப் பஞ்சத்தைத் தீர்க்க கிருஷ்ணா நீரும் வேண்டாம், லாரியும் தேவையில்லை அல்லவா!

ஆகவே, டெலிபதி போன்ற ஆழ்மனம் சம்பந்தப்பட்ட அபூர்வ சக்திகளைத் தொடர்ந்து, வேறுவிதமான பல ஆச்சரியங்களுக்குப் போவோம்!

24. வானத்திலிருந்து சிலந்தி வலை!

பிப்ரவரி 1994, 22-ம் தேதியன்று ஆஸ்திரேலியாவின் வடக்குப் பகுதியில் உள்ளடன்மாரா என்கிற சிற்றூரில் ஓர் ஆச்சரியம் நிகழ்ந்தது. அந்த ஊரின் பெயரிலேயே அங்கு ஹோட்டல் உண்டு. வெளியே கார் பார்க்கிங் அருகே வழக்கமான ஜனநடமாட்டம் இருந்தது; பொழுது சாயும் வேளையில், திடீரென்று அங்கு வானத்திலிருந்து மழை பொழிய ஆரம்பித்தது.

இதிலென்ன ஆச்சரியம் என்று கேட்கத் தோன்றும். அங்கே பெய்தது வெறும் மழையல்ல. மீன் மழை! ஆயிரக்கணக்கில் மீன்கள்! முக்கால்வாசி வாலை ஆட்டியவாறு... உயிரோடு வேறு இருந்தன!

செய்தி பரவி, மக்கள் ஓடிவந்து மீன்களை அள்ளி எடுத்துக் கொண்டு போனார்கள் - சமைக்க!

ஒரு வாரம் கழிந்தது. மீண்டும் மீன் மழை! முதலில் பெய்தது மூன்றங்குல நீள மீன் என்றால் இந்த முறை ஆறங்குல நீளத்தில் சற்றுப் பெரிசாக மீன்கள்!

சாதாரணமாக, வானத்திலிருந்து நாம் (குறிப்பாக சென்னை வாசிகள்!) எதிர்பார்ப்பது மழை மட்டுமே. அதுதான் சாத்தியம்! குளிர்ப் பிரதேசங்களில் மழை கீழே வரும்போதே உறைந்து போய் பனிக்கட்டி மழையாக விழுவதுண்டு (Hailstorm). மீன்கள், அதுவும் உயிரோடு, எப்படி மழை போலக் கொட்ட முடியும்?

சுமார் எண்பது ஆண்டுகளுக்கு முன்பு அமெரிக்காவில் வாழ்ந்த சார்லஸ் ஃபோர்ட் என்கிற பத்திரிகையாளர் உலகத்தில் உள்ள, அவ்வளவாக விஞ்ஞானிகள் கண்டுகொள்ளாத ஆச்சரியங்களைச் சேகரிக்க ஆரம்பித்தார். 1916-லிருந்து 1932 வரை, பல ஊர்களுக்கும் நாடுகளுக்கும் இது சம்பந்தமாகப் பயணித்தார் அவர்.

லண்டனிலும் நியூயார்க்கிலும் உள்ள லைப்ரரியில் இருந்த பழைய நாளிதழ்கள் அத்தனையும் கவனமாகப் படித்தார். இதன்விளைவாக, அவரால் ஆயிரக்கணக்கில் அபூர்வ விஷயங்களைச் சேகரிக்க முடிந்தது! அவருடைய பத்திரிகையில் தொடர்ந்து வெளியான வியப்பான தகவல்களைப் படித்து ஏராளமானவர்கள் ஃபோர்ட்டுக்கு விசிறிகளானார்கள். இன்றளவும் அவர் பெயரில் ஃபோர்ட்டின் சங்கம் என்கிற ஒன்று இயங்கி வருகிறது.

என்சைக்ளோபீடியோ (நாலு வால்யூம்கள்) அளவுக்கு ஃபோர்ட் சேகரித்த தகவல்களில் அதிக இடத்தைப் பிடித்துக் கொண்டிருப்பது வானத்திலிருந்து விழும் பொருள்கள்.

'கொடுக்கிற தெய்வம் கூரையைப் பிய்த்துக்கொண்டு கொடுக்கும்' என்கிற பழமொழி நமக்குத் தெரிந்ததே. நிஜமாகவே அப்படி நடக்கும் என்று எதிர்பார்த்துச் சொன்ன பழமொழி அல்ல அது என்பதும் நமக்குத் தெரியும்.

ஆனால் நிஜமாகவே கூரையைப் பிய்த்துக்கொண்டு எது வேண்டுமானாலும் கொட்டும் என்பது உண்மை.

மீன்கள் மட்டுமல்ல. தவளைகள், பெரிய ஐஸ் பாறைகள், பணம் (சில்லறை), குருவிகள், வாத்துகள், காய்கறிகள்... இப்படி கொட்டும் லிஸ்ட் நீளுகிறது! 1971-ல் பிரேசில் நாட்டில் ஜோவோ பெஸ்ஸோ என்கிற ஊரில் நாலு லாரி கொள்ளும் அளவு அவரைக் காய்கள் மழையாகக் கொட்டின.

விழுவது எதுவாக இருந்தாலும், வேறு ஒரு ஊரிலிருந்து புயல் காற்றினால் உறிஞ்சப்பட்டு பிற்பாடு இன்னொரு ஊரில் மழையாகக் கொட்டக்கூடும் என்று சில வானிலை ஆராய்ச்சியாளர்கள் இதற்கெல்லாம் காரணம் சொன்னார்கள்.

புயலெல்லாம் இல்லாமல், மேகங்கள்கூட இல்லாத நீலவானிலிருந்து இப்படி மழை கொட்டினால்? விஞ்ஞானிகள் தர்மசங்கடத்துடன் விழிக்கிறார்கள்.

உயரத்தில் பறக்கும்போது விமானங்களில் கோளாறுகள் ஏற்பட்டு, அடிப்புறக் கதவுகள் தானாகத் திறந்துகொண்டு பல பொருள்கள் கீழே விழலாம் என்றனர் சிலர். ஓரிரு சமயங்களில் அப்படி நிகழ்ந்ததாகத் தெரியவும் வந்தது. என்றாலும் பெரும்பாலான தருணங்களில் அப்படி மழை பெய்யும்போது அந்தப் பக்கம் விமானங்கள் எதுவும் பறக்கவில்லை என்று விசாரித்துக் கண்டுபிடித்தார்கள்.

விமானங்கள் காரணமாக இருக்குமோ என்கிற சந்தேகம் பிறக்க ஒரு முக்கியக் காரணம் இருந்தது! 1995-ல் பிரிட்டனில் எடின்பரோ ஊரில் ப்ரவுன் வண்ணத்தில் திடீரென மழை பெய்தது. சோதனைக்கூடத்தில் சாம்பிளை

எடுத்துச்சென்று பரிசோதித்த விஞ்ஞானிகள் முகம் சுளித்தார்கள். காரணம், அது மனித வேஸ்ட்.

அதற்குப் பிறகு கனடாவில் ஒருமுறை நீலநிற ஐஸ் கட்டிகள் மழையாகப் பெய்தது. சோதித்ததில் அது அத்தனையும் உறைந்த மனிதசிறுநீர் என்று தெரிய வந்தது. நொந்து போனார்கள். நீல நிறத்துக்குக் காரணம், டாய்லெட்டில் பயன் படுத்தப்படும் நீலவண்ண டிடர்ஜெண்ட்! விமானங்கள்தான் வில்லன்கள் என்ற முடிவுக்கு வந்ததற்கு இதெல்லாம்தான் காரணம்! அதற்கேற்ப ஒருமுறை மனித வேஸ்ட் விழுந்த நேரத்தில் எடின்பரோ - பர்மிங் ஹாம் ஃபிளைட் ஒன்று மேலே தாண்டிச் சென்றது தெரிய வந்தது. பிற்பாடு விமானம் ஏர்போர்ட்டில் இறங்கிய பிறகு பரிசோதித்ததில், டாய்லெட்டில் எந்தக் கோளாறும் இல்லை!

ஆக, ஏதோ ஒரு சக்தி வேறு எங்கிருந்தோ ஏதேதோ பொருள்களைக் கவர்ந்து கொண்டு வந்து குறிப்பிட்ட ஓரிடத்தில் கொட்டுகிறது என்பது மட்டும் நிச்சயம்.

சும்மா இல்லை. இரண்டு லாரிகள் அளவுக்கு மீன்களின் எடையை நினைத்துப் பார்க்க வேண்டும். எந்தச் சக்தியால் அதை உறிஞ்சி வானத்துக்குக் கொண்டுபோக முடியும்?

விமானங்களின் வேலை அல்ல என்பதற்கு இன்னொரு முக்கியக் காரணம் - விமானம் கண்டுபிடிப்பதற்கு முன்பே கூட இப்படி மீன், தவளை, பறவை மழையெல்லாம் பெய்திருக்கின்றன என்று ஃபோர்ட் சேகரித்த தகவல்களிலிருந்து தெரிய வருகிறது.

வானிலிருந்து விழுந்த ஐஸ் பாறைகளில் மிகப் பெரிய (யானை சைஸ்!) ஐஸ் பாறை உலகின் எந்தப் பகுதியில் விழுந்தது தெரியுமா? இந்தியாவில் கர்நாடகாவில் உள்ள ஸ்ரீரங்கப்பட்டணத்தில் - 1800-ம் ஆண்டில்! ஃபோர்ட் நேரில் வந்து இது குறித்து விசாரித்து, பல பேட்டிகள் எடுத்து உறுதிப்படுத்திக் கொண்டார்!

அமெரிக்காவில் ஒருமுறை மீன் மழை பெய்தபோது, பூமிக்கும் ஆகாயத்துக்குமாகச் செங்குத்தாகச் சுழன்று வரும் டோர்னெடோ என்கிற புயல்தான் ஏதோ ஏரியிலிருந்து மீன்களைக் கொத்தாகத் தூக்கி வருகிறது என்று சந்தேகப்பட்டார்கள். ஆனால் சூறாவளி எக்ஸ்பர்ட்டுகள் துல்லியமாக மீன்கள் மட்டுமே மழையாகக் கொட்டியதைச் சுட்டிக்காட்டி, டோர்னெடோவில் பல தரப்பட்ட (கன்றுக்குட்டிகள், நாற்காலிகள், டி.வி., குடை போன்ற) பொருள்கள் உள்ளிழுக்கப்படும் என்று விளக்கினார்கள். மற்றவற்றைத் தன்னிடம் வைத்துக்கொண்டு மீன்களை மட்டும் கீழே அனுப்ப, புயலுக்குள் விசேஷ ஃபில்டர் எதுவும் இருக்க சான்ஸ் இல்லை.

1986-ல் ஆஸ்திரேலியாவின் வடகிழக்கே ஆயிரம் மைல்களுக்கு அப்பால் கைரிபட்டி என்கிற தீவுகள் உண்டு. அங்கிருந்து மீன் பிடிக்கச் சென்ற மூன்று மீனவர்கள் நடுக்கடலில், திக்கு தெரியாமல் மாட்டிக்கொண்டார்கள். ஓரிரண்டு

வாரங்கள் அல்ல, நான்கு மாதங்கள்! அரசாங்கம் அவர்களைத் தேடும் முயற்சிகளைக் கூட கைவிட்டு விட்டது.

கடலில் அங்கே அவர்களுக்கு உண்ணக் கிடைத்தது சுறா மீன் மட்டுமே! எப்படியோ போராடி சுறா மீன்களைப் பிடித்து பச்சையாகக் கூறுபோட்டுத் தின்று உயிர் வாழ்ந்தார்கள். ஒரு நாள் அவர்கள் மூவரும் மண்டியிட்டு, 'கடவுளே! சுறா மீன் உணவு அலுத்துப்போய் விட்டது. வேறு ஏதாவது சாப்பிடத் தரமாட்டாயா?' என்று அந்த இக்கட்டிலும் சற்றே தமாஷாகப் பிரார்த்தனை செய்தார்கள். ஒரு மணி நேரம் கழித்து சடசடவென்று மீன் மழை! அதுவும் கருப்பு வண்ணம் கொண்ட அரிதான மீன் வகை. தேர்ந்த மீனவர்களாலும் அந்த மீன்களைப் பிடிக்க முடியாது. காரணம் கடலுக்கடியில் சுமார் எண்ணூறு அடிக்குக் கீழே வசிக்கும் மீன்கள் அவை. இந்த அதிர்ஷ்டம் நிகழ்ந்த இரண்டு நாள்களுக்குள் இன்னொரு அதிர்ஷ்டம் - அந்த வழியே வந்த கப்பல் அவர்களைக் காப்பாற்றியது! மிச்சமிருந்த அந்த மீன்களை மீனவர்கள் கையோடு பெருமையாகக் கொண்டு வந்தார்கள். அவற்றைப் பார்த்த எல்லாருக்கும் ஆச்சரியம்.

முன்பு புயல், சூறாவளி என்று பல காரணங்களைச் சொன்ன விஞ்ஞானிகளால் கடலுக்கு அடியில் உள்ள மீன்கள் எப்படி வானத்துக்குப் போய் பிறகு மழையாகப் பெய்திருக்கும் என்ற கேள்விக்கு விடைதர முடியவில்லை. (சில நேரங்களில் மீன்களை வாயில் கவ்விக்கொண்டு பறக்கும் பறவைகள் அவற்றைத் தவறவிடுவதுண்டு. நாலைந்து மீன்கள் என்றால் சரி. ஆயிரக்கணக்கில் விழுந்தால்?)

17-ம் தேதி, அக்டோபர் 1952-ல் பிரான்ஸ் நாட்டில் ஓலோரோன் என்கிற ஊரில் விழுந்த பொருள் மக்களைக் கலவரப்பட வைத்தது. ஒன்றும் பெரிய விஷயமில்லை. பல மீட்டர் நீளத்துக்கு வெள்ளியைப் போன்று மினுமினுக்கும் மெல்லிய நூல்கள். அவை நூல்களும் அல்ல. கீழே நிலத்தில் விழுந்தவுடன் அவை மறைந்து போய்விட்டன. வெள்ளிக் கம்பிகள் ஸ்லோமோஷனில் மழையைப் போல விழுந்த அந்தக் காட்சி மக்களிடையே பீதியை ஏற்படுத்தியது. பறக்கும் தட்டுகளிலிருந்து வெளிப்படும் ஏதோ ஒன்றா? என்று சில பத்திரிகைகள் கேள்வியெழுப்பின. நம்மூரில் (அதாவது பூமியில்) வாகனங்களிலிருந்து வெளிப்படுவது புகை வடிவில் இருக்கிறதே. வேறு கிரகங்களிலிருந்து வரும் பறக்கும் தட்டுகளின் Exhaust வெள்ளியைப் போன்ற நூலிழைகளாக இருக்கலாம் அல்லவா?!

1970-களில் பறக்கும் தட்டுகளை ஆராய்ச்சி செய்யும் நிலையங்கள் இது பற்றிச் சோதனைகள் மேற்கொண்டன. அப்போது ஒரு சமயம் பெய்த நூல் மழையிலிருந்து சாம்பிள் கொண்டுவரச் செய்ததில் பலூன் சிலந்தி என்று அழைக்கப்படும் ஒரு வகையான பெரிய சைஸ் சிலந்தியின் வலை என்று கண்டுபிடித்தார்கள்! சிலந்தி வலை எப்படி மழையளவுக்குக் கொட்டும்?

1988-ம் வருஷம் அக்டோபர் 28-ம் தேதி, இங்கிலாந்தில், இங்கிலீஷ் கால்வாயை ஒட்டிய ஓர் ஊரில் முப்பது சதுர மைல் அளவுக்கு ஒரு

மனிதனும் மர்மங்களும் • 107

மினுமினுக்கும் மேகம் சுமார் ஐம்பதடி உயரத்தில் மிதந்தது. பிரும்மாண்டமான சிலந்தி வலை நூல்கண்டு அது! இந்த அளவுக்குச் சிலந்தி வலைகள் பிய்ந்து, பிறகு ஒன்றுபட்டு ஒரு மாபெரும் உருண்டையாக மிதக்க முடியும் என்பது தெரிந்து ஆராய்ச்சியாளர்களே வியந்தார்கள்.

வீட்டுத் தோட்டங்களில் சில பல சிலந்தி வலைகள் இருப்பது வேறு விஷயம். ஆனால், அமேஸான் போன்ற பெருங்காடுகளில் லட்சக்கணக்கில் சிலந்தி வலைகள் இருக்கும். ஒரு புயல்காற்றில் அவை மொத்தமாகப் பிய்த்தெடுக்கப்பட்டு, மாபெரும் உருண்டையாக உருவாக முடியும் என்பது விஞ்ஞானிகளின் விளக்கம். பிறகு மழையாகப் பெய்யும்போது திரைச்சீலை போல நீண்ட நெடிய கோடுகளாக அவை கீழிறங்குவது எப்படிச் சாத்தியம்? அவர்களால் அதை விளக்க முடியவில்லை! எசகுபிசகான சிலந்தி வலை உருண்டையிலிருந்து ஒவ்வொரு நூலாகப் பிரித்தெடுத்துச் செங்குத்தாகக் கீழே அனுப்பும் சக்தி எது? யாருக்கும் புரியவில்லை!

25. உயிரோடு தவளை மழை!

உங்களுக்குப் பரிச்சயமான யாரையாவது மின்னல் தாக்கி அவர் இறந்திருக்கிறாரா? அநேகமாக இல்லை என்றுதான் பதில் வரும். அதேசமயம் ஆண்டுதோறும் உலகெங்கும் மின்னல் தாக்கி இறப்பவர்கள் நூற்றுக்கணக்கில் உண்டு என்பதும் நமக்குத் தெரியும். வானிலிருந்து பொருள்கள் விழுகிற ஆச்சரியமும் அதுமாதிரிதான்! வாசகர்களுக்கு இந்த அனுபவம் இதுவரை ஏற்படாமல் இருந்திருக்கலாம். ஆனால், என்றைக்காவது நீங்கள் நடந்து போய்க் கொண்டிருக்கும்போது, ஒரு பெரிய ஐஸ்கட்டி உங்களுக்கு முன் விழுந்து வழிமறித்தால் அளவுக்கு அதிகமாகப் பயந்துபோக வேண்டிய அவசியமில்லை! முடிந்த மட்டும், அந்த ஐஸ் பாறையிலிருந்து சாம்பிள் எடுத்துச் சென்று குளிர்சாதனப் பெட்டியில் வைத்து பிற்பாடு சோதனைக் கூடத்துக்கு அனுப்புவதே புத்தி சாலித்தனம்! மிகப்பெரிய ஐஸ்கட்டி வானத்திலிருந்து விழுந்தது இந்தியாவில், மைசூர் அருகில்தான் என்பது நினைவிருக்கட்டும்.

எல்லா ஆச்சரியங்களுக்கும் முதல் வேலையாகப் பெயர் வைக்கிற சம்பிரதாயம் விஞ்ஞான உலகத்துக்கு உண்டு. வானத்திலிருந்து விழும் பொருள்களுக்கும் ஒரு பெயரை முடிவு செய்து Fafrotsky என்று பெயரை வைத்தார்கள். Falls from the sky என்பதன் சுருக்கம்.

இந்த விண் ஆச்சரியம் அண்மைக்காலமாக நிகழ்கிற ஒன்றல்ல. ஆயிரக்கணக் கான ஆண்டுகளுக்கு முன்பே கிரேக்க அறிஞர் அதானாஸியஸ், ஏதென்ஸ் நகரில் மீன் மழை கொட்டியது பற்றிக் குறிப்புகள் எழுதி வைத்திருந்தார். பைபிளில் கூட Manna from heaven பற்றி வருகிறது. பாலைவனத்தில் உணவில்லாமல் தவித்த யூதர்கள் பிரார்த்தனை செய்தவுடன் வானிலிருந்து திண்பண்டங்கள் விழுந்த அந்த ஆச்சரியம் உண்மையிலேயே நிகழ்ந் திருக்குமோ!

எரிகல் (meteorite) விஷயம் வேறு. விண்வெளியில் பறக்கும் பாறைகளில் மிகச் சில, பூமிக்கு மேல் பரவியுள்ள காற்று மண்டலத்தை ஊடுருவிக் கொண்டு பூமிக்கு வந்துவிடுகிற விபரீதம் அது! டிசம்பர் 1997-ல் கொலம்பியாவில் ஒரு பெரிய எரிகல், பள்ளிக்கூடம் ஒன்றின் அருகே விழுந்ததில் நான்கு குழந்தைகள் கொல்லப்பட்டார்கள். ஆனால் Fafrotskyயினால் யாரும் இதுவரை இறக்கவில்லை என்பது குறிப்பிடத்தக்கது.

1987, அக்டோபர் 23-ல் பிரிட்டனில், கிளவுஸெஸ்டர்ஷையர் என்கிற ஊரில் லேசான ரோஸ் கலரோடு கூடிய தவளை மழை பெய்தது. விழுந்ததில் முக்கால்வாசித் தவளைகள் உயிரோடு இருந்தன! அவற்றைச் சோதனை செய்த விஞ்ஞானிகள் வியந்து போனார்கள். காரணம் அந்த வகைத் தவளைகள் பிரிட்டனில் கிடையாது. அத்தனையும் ஆப்பிரிக்கத் தவளைகள்! ஏதாவது புயல்காற்றில் தவளைகள் மேலே இழுக்கப்பட்டுப் பிறகு மழையாகக் கீழே விழுவது சாத்தியம்தான் என்றாலும் ஆயிரக்கணக்கான மைல் தொலைவில் உள்ள இன்னொரு கண்டத்திலிருந்து தவளைகள் எப்படி மேலே கிளம்பி வானில் பயணித்து கடைசியில் பிரிட்டனில் வந்து உயிரோடு விழ முடியும்?

இரண்டு காரணங்கள்தான் சொல்ல முடியும். ஒன்று - இயற்கையான சக்தி (Natural); இன்னொன்று இயற்கையை விஞ்சிய சக்தி (Super Natural)!

இயற்கையான காரணம் - கீழேயிருந்து சுழல் காற்றினால் பொருள்கள் இழுக்கப்படுகிறது. இந்தக் கருத்துக்கு ஏற்ப வானிலிருந்து விழும் சற்று எடையுள்ள பொருள்களை - உதாரணமாக, பெரிய சைஸ் மீன்களைச் சோதித்ததில் அவை சுற்று வட்டாரத்திலேயோ பக்கத்து ஊர்களிலேயோ காணப்படும் மீன் வகைகளாக இருந்தன. குட்டித் தவளைகள் எடை ரொம்பக் கம்மியென்பதால் நீண்ட தூரம் காற்றின் சக்தியால் பயணிக்க சாத்தியம் உண்டு. ஆனால் சூறாவளியால் இழுக்கப்பட்டுப் பல நாள்கள் கழித்து இன்னொரு நாட்டில் விழும் தவளைகள் எப்படி அதற்குப் பிறகும் உயிரோடிருக்கின்றன என்கிற நெத்தியடியான கேள்விக்கு விடை கிடைக்கவில்லை.

இயற்கையை விஞ்சிய சக்தி என்று ஒப்புக்கொண்டால் மர்மம் விடுபடுகிறது! அந்தச் சக்திதான் Teleportation. சுருக்கமாக, ஒரு பொருள் ஓரிடத்தில் மறைந்துபோய் திடீரென்று இன்னோர் இடத்தில் தோன்றுவது. பெரிய மகான்களால் இது சாத்தியம் என்று கேள்விப்பட்டிருக்கிறோம். சென்னையில் ஒரு யோகி கண்ணெதிரே மறைந்துபோய், அதே சமயம் காசியில் அவர்

நடந்து போய்க்கொண்டிருந்ததைப் பலர் பார்ப்பது போல! அதற்கேற்ப பிரிட்டனில் விழுந்த ஆப்பிரிக்கத் தவளைகளும் சரி, மீன் மழையும் சரி, ஏதோ குப்பை லாரியிலிருந்து மொத்தமாகக் கொட்டுவது போலவும் விழுவதில்லை. தண்ணீரில் அங்குமிங்குமாக மிதந்து கொண்டிருக்கிற அதே நிலையில்தான் (Formation) விழுகின்றன. டெலிபோர்ட்டேஷன் தியரிப்படி ஒரு பொருள் - மனிதனாக இருந்தாலும் - அணுக்களாக விடுபட்டுக் கரைந்து இன்னோர் இடத்தில் ஒன்றுசேர்ந்து மீண்டும் அதே பொருளாகிறது.

விஞ்ஞான ரீதியில் இது இன்னும் நிரூபிக்கப்படாத விஷயம் என்றாலும், இதுதான் மீன், தவளை மழைகளுக்குக் காரணம் என்றால் கூடவே சில கேள்விகள் எழுகின்றன. விழுப்புரத்தில் ஒரு பொருள் இந்த வகையில் மறைந்தால் டெலிபோர்ட்டேஷன்படி பாட்னாவில் திடீரென அது காணப்பட வேண்டுமே தவிர, மெனக்கெட்டு வானிலிருந்து மழையாக எப்படிக் கொட்டும்? அதற்கான அவசியம்தான் என்ன?

தவிர, இதுவரை விழுந்த விஷயங்கள் எல்லாமே சின்ன வடிவம் கொண்டவையே! டெலிபோர்ட்டேஷன் சாத்தியமென்றால் ஒரு பஸ், அல்லது யானை கூட சென்னையில் மறைந்துபோய் டெல்லியில் தோன்றமுடியும் அல்லவா? இன்றுவரை அப்படி நிகழவில்லை.

சில விஞ்ஞானிகள் வானத்தில் மேகங்கள் இருப்பது போல, கண்ணாடி போன்ற பிரும்மாண்ட ஐஸ்கட்டிகளும் (இன்னும் அதிக உயரத்தில்) மிதக்கலாம். அதில் ஒரு பகுதி உடைந்து கீழே விழலாம் என்றார்கள். அப்படியிருந்தால், இதுவரை ஏதாவது ஒரு விமானமாவது அதில் மோதியிருக்க வேண்டுமே? அதுபோல எதுவும் நடந்ததில்லை. தவிர, மிதக்கும் ஐஸ் விளக்கம் தவளைகளுக்கும் மீன்களுக்கும் பொருந்தாமல் போகிறது.

இப்படிப் பல சாத்தியக் கூறுகள் பற்றி விஞ்ஞானிகள் மண்டையை உடைத்துக் கொண்டிருக்கும்போது, யு.எஸ்.ஸில் பென்ஸில்வேனியாவில் 1957, ஜூலை 30-ல் விழுந்த பெரிய சைஸ் ஐஸ்கட்டி உருண்டைகள் விஞ்ஞானிகளின் தலையை மேலும் சுற்ற வைத்தன.

'ஹுஷ்ஷ்ஷ்....' என்ற ஒலியுடன் காற்றைக் கிழித்துக்கொண்டு விழுந்த அந்தப் பெரிய ஐஸ்கட்டி உருண்டைகளை விஞ்ஞானிகள் கொண்டுபோய் சோதித்தார்கள். ஆச்சரியம்! அவை சாதாரண ஐஸ்கட்டிகள் அல்ல! ஒவ்வொன்றும் குட்டிக்குட்டி ஐஸ் உருண்டைகள் ஒன்று சேர்ந்த ஒரு பெரிய ஐஸ் உருண்டை - லட்டு மாதிரி! அதோடு, அதில் இருந்தது தண்ணீரும் அல்ல. வானிலிருந்து வரும் ஐஸ் கட்டிகளில் நைட்ரேட் இருக்கும். இதில் அதுவும் இல்லை. ஒருவிதமான உப்பு மட்டும் கலந்திருப்பதாக விஞ்ஞானிகள் கண்டுபிடித்தார்கள். 'விண்வெளியில் சுயமாக இப்படியொரு உப்பு ஐஸ் உருவாக சான்ஸே இல்லை!' என்று வானிலை ஆராய்ச்சியாளர்கள் அடித்துச் சொல்கிறார்கள்.

விஞ்ஞான விளக்கம்தான் தேவை என்று பிடிவாதம் பிடிப்பவர்களுக்கு யு.எஸ்.ஸில் அயோவா பல்கலைக்கழகத்தில் பணிபுரியும் டாக்டர் லூயி

மனிதனும் மர்மங்களும் • 111

ஃப்ராங்க் என்கிற விஞ்ஞானியின் விளக்கம் ஓரளவு திருப்தி ஏற்படுத்தக்கூடும்! 1985-லிருந்து 1991 வரை Fafrotsky பற்றி ஆராய்ச்சி செய்தவர் அவர். சாட்டிலைட் போட்டோகிராபி மூலம் அவர் கண்டுபிடித்த ஓர் உண்மை, விஞ்ஞான உலகைச் சலசலப்புக்குள்ளாக்கியது.

அதாவது - 'விண்வெளியிலிருந்து எரிகற்கள் மட்டும் பூமியை நோக்கி வருவதில்லை. அவை தவிர ஐஸ் கட்டி உருண்டைகளும் (Ice Comets) மழையாகப் பொழிகின்றன. காற்று மண்டலத்தில் உராயும்போது அவை நீர்த் திவலைகளாக மாறுகின்றன. நம் பூமியைச் சுற்றிலும் காற்று மண்டலத்தில் உள்ள ஈரப்பதத்துக்குக் காரணமான இந்த ஐஸ் கட்டிகள் அகண்ட கண்டத்தில் வெகு தொலைவிலிருந்து வருபவை. பூமியில் இத்தனை உயிரினங்கள் தோன்றக் காரணமான நீரும் - காற்று மண்டலத்தில் உள்ள ஈரத்தன்மையும் - விண்வெளியில் கற்பனை செய்யமுடியாத தொலைவிலிருந்து சப்ளையாகும் அந்த ஐஸ்கட்டிகளால்தான் உருவாயின. அதில் சில ஐஸ்கட்டிகள் உடையாமல் சிதறாமல் காற்று மண்டலத்துக்குள் புகுந்து பூமியில் விழுகின்றன!' - இப்படி ஒரு கருத்தை முன் வைத்தார் ஃப்ராங்க்!

அப்படியென்றால் பூமிக்குத் தேவையான 'அடிப்படை தண்ணீர் சப்ளையை அகண்ட கண்டத்தில் வெகுதொலைவிலிருந்து அனுப்புகிறார்கள் என்று எடுத்துக் கொள்ளலாமா?

ஆனால் தவளைகள், மீன்கள், பறவைகள், சில்லறை (பிரிட்டனில் மான்செஸ்டர் அருகே செயின்ட் எலிசபெத் தேவாலயத்துக்கு அருகே 1981, மே 28-ல் சில்லறை (Pennies) மழை பெய்தது. பாதிரியார் க்ரஹாம் மார்ஷலுக்குக் கிடைத்தது இரண்டு பவுண்ட் மதிப்புள்ள நாணயங்கள்!) - போன்ற மர்மங்களுக்கு விஞ்ஞானத்தால் இன்னும் விடைகாண முடியவில்லை.

அதுவரை நம் தலைமீது, தவளைகளோ மீன்களோ விழாமலிருக்க, முன்னெச்சரிக்கையாக ஓர் குடையைப் பிடித்துக்கொண்டு, அடுத்த ஆச்சரியத்துக்குப் போவோம்.

26. வயிற்றுக்குள் நெருப்பு!

டாக்டராகப் பணிபுரிந்து ரிடையர் ஆனவர் ஜான் இர்விங் பென்ட்லே. டிசம்பர் 5, 1966. யு.எஸ். பென்ஸில்வேனியாவில் அவருடைய வீட்டில் டாய்லெட் உள்ளே கிடந்த பென்ட்லேயை ஒருவழியாக போலீசார் கண்டுபிடித்தார்கள். பல சோதனைகளுக்குப் பிறகு ரொம்ப சிரமப்பட்டுத் தான் 'அது' டாக்டர் பென்ட்லே என்று நிரூபிக்க முடிந்தது. காரணம், சாவு அப்படி.

டாய்லெட் அருகே சிதறியிருந்த சாம்பல் குவியலாகத்தான் பென்ட்லே கிடந்தார். அவருடைய மண்டையோடு மட்டும் துளிக்கூட தோல், சதை எதுவும் இல்லாமல் கருகிப்போய் இருந்தது. இரண்டடி தொலைவில் ஒரே ஒரு பிய்ந்துபோன கால். எரியாமல்! அருகில் சுவரெல்லாம் கருகிப்போய் இருந்தது.

பெண்ட்லே சாம்பலானபோது அவருக்கு வயது 90. அவர் உபயோகித்த வாக்கிங் ஸ்டிக் கூட, கருகிப்போய் கோணலாகக் கிடைத்தது. ஆனால், அதன் நுனியில் இருந்த ரப்பர்முனை துளிகூட உருகாதது ஆச்சரியம்!

சுமார் ஒரு மணி நேரத்துக்கு முன்பு அவர் மெல்ல வீட்டுக்குள் நடந்து சென்றதைச் சிலர் பார்த்திருக் கிறார்கள். இப்போது அவர் - வெறும் சாம்பல்!

அவ்வளவு சுலபத்தில் மனித உடல் எரிந்து சாம்பலாவதில்லை. மின்சார மயானங்களில்கூட,

அறுநூறு டிகிரி செண்டிகிரேட் வெப்பத்துக்குத் தீ எரியவேண்டும். அதற்கே ஒரு மணி நேரம் ஆகும். உடல் எரிந்து வெறும் எலும்புகள் மட்டும் மிஞ்சுவதற்கு மேலும் சில மணி நேரங்கள் ஆகும். எலும்புகள் கூட மிஞ்சாமல் முழுக்க சாம்பலாவதற்கு அறுநூறு டிகிரி வெப்பத்தில் தகிக்கும் தீ தொடர்ந்து எட்டுமணி நேரமாவது எரிந்தாக வேண்டும். உடல் எரிந்தாலும், எலும்புகள் தீயிடம் சரணடைவது சுலபத்தில் நிகழாது!

ஆனால், இங்கே ஒரு மணி நேரத்துக்குள் டாக்டர் பென்ட்லே, சாம்பல் குவியலாக மாறினால், அது என்ன தீ?!

1951-ல் ஒரு நாள்; ப்ளோரிடாவில் 67 வயதான மேரி ரீஸர் இதே ரீதியில் இறந்தார்.

ரீஸரைப் பொருத்தவரைகால், விரல்கள் என்று எதுவும் மிச்சமிருக்கவில்லை. அவர் அமர்ந்திருந்த ஈஸிசேர், அருகே இருந்த ஒரு டேபிள் விளக்கு, குட்டி மேஜை எல்லாமே சாம்பலாகிவிட்டன. அவர் ஏதோ எழுதிக்கொண்டிருந்த காகிதங்களும், கழுத்தைச்சுற்றிப் போட்டிருந்த மஃப்ளரும் மட்டும் கருகாமல் அப்படியே இருந்தன.

போலீசாரும் விஞ்ஞானிகளும் இணைந்து துப்பறிந்ததில் மேற்பட்ட இதே போல முன்னூறுக்கும் மேல் நெருப்பு மரணங்கள் உலகெங்கும் நிகழ்ந்திருப்பது தெரிந்தது! (நம்மூரில் எத்தனை நெருப்பு மரணங்கள் இந்த டைப்போ?)

உடம்பிலிருந்து தானாக ஒரு காரணமும் இல்லாமல் பற்றிக்கொண்டு எரியும் இந்த நெருப்பு ஜ்வாலைகளுக்கு இப்போது Spontaneous human combustion என்று விஞ்ஞான உலகம் பெயரிட்டிருக்கிறது.

'இது வெளியிலிருந்து வந்து பற்றிக்கொண்ட நெருப்பு அல்ல!' என்று மட்டும் விஞ்ஞானிகள் அடித்துச் சொன்னார்கள்.

திடீர் நெருப்பு மரணங்கள், ஏதோ இந்த நூற்றாண்டில் தொடங்கியது அல்ல. மருத்துவக் குறிப்பேடுகளின்படி முதல் கேஸ் 1613, ஜூலை மாதம் நிகழ்ந்ததாக இருக்கிறது. பிரிட்டனில் பெண்மணி ஒருவர் தூக்கத்தில் இடிச் சத்தம் கேட்டு பதற்றத்துடன் எழுந்தார். பக்கத்து அறையிலிருந்து ஏதோ ஒளி வீசுவது போலிருக்கவே ஓடிச்சென்று எட்டிப் பார்த்ததில், அங்கே கட்டிலில் படுத்திருந்த அவருடைய மருமகன் உடலிலிருந்து தீப்பிழம்புகள்! பெண்மணி அலறி ஊரைக் கூட்டியும் யாராலும் அருகில் போக முடியவில்லை. ஒன்றரை மணி நேரத்தில் மருமகன் சாம்பலானார்! கட்டில் மீது விரிக்கப்பட்டிருந்த பெட்ஷீட், அவர் எரிந்த இடத்தில் மட்டும் கருகியிருந்தது!

1731-ல் இத்தாலியில் ஸெஸினா என்னும் ஊரில் விருந்து சாப்பிட்டுவிட்டு ஒரு பணக்காரப் பெண்மணி படுக்கச் சென்றார். மறுநாள் காலையில் பார்த்தபோது அவருடைய இரு பாதங்கள், மூன்று கை விரல்கள், எரிந்து போன மண்டையோடு - இவை மட்டும் கட்டில் மீது! ஆனால், படுக்கை

எரிந்து போகவில்லை. ஒருவேளை, தீப்பிடித்த விநாடியில் அந்தப் பெண் கட்டிலில் இருந்து இறங்கியிருக்கக்கூடும் என்று சிலர் சொன்னார்கள்.

இதையெல்லாம் பார்க்கும்போது, திடீர் நெருப்பு வீட்டுக்குள் மட்டுமே (Indoors) ஏற்படுகிறதா என்கிற கேள்வி எழுகிறது! *1890*, மே மாதம் *12*-ம் தேதியன்று அமெரிக்காவில், மாஸெச்சூஸெட்ஸ் மாநிலத்தில், ஓர் ஊரில் சிறுவன் ஒருவன் 'என் பாட்டி பற்றி எரிகிறார்' என்று வீட்டுத் தோட்டத்திலிருந்து அலறினான். அங்கே கூடிய மக்கள், தோட்டத்தில் ஒரு பயங்கரமான காட்சியைப் பார்த்தார்கள்.

அங்கே, வேலி மீது சாய்ந்து நின்றிருந்த ஒரு மூதாட்டி பற்றி எரிந்துகொண்டிருந்தார். அவர் முகம் திகைப்பில் உறைந்து போயிருந்தது. அந்தத் தீ தரையிலிருந்து கிளம்பியதாகத் தெரியவில்லை. வயிற்றிலிருந்து ஜ்வாலைகள்! தீப்பிழம்புகள் வழக்கமான ஆரஞ்சு வண்ணத்திலும் இல்லை. ஸ்டவ் நெருப்பு மாதிரி நீல வண்ணத்தில் திகுதிகுவென்று எரிந்தது. சற்று நேரத்தில் உடல் முழுவதும் பரவி சில எலும்புகளுடன் ஒரு சாம்பல் குவியல் அத்தனை பேர் முன்னிலையில் தொப்பென்று நிலத்தில் விழுந்தது. கூடவே... மஞ்சள் நிறத்தில் எண்ணெய் மாதிரி ஒரு திரவம் கீழே கசிந்து ஓடியது ஓர் ஆச்சரியம்!

நெருப்பு மரணங்கள் பலவற்றில் இந்த ஒரு மஞ்சள் திரவத்தைப் பார்த்திருந்த விஞ்ஞானிகள் அதைச் சோதித்தார்கள். அது உடம்பில் உள்ள கொழுப்பு சக்தி! மெழுகுவர்த்தியிலிருந்து மெழுகு உருகிக் கரைவது போல எரிந்தவர் உடலிலிருந்து கொழுப்பு கரைந்து திரவமாகத் தேங்குகிறது! இது என்ன விசித்திரமான பயங்கரம்? போலீசும் ஆராய்ச்சியாளர்களும் தலையைப் பிய்த்துக் கொண்டார்கள்.

நல்லகாலமாக, நிறைய இப்படிப்பட்ட மரணங்கள் நிகழ்வதில்லை. சரிதான் என்று சற்று ஆராய்ச்சியாளர்கள் அலட்சியமாக இருக்கும்போது திடீரென்று ஒரு நெருப்பு மரணம் நிகழ்ந்து அவர்களை வாரிச் சுருட்டிக்கொண்டு எழுந்திருக்க வைக்கிறது. எப்படி நேர்ந்தது என்று ஏதாவது வாக்குமூலம் வாங்கலாம் என்றால்... இந்தத் திடீர் நெருப்பில் பிழைத்தவர்கள் யாரும் இல்லை.

சாம்பல் மட்டுமே மிஞ்சுவதால் போஸ்ட்மார்ட்டம் கூட செய்ய முடியாத நிலை. கொலை என்று சொல்லலாம் என்றால் இது மனுஷன் வைக்கிற நெருப்பு இல்லை.

வேறு வழியில்லாமல் சென்ற நூற்றாண்டில் இதுபற்றி விவாதித்த விஞ்ஞானிகள் 'இதற்கு ஒரே ஒரு காரணம்தான் உண்டு!' என்ற முடிவுக்கு வந்தார்கள். சில சமயம் நிறைய மது அருந்தினால், வயிற்றுக்குள் சேரும் ஆல்கஹால் தீப்பற்றிக் கொள்ளலாம் என்பது அவர்கள் முடிவு! ஆல்கஹால், பெட்ரோல் மாதிரி தீப்பற்றிக் கொள்கிற விஷயம்தான்.

ஆனால், வயிற்றுக்குள் போகும் மது ஜீரணம் செய்யப்படுமே தவிர, எப்படி வயிற்றுக்கு உள்ளே பற்றியெறிய முடியும்? ஆல்கஹால் தீப்பிடிக்க ஒரு நெருப்புப் பொறியாவது தேவை.

‘அப்படியில்லை. இது வேறுவகை! ரொம்பக் குடிகாரர்களைக் கடவுள் தண்டிக்க இப்படி ஒரு விபரீத அதிசயத்தை ஏன் நிகழ்த்தக்கூடாது? மின்னல் தானாக ஏற்படுவதில்லையா? அது போல, விண்ணிலிருந்து கண்ணுக்குத் தெரியாமல் கடவுளால் உடலுக்குள் செலுத்தப்படும் தீ இப்படிச் சிலரைச் சாம்பலாக்குகிறது!’ என்று அரைமனத்துடன் விளக்கம் சொன்னார்கள். ‘நீ சாம்பலாகக் கடவாய்!’ என்று நம்நாட்டில் ரிஷிகள் சாபமிட்டதாகப் புராணங்களில் வருவது போல!

‘அப்படியென்றால் குடிப்பவர்களை மட்டும்தான் இப்படிக் கடவுள் தண்டிப்பாரா? எத்தனையோ கொடுமைகள் நிகழ்த்துகிற வில்லன்கள் உலகில் சொகுசாக வாழ்கிறார்களே! தேவலோகத்திலிருந்து தீ இப்படிக் கீழே வந்து ஒருவரை எரிக்க முடியும் என்றால் ஏன் கெட்டவர்களை கடவுள் விட்டு வைக்கிறார்? அதுவும், இப்படி நிகழ ஒருவர் வயிற்றுக்குள் ஆல்கஹால் தேங்கியிருக்க வேண்டும் என்பது சுத்த அபத்தம்!’ என்று எதிர்த்தரப்பு (சூடாக) போட்டுக் கிழித்துவிட்டது!

கடைசியாக, விஞ்ஞானிகளுக்கு மெழுகுவர்த்தி நினைவுக்கு வந்தது.

27. மெழுகுவர்த்தி பயங்கரம்!

திடீரென்று ஒரு காரணமும் இல்லாமல் தனக்குத் தானே தீப்பிடித்து சில மணி நேரத்துக்குள் கொடூரமாகச் சாம்பலாவது ஆச்சரியமான விஷயம்தான் என்றாலும், அது மனித சம்பந்தப் பட்ட ஒரு சோகம் என்பதை நினைவில் கொள்ள வேண்டும்.

ஆகவே, மற்ற மர்மங்களைப் போல இந்த நெருப்பு மரணங்களை விஞ்ஞானிகள் ஆற அமர அமர்ந்து ஆராய்வது தர்மசங்கடமான வேலை. இறந்து போனவரின் நெருங்கிய உறவினர்கள், 'ஒரு அதிசய மரணம் நிகழ்ந்திருக்கிறது' என்கிற ரீதியில் டி.வி. குழுக்களுக்கும் பத்திரிகையாளர் களுக்கும் எதிரே நின்று விளக்கமாகப் பேட்டி தருவார்கள் என்று எதிர்பார்க்க முடியாது.

விபத்து நிகழ்ந்தவுடன் வந்துசேரும் காவல் துறையினர் இது தானாகவே பற்றிக்கொண்ட அதிசய நெருப்பு என்று மேலதிகாரிகளிடம் போய்ச்சொன்னாலும் யாரும் நம்புவது சந்தேகம்.

'நெருப்பு மரணம்' திடீரென்று நிகழ்ந்து விடு வதால் எரியும்போது நேரில் பார்ப்பவர்களும் மிகக் குறைவு. நெருக்கமான ஒருவர் இப்படி எரிந்து கொண்டிருக்கும்போது அவர் ஓடிப்போய் கேமராவைக் கொண்டுவந்து படம் பிடிப்பார் என்றும் எதிர்பார்க்க முடியாது.

இப்படிப் பல காரணங்களால் விஞ்ஞானிகளால் 'நெருப்பு மரணங்கள் பற்றி ஒரு முடிவுக்கு வரமுடியவில்லை.

பிரிட்டனில் வருஷத்துக்கு ஐந்து நெருப்பு மரணங்கள் நிகழ்கின்றன என்பது ஆய்வாளர்களின் ஊகம். உலகளவில் ஆண்டுக்கு ஐம்பது பேராவது இந்த ரீதியில் இறக்கிறார்கள் என்று சொல்லப்படுகிறது.

ஆரம்பத்தில் இதுபற்றி சற்று அலட்சியமாக இருந்த விஞ்ஞான உலகம், 1951-ம் ஆண்டு ப்ளாரிடாவில் (போன அத்தியாயத்தில் சொல்லப்பட்ட) மேரி ரீஸர் என்கிற அந்தப் பெண்மணி ஒரு மணி நேரத்தில் எரிந்து சாம்பலான பிறகுதான் எழுந்து உட்கார்ந்து கவனமாக ஆராய ஆரம்பித்தது.

நெருப்பு, வெடிகுண்டு போன்ற விஷயங்களில் பல ஆராய்ச்சிகளில் தேர்ந்த டாக்டர் டக்ளஸ் டிரிஸ்டேல் என்பவர் சொன்ன விளக்கம்தான் 'மெழுகுவர்த்தி எஃபெக்ட்!'

மனித உடலை மெழுகுவர்த்தியோடு ஒப்பிடலாம் என்றார் டாக்டர் டிரிஸ்டேல் (தியாகம் செய்பவர்களை அவர் குறிப்பிடவில்லை!). மெழுகு வர்த்தியில் திரி எரிவதற்கு உதவும் ரசாயன சக்தியைத் தருவது மெழுகு! மெழுகுவர்த்தி எரிந்து முடிந்தவுடன் திரி காணப்படுவதில்லை. கொஞ்சம் மெழுகு மட்டும் திரவமாக வழிந்து உறைகிறது. மனித உடலிலும் எலும்புகள் ஒரு திரி மாதிரிதான். உடலில் உள்ள கொழுப்புதான் மெழுகாக உதவுகிறது! சாதாரணமாக ஒருவர் தீ விபத்தில் சிக்கிக் கொள்ளும்போது அவருடைய உடல் மட்டும் மெழுகுபோல எரிந்து போகிறதே தவிர, உள்ளே எலும்புகள் (திரி) பாதிக்கப்படுவதில்லை. அரிதாக மிகச்சிலருக்கு அதீத வெப்பம் உடலுக் குள் உருவாகி எலும்புகளும் எரிந்துபோய் விடுகின்றன. இதுவே டிரிஸ்டேல் கருத்து.

'மெழுகு எரிய (உடல் சைஸுக்கு மெழுகு!) பல மணி நேரம் பிடிக்கும். ஓரிரு மணி நேரத்தில் ஒருவர் சாம்பலாவது எப்படி நிகழ முடியும்?' என்று சில ஆய்வாளர்கள் கேள்வி எழுப்பினார்கள்.

பத்தாண்டுகளுக்கு முன்பு வாஷிங்டன் அருகே ஒரு வீட்டில் ஹெலன்கான்வே என்னும் பெண்மணி இதுபோலத் தீப்பிடித்து இறந்தார். தீயணைக்கும் படையில் இருந்த ஆர்னால்ட் என்கிற இளைஞர் ஏற்கெனவே நெருப்பு மரணங்களைப் பற்றி ஓரளவு ஆராய்ச்சி செய்தவர் என்பதால் அந்தப் பெண்மணியின் மரணம் பற்றி நுணுக்கமாக விசாரித்தார் அவர்.

எல்லோர் முன்னிலையிலும் நேர்ந்த பயங்கரம் அது! கான்வே தீப்பற்றிக் கொண்டு சாம்பலாக எடுத்துக்கொண்ட (!) நேரம் இருபது நிமிஷங்கள். நாற்காலியில் அமர்ந்து உயிரைவிட்ட அவருடைய இரு கால்கள் மட்டும் மிச்சமிருந்தன.

நாற்காலியின் சாய்வுப்பகுதியும் எரிந்து சாம்பலாகிவிட்டது. அதே சமயம், பக்கத்தில் இருந்த பிளாஸ்டிக் பொருள்களான டெலிபோன், பக்கெட்

போன்றவை தீயால் சற்றும் பாதிக்கப்படவில்லை! உடலுக்குள் மட்டும் தானாகவே இந்த அளவுக்குக் கொடூரமான வெப்பம் உருவாக முடியுமா?

ஒரு காரணமும் இல்லாமல் நெருப்பு உடலில் பற்றிக்கொள்கிறது என்பதை விஞ்ஞான உலகம் ஏற்றுக்கொள்ள மறுத்தது. ஏதோ ஒரு தீப்பொறி இருந்திருக்க வேண்டும் என்றார்கள். அதற்கேற்ப இறந்த பலருக்குச் சிகரெட் பழக்கம் இருந்தது தெரிய வந்தது. சிலருடைய உடல் கிச்சனில் ஸ்டவ் அருகே கிடந்தது. முக்கால் வாசிப்பேர் அறுபது வயதானவர்கள்!

'வயதானவர்கள் சிகரெட் பிடித்தவாறே தூங்கிப்போகலாம் அல்லது லேசாக மயக்கமடையலாம். தூக்க நிலையில் கையிலிருந்து நழுவி வயிற்றில் விழுகிற எரியும் சிகரெட் காரணமாக உடை முதலில் தீப்பிடிக்க வாய்ப்புண்டு. முதியவர்கள் என்பதால் உடனே வேகமாகச் செயல்பட்டு நெருப்பை அணைக்க முடியாமலும் போகிறது. முழுசாகப் பற்றி எரிகிறார்கள்!' என்றனர் சிலர். ஏதோ தீப்பொறி அடிப்படைக் காரணமாக இருந்தாலும், மிக விரைவில் சாம்பலாகப் போவதுவரை விபரீதம் நிகழ்வதுதான் ஆச்சரியம்!

1987-ல் பிரிட்டனில், கென்ட் என்கிற ஊரில் ஐம்பது வயதான ஒருவருக்கு நெருப்பு மரணம் ஏற்பட்டபோது, கொஞ்ச நேரத்தில் அங்கு வந்த பி.பி.சி. டி.வி. குழு விஸ்தாரமாக அந்தச் சூழ்நிலையைப் படம் பிடித்தது. போலீசும் சத்தியமாக இது கொலை இல்லை' என்று சொல்லிவிட்டது. விஞ்ஞானிகள் அந்த வீடியோ கேசட்டையும் வைத்து விவாதித்து ஒரு புதிய கருத்தை முன் வைத்தார்கள்!

மனிதனின் வயிற்றுக்குள் எரியக்கூடிய காற்றுப் பொருள்கள் (Combustible gases) உண்டு! அரிதாகச் சிலருக்கு மட்டும் மிகவும் அதிக அளவில் அவை உற்பத்தியாகின்றன. தவிர, நம் எல்லாருடைய உடலிலும் மின் சக்தியும் உண்டு (Static Electricity). சிலருக்கு அதுவும் அதிகமாக இருக்கக்கூடும். இது உண்மைதான்! உடலுக்குள் மின்சக்தி சற்று அதிகமாக உள்ளவர்கள் திடீரென்று காதலிக்கு முத்தம் கொடுக்கும்போது லேசான ஷாக் ஏற்படும் என்று ஆராய்ச்சி செய்து கண்டுபிடித்திருக்கிறார்கள்! Kiss என்கிற ஒரு புத்தகத்தில் கூட எலெக்ட்ரிக் முத்தம் பற்றி வருகிறது. அப்படி ஒரு மின்சாரம் உடலுக்குள்ளேயே பளிச்சிட்டு கூடவே வயிற்றுக்குள் காக்டெய்ல் போன்ற காஸ் விஷயங்களும் அதிக அளவில் பரவியிருந்தால் இப்படி ஒரு விபரீதம் ஏற்படுவது சாத்தியம் என்று விஞ்ஞானிகள் மெனக்கெட்டு விளக்கினார்கள்!

அதற்கேற்ப 1993-ல் ஜெர்மனியில் இரு விஞ்ஞானிகள், சில விலங்கினங் களின் வயிற்றுக்குள் பாஸ்ஃபேன் காஸ் இருப்பதைக் கண்டுபிடித்தார்கள்! பாஸ்ஃபேன் வாயு - பாஸ்ஃபரஸ் போல தானாகவே திடீரென்று எரிகிற பொருள்! (வயற்புரங்களில் அந்தரத்தில் எரியும் தீப்பிழம்புகள் பாஸ்ஃபேன் காஸ்தான். அதைத்தான் நாம் கொள்ளிவாய்ப் பிசாசு என்கிறோம்!) விலங்கு களுக்கு இப்படி நிகழும் என்றால் மனிதனுக்கும் இது சாத்தியம் என்றார்கள் விஞ்ஞானிகள்.

இந்த வகைத் தீயில் உடல் எரிந்து சாம்பலாகி விடுவதால் விஞ்ஞானிகளால் இந்தக் கருத்தை இன்றுவரை நிரூபிக்க முடியாத நிலை!

மனிதர்களை வைத்துச் சோதனை நடத்தினார்கள். ஆச்சரியம்! - சிலர் வயிற்றில் பாஸ்ஃபேன்காஸ் இருப்பது தெரிய வந்தது! ஆனால், ஒரு விஷயம் - வெஜிடேரியன் உணவு சாப்பிடுபவர்களைவிட நான் - வெஜிடேரியன் பழக்கமுள்ளவர்களிடம் பாஸ்ஃபேன்காஸ் அதிகமாக உற்பத்தி ஆகிறது என்று மட்டும் சோதனையில் தெரியவந்தது. ஏன் வம்பு... வெஜிடேரியனுக்கு மாறிவிடுவோமா?

28. இறங்கியது பறக்கும் தட்டு!

அமெரிக்காவில் ஓரிகான் மாநிலத்தில் மாக்மின்வைல் என்கிற ஊரில் வசிக்கும் திருமதி ட்ரென்ட், அவர் வளர்க்கும் முயல்களுக்காக கேரட், கீரை வகைகளை எடுத்துக்கொண்டு தோட்டத்துக்கு வந்தார். 1950-ம் ஆண்டு மே-11, இரவு 7.45.

திடீரென்று வானத்தில் மின்னல் தோன்றி அது அப்படியே நின்று விட்டதைப் போல, ஒளி வீசியது! சில விநாடிகளில், தோட்டத்தின் தெற்குப் பக்கத்திலிருந்து ஒரு பெரிய தட்டு, ஏராளமான மினுக் மினுக் விளக்குகளுடன் பறந்து வந்தது. திகைப்புடன் அண்ணாந்து நின்ற திருமதி ட்ரென்ட், அவருடைய கணவர் பெயரைச் சொல்லி அலறினார். கார் ஷெட்டுக்குள் இருந்து ஓடிவந்தார் கணவர் பால்ட்ரெண்ட். அவர்கள் கண்முன்னே மிகமிக ஆச்சரியமான காட்சி விரிந்தது. அங்கே... பளீரென்று ஒரு பெரிய பறக்கும் தட்டு! பால் ட்ரெண்ட் மூளை, நல்ல காலமாக வேலை செய்தது. ஓடிப்போய் காரில் இருந்த கேமராவை எடுத்து வந்தார். ஏற்கெனவே கேமராவில் ஃபிலிம் இருந்தது. நான்கு எக்ஸ் போஷர் மட்டும் பாக்கி. உடனே செயல்பட்டார் பால்!

இதற்குள் வானத்தில் மிதந்த அந்தத் தட்டின் வேகம் குறைந்தது. ஒரு பக்கம் சாய்ந்தவாறு சில

விநாடிகள் அந்தரத்தில் நின்றது. அதிலிருந்து வெளிச்சம் அதிகமானது. சுமார் முப்பது அடி விட்டம் கொண்ட அந்தத் தட்டு சுழலுவதாகவும் தெரிய வில்லை. அதிலிருந்து புகை, நீராவி (Exhaust) எதுவும் வெளிப்படவில்லை. சற்று நேரத்தில் அது, க்ளைடர் போல மிதந்து, ரேஸ் கார் வேகத்தில் சரேலென்று மேலே கிளம்பிச் சென்று… மறைந்து விட்டது.

ட்ரென்ட் தம்பதி இந்த விஷயத்தை நெருக்கமான சில நண்பர்களிடம் மட்டும் சொன்னார்கள். அருகில் இருந்த ஒரு போட்டோ ஸ்டுடியோவில் ஃபிலிமை டெவலப் செய்ததில், பறந்த அந்தத் தட்டு நன்றாகவே படத்தில் விழுந்திருந்தது! ஆனால், ஒரு நண்பர் மூலம் உள்ளூர் நாளிதழின் நிருபர் ஒருவருக்கு இந்தத் தகவல் போய்விட்டது. ஏதாவது யு.எஸ். அரசின் ஒற்றுவேலை சம்பந்தப்பட்டதாக இருக்கும் என்று பயந்த அந்தத் தம்பதி, அந்த போட்டோக்களை நிருபரிடம் தராமல் முரண்டு பிடித்தனர். விடாக்கண்ட நிருபர், ட்ரென்ட் குழந்தைகள் வைத்திருந்த ஒரு போட்டோவை மட்டும் நைசாகக் கேட்டு வாங்கிக்கொண்டு போய் விட்டார். மறுநாள் (ஜூன் - 8) பத்திரிகையில் முதல் பக்கத்தில் செய்தியும் படமும் வெளியான பிறகு ஏராளமான நிருபர்களும் அரசு அதிகாரிகளும் அந்த ஊருக்கு வந்துவிட்டனர்.

பறக்கும் தட்டை மேலும் சிலரும் பார்த்திருந்தும், படம் எடுத்தவர் பால் ட்ரென்ட் மட்டும்தான். பிறகு அந்தப் படங்கள் லைஃப் பத்திரிகையில் கூட வெளியாக, யு.எஸ். விமானப்படை அதிகாரிகள் சிலரும் நேரில் வந்து அவரை விசாரித்தனர். கேமரா நிபுணர்களும் விஞ்ஞானிகளும் சோதனைகள் நடத்தி னார்கள். போட்டோக்களில் எந்த சில்மிஷமும் செய்யப்படவில்லை என்று ரிப்போர்ட் கொடுத்தார்கள்.

நான்கு ஆண்டுகள் கழித்து ப்ரெஞ்ச் ஏர்-மார்ஷல் ஒருவர், விமானத்தில் பயணித்துக்கொண்டிருந்தபோது பக்கத்தில் பறந்து சென்ற ஒரு பறக்கும் தட்டைக் கையிலிருந்த கேமரா மூலம் படம் பிடித்தார். அதுவும் பால் ட்ரென்ட் பார்த்த டைப் போலவே அதே வடிவம் அதே நீள, அகலத்தில் இருந்தது!

பிரிட்டனில் எஸ்ஸெக்ஸ் என்கிற ஊரில் உள்ள ஒரு தொழிற்சாலையில் இன்ஜினீயராகப் பணிபுரியும் பால் க்ரீன் என்னும் 29 வயது இளைஞர், செப்டம்பர் 14, 1965 அன்று இரவு ஒரு மணிக்கு மோட்டார் சைக்கிளில் வந்துகொண்டிருந்தார். அவருடைய காதலியுடன் நைட் கிளப்புக்குப் போய் விட்டுத் திரும்பிக் கொண்டிருந்த அதேசமயம் அவருக்கு முன்னால் இன்னோர் இளைஞர் ஸ்கூட்டரில் போய்க்கொண்டிருந்தார்.

க்ரீன் வண்டி அந்த ஸ்கூட்டரை ஓவர்டேக் செய்து சுமார் ஒரு கி.மீ. போன சமயம். திடீரென்று அவருக்கு ஒரு ஹம்மிங் சத்தம் கேட்டது. பிறகு அந்த ஒலி அதிகமானது. கூடவே வானில் ஒரு நீல நிற ஒளி தெரிய, க்ரீன் ஓட்டிவந்த மோட்டார் சைக்கிள் தானாகவே ஆஃப் ஆனது! தொலைவில் இருந்த சில

வீடுகளிலும் விளக்குகள் சட்டென்று அணைந்ததை க்ரீன் உணர்ந்தார். ஏதோ பவர்கட் என்று வீடுகளில் இருந்தவர்கள் நினைத்திருக்க வேண்டும்.

இதற்குள் பக்கத்தில் அந்த இன்னொரு ஸ்கூட்டரும் வந்து நின்று விட்டது. க்ரீனும், அந்த இளைஞரும் கீழே இறங்கி அந்த நீல ஒளியைப் படபடப்போடு கவனித்தார்கள்.

ஏதோ விமானம்தான் என்று முதலில் நினைத்த அவர்களுக்கு ஓர் அதிசயம் காத்திருந்தது. பிரும்மாண்டமான, தட்டையான பம்பரம் போன்ற ஒன்று அவர்களுக்கு ஒரு கி.மீ. தொலைவில் மிதந்துவந்து அந்தரத்தில் நின்றது. அதைச் சுற்றிலும் பளீரென்று நீல நிற ஒளி. பம்பரத்தின் மேற்பகுதி மாதிரியே இதிலும். கீழே மஞ்சள் நிறத்தில் எட்டு பெரிய விளக்குகள். வெளிச்சம் மட்டும் நீல நிறத்தில்!

அந்தப் பறக்கும் தட்டு இன்னும் சற்று கீழே வந்து சுமார் நூறு மீட்டர் தொலைவில் மிதந்தது. க்ரீன் அதீத ஆர்வத்துடன் அதை நோக்கி நடக்க ஆரம்பித்தார். சில அடிகள் நடந்த பிறகு அந்த நீல ஒளி அவரைத் தாக்கியது. மெல்லிய மின்சாரம் தாக்கிய உணர்வு அவருக்கு ஏற்பட்டது! உடல் முழுவதும் சோர்வு ஏற்படுத்தும் வலி!

'முதலில் எனக்குத் தலை வலிக்க ஆரம்பித்தது. ஒரு அடிகூட எடுத்துவைக்க சிரமமாக உணர்ந்தேன். ஆனால் முடியவில்லை. அந்தப் பொருளின் முன்பகுதி எங்களைப் பார்ப்பது போல இருந்தது. நாங்கள் எதிரே இருப்பதை அதிலுள்ள ஏதோ சக்திகள் உணர்ந்திருக்க வேண்டும்! பிறகு, குறிப்பிட்ட ஒரு பெரிய விளக்கு மட்டும் அணைந்தது. அந்தப் பறக்கும் தட்டு மெல்ல மேலே கிளம்பி சில நிமிஷங்களில் மறைந்தது. உருண்டையான பஞ்சுப்பொதி போல அந்த நீல நிற வெளிச்சம் மட்டும் மேலும் பல நிமிஷங்கள் அங்கே தங்கியிருந்தது!' - நிருபர்களிடம் சொன்னார் க்ரீன்.

க்ரீன் பொய் சொல்கிறாரா? என்று கண்டுபிடிக்கலை டிடெக்டர் சோதனைகள் செய்யப்பட்டன. அவர் பொய் சொன்னதாகப் படவில்லை.

ஆனால், க்ரீனைப் பரிசோதித்த டாக்டர்கள் அவரது உடம்பில், ஏகமாக மின்சக்தி (Static Electricity) இருந்ததைக் கண்டுபிடித்தார்கள். உடலில் பரவலாகக் காந்தசக்தி பரவியிருப்பதும் தெரிந்தது. இரவு நேரத்தில் அவரது தோள் பட்டைக்கும் தலைக்கும் மேலே லேசான நீல நிற ஒளியும் ஒரு கீற்றாகச் சில நாள்களுக்குத் தெரிந்தது!

இரண்டு நாள்களுக்குப் பிறகு, பக்கத்து ஊரில் வசித்த ஒரு பெண்மணி அதே நாளில் நீல வெளிச்சத்துடன் பறக்கும் தட்டு ஒன்று வேகமாக வடகிழக்கு நோக்கிப் பறந்து சென்றதைப் பார்த்ததாக ஒரு பத்திரிகைக்குப் பேட்டி தந்திருந்தார். வடகிழக்கில்தான் க்ரீன் வசித்த ஊர் இருக்கிறது.

1973, அக்டோபரில், யு.எஸ்.ஸில் நியூ ஆர்லின்ஸ் அருகே துறைமுகத்தில் பணிபுரியும் இரு தொழிலாளர்களுக்கும் பறக்கும் தட்டு ஒன்றைப் பார்க்கும்

அனுபவம் கிடைத்தது. பளீரென்று ஒளிவீசப் பறந்து வந்து கீழே இறங்கி நின்ற அந்தப் பறக்கும் தட்டை, வெறித்துப் பார்த்து நின்ற அவர்களுடைய திகைப்பு உச்சத்துக்குப் போனது.

காரணம்... அதிலிருந்து மூன்று உருவங்கள் கீழே இறங்கி அவர்களை நோக்கி நடந்து வந்தன!

29. நோட்டம் விடும் வேற்றுக்கிரகவாசிகள்!

நியூ ஆர்லின்ஸ் அருகே, வாக்கர் ஷிப்யார்டு என்கிற துறைமுகத்தில் பணிபுரிந்து வந்த சார்லஸ் ஹிக்ஸன் (வயது 45), கால்வின் பார்க்கர் (வயது 18) இருவரும் இரவு ஒன்பது மணிக்கு ஷிப்ட் முடித்து அருகே உள்ள ஏரியில், கொஞ்சநேரம் மீன் பிடிக்கலாம் என்று போனார்கள் (11 அக்டோபர் 1973). தூண்டிலை எடுத்து அவர்கள் தயாரான சமயம்... பின்னாலிருந்து காற்றைக் கிழித்துக்கொண்டு ஒருவிதமான சத்தம் கேட்டது! திரும்பிப் பார்த்த ஹிக்ஸன் திகைப்பில் உறைந்தார். அவருடைய கரம் மட்டும் மெல்ல நண்பர் பார்க்கரின் தோளைத் தொட்டது. பார்க்கரும் திரும்பிப் பார்த்து திடுக்கிட்டுப் போக...

அங்கே பெரிய அளவில் ஒரு பறக்கும் தட்டு, தரைக்குச் சுமார் மூன்றடி உயரத்தில் மிதந்து கொண்டிருந்தது. ஓவல் ஷேப்பில் நீல நிற ஒளியை உமிழ்ந்தவாறு, மிகப் பிரகாசமாக இருந்தது அந்த விண்வெளிக்கலம்.

பிறகு நிகழ்ந்தது அவர்களை மேலும் பீதிக்குள் ளாக்கியது! கதவு என்று எதுவும் இல்லாவிட் டாலும், திடீரென அதில் தெரிந்த ஒரு வாசல் வழியே மூன்று உருவங்கள் இறங்கி அவர்களை நோக்கி வந்தன. மிதந்து வந்தன என்பதே சரி! மூன்றும் சுமார் ஐந்தடி உயரம் இருக்கும். உருவங்களின் தோல்களில் (ஊர்வன போல) குட்டிக்குட்டிச் சுருக்கங்களோடு கரங்கள்

நண்டுகளின் முன்னங்கைகள் (Claws) போலிருந்தன. அவற்றின் முகத்தில் கண்கள் என்று எதுவும் தெரியவில்லை. உடல் முழுவதும் ஏதோ ஒருவித உடை அணிந்தது போலிருந்த அந்த உருவங்கள் அருகில் மிதந்து வந்தபோது, கூடவே 'ஸ்ஸ்ஸ்' என்ற ஒலி வெளிப்பட்டது!

ஹிக்ஸன் நடுங்கிப்போனார். அதில் ஓர் உருவம் கரத்தை நீட்டி பார்க்கரைத் தொட்டதுதான் தெரியும். பார்க்கர் முழுசாக மயக்கமானார்.

இருவரையும் அந்த உருவங்கள் தூக்கிக்கொண்டு பறக்கும் தட்டுக்குள் மிதந்து சென்றன. இவர்களுடைய எடை அந்த உருவங்களுக்கு ஒரு பொருட்டாகவே இல்லை. கலத்தின் உள்ளே மேலும் பிரகாசமாக இருந்த அறையில், சாய்வு நாற்காலியில் படுப்பதுபோல, இருவரும் சாய்த்து வைக்கப்பட்டனர். அவர்களின் உடலுக்கு அருகே மிதந்து வந்த மைக்ராஸ்கோப் போன்ற ஒரு கருவி அவர்களைத் தொடாமலேயே மேலும் கீழுமாகப் பயணித்தது. பார்க்கர் தொடர்ந்து முழு மயக்கத்தில் இருந்தார். ஹிக்ஸன் உணர்வோடு இருந்தாலும் கண்களை மட்டுமே அவரால் அசைத்து இதையெல்லாம் கவனிக்க முடிந்தது.

சில நிமிஷங்கள் கழித்து, அதே உருவங்கள் இருவரையும் சுமந்துகொண்டு வெளியில் விட்டுவிட்டுத் திரும்பிச்சென்று பறக்கும் தட்டுக்குள் ஏறிக் கொண்டன. ஹிக்ஸனால் நிற்க முடியவில்லை. தள்ளாடிக் கீழே உட்கார்ந்து விட்டார். பார்க்கர் தரையில் கோணலாகக் கிடந்தார். மூச்சு மட்டும் வந்து கொண்டிருந்தது. அவருக்கு உணர்வு திரும்ப நாலு மணி நேரம் ஆனது!

மறுநாள் நிருபர் கூட்டத்தில், 'அந்த விண்வெளிக்கலம் சுமார் பதினைந்து அடி அகலமும், எட்டு அடி உயரமும் இருந்தது. அந்த உருவங்கள் வேற்றுக்கிரக உயிரினங்களா அல்லது அவர்களால் இயக்கப்பட்ட வெறும் ரோபாக்களா என்று தெரியவில்லை. அவர்களுக்குக் கொடுக்கப்பட்ட வேலையை எந்தவொரு உணர்ச்சியும் இல்லாமல் செய்தது போலத்தான் பட்டது. எங்களோடு (டெலிபதி மூலம் கூட!) பேச அவர்கள் முற்படவில்லை. எங்களை முரட்டுத்தனமாகவும் கையாளவில்லை. மனிதன் முயலைத் தூக்குவதுபோல மிகவும் சுளுவாகச் சுமந்து சென்று, பிறகு மென்மையாக விட்டுவிட்டுப் போனார்கள்!' என்றார் ஹிக்ஸன்.

இரு நண்பர்களையும் விசாரித்துவிட்டு, ப்ளையிங் ஸாஸர் ரிவ்யூ என்கிற விஞ்ஞானப் பத்திரிகைக்குப் பேட்டி தந்த உயர் காவலதிகாரி, 'நடந்ததை ஹிக்ஸன் விளக்கியபோது பதற்றத்தோடு காணப்பட்டார். அவர் கொஞ்சம் கூட பொய் சொன்னது போல எனக்குப் படவில்லை. என்ன கேள்வி கேட்டாலும் உடனே பதில் வந்தது. நடிப்பதாகவும் தெரியவில்லை. ஏனென்றால் மிகச் சிறந்த ஹாலிவுட் நடிகர்கள்கூட இந்த அளவுக்கு நடிக்க முடியாது!' என்று ஒப்புக் கொண்டார்.

நான்கு நாள்கள் கழித்து நார்த்வெஸ்ட்டெர்ன் பல்கலைக் கழகத்திலிருந்து விண்வெளி விஞ்ஞானிகளும், ஹிப்னாடிசம் தெரிந்த வல்லுனர்களும் இந்த இருவரையும் சந்தித்தனர். டாக்டர் ஆலன் ஹைனக், ஹிக்ஸனை

ஹிப்னடைஸ் செய்தார். பிறகு ஹைனக் தந்த ரிப்போர்ட், 'இருவருக்கும் ஏதோ இனம் புரியாத பயங்கர அனுபவம் நிகழ்ந்திருக்கிறது என்பதில் சந்தேக மில்லை' என்று சொன்னது!

'பறக்கும் தட்டிலிருந்து' வந்த உருவத்தால் தொடப்பட்ட பார்க்கரின் மனநிலை பாதிக்கப்பட்டதால் அவர் குமுறியதுதான் அதிகம். அனுபவத்தின் போது தொடர்ந்து மயக்கத்தில் வேறு இருந்ததால் அவரைச் சோதனைகளுக்கு உட்படுத்த முடியவில்லை.

ஹிக்ஸனுக்கு இரண்டரை மணி நேரம் Lie Detector சோதனை நடத்தப் பட்டது. (பொய் சொன்னால் கண்டுபிடிக்கும் கருவி!) அதிலும், 'ஹிக்ஸன் பொய் சொல்லவில்லை' என்று ரிப்போர்ட் வந்தது!

இரு நண்பர்களுக்கும் இந்த அனுபவம் நிகழ்ந்த அதே நாளில் எழுநூறு கி.மீ. தொலைவில் ஒரு பாதிரியார் விண்வெளித் தட்டு ஒன்றைப் பார்த்திருக்கிறார். அவர் பணியாற்றிய தேவாலயத்தின் அருகே சில நிமிஷங்கள் பறக்கும் தட்டு இறங்கி, பிறகு கிளம்பிச் சென்றிருக்கிறது. இதே பறக்கும் தட்டாக இருந்திருக்கலாம். பாதிரியார் தப்பித்தாரோ!

1963-ல் அர்ஜெண்டினா நாட்டில், ட்யூகூமான் என்கிற மாவட்டத்தில் யோலி மொரானோ என்கிற பெண்ணும், அவர்கள் வீட்டு வேலைக்காரப் பெண் டோரா மார்ட்டினாவும், இரவு எட்டு மணிக்கு, வீட்டுக்குப் பின்னால் இருந்த வயற்புரத்தில் ஒரு பறக்கும் தட்டு ஒளிவீச இறங்கியதைப் பார்த்தனர். உண்மையில், இரண்டு பறக்கும் தட்டுகள்! அவற்றை ஒரு பாலம் இணைத்திருந்தது. கண்ணாடிக் குழாய் போல இருந்த அந்தப் பாலம் வழியே நிறைய உருவங்கள் குறுக்கும் நெடுக்குமாக நடந்து சென்றதையும் அவர்கள் பார்த்தார்கள். மொரானோ எண்ணியதில் சுமார் நாற்பது பேர்! அதற்குள், மேலும் நான்கு பறக்கும் தட்டுகள் அங்கே இறங்கின! ஒன்றிலிருந்து மட்டும் லைட் ஹவுஸ் விளக்கு போல ஓர் ஒளி சுழன்றது. ஸ்பாட் லைட் மாதிரி அருகில் வந்து ஓரிரு விநாடிகள் நின்ற ஒளிக்கீற்றைத் தொட்டுப் பார்த்தாள் மொரானோ. சூடாக இருந்ததாக உணர்ந்தாள்.

சுமார் நாற்பது நிமிஷங்களுக்குப் பிறகு எல்லா தட்டுகளும் ஏக காலத்தில் டேக் ஆஃப் ஆகிப் பறந்து மறைந்தன.

மறுநாள் நிருபர்கள் வந்து கூடிவிட்டார்கள். அப்போதும்கூட வயலிலிருந்து ஒருவித சல்ஃபர் வாசனை அடித்துக் கொண்டிருந்ததையும் வட்ட வடிவில் அங்கே நிறைய பெரிய பள்ளங்களையும் நிருபர்கள் கவனித்தார்கள்.

நம் விண்வெளி வீரர்கள் சந்திரனில் இறங்கிச் சில சோதனைகள் செய்துவிட்டுத் தேமேயென்று திரும்புவதைப் போல, வேற்றுக்கிரக வீரர்கள் இங்கு வந்து சில நிமிஷங்கள் நோட்டம் விட்டுவிட்டுத் திரும்பியிருக்க லாமோ? நாம் வேற்றுக் கிரகவாசிகளிடம் அச்சப்படுவது போல அவர் களுக்குப் பூமி மனிதர்களிடம் பயம் இருக்கலாம் அல்லவா?

பூமிக்கு வருவது ஏதோ ஓரிரு பறக்கும் தட்டுகள் அல்ல! ஒரே ஆண்டில் (1970-ல் மட்டும்) ப்ரான்ஸில் அறுநூறு பறக்கும் தட்டுகள் வந்ததாகக் கூறப்படுகிறது. அதே ஆண்டில் யு.எஸ்.ஸில் 923 கேஸ்களும், ஸ்பெயினில் இருநூறு அனுபவங்களும் பதிவாகியிருக்கின்றன! 1950-களில் சென்னையில் கூட பறக்கும் தட்டு பீதி ஏற்பட்டதுண்டு! இரவு நேரத்தில் சென்னையில் பல பகுதிகளில் மக்கள் ஆர்வத்துடன் அண்ணாந்து பார்த்து நின்றதுண்டு. நம் புராணங்களில் வராத பறக்கும் தட்டுகளா?

உண்மையில் பறக்கும் தட்டுகள் உண்டா? வேற்றுக்கிரகவாசிகள் நிஜமாகவே பூமிக்கு விஜயம் செய்கிறார்களா? மனிதர்கள் பறக்கும் தட்டுகளைப் பார்த்த தாகச் சொல்வது நிஜமா, பிரமையா? அவர்களால் எடுக்கப்பட்ட படங்கள் உண்மையா, போலியா?

30. பறக்கும் தட்டுகள் உண்மையா, போலியா?

வேற்றுக் கிரகத்திலிருந்து பறக்கும் தட்டுகள் பறந்துவர முடியும் என்று மனிதன் நம்ப ஆரம்பித்தது விமானங்கள் கண்டுபிடிக்கப்பட்ட பிறகுதான்! அதற்கு முன்பு மனிதனின் கற்பனை, விஞ்ஞானபூர்வமாக இருந்ததில்லை. ஆனால், பல்லாயிரக்கணக்கான ஆண்டுகளாக நீரில் செல்லும் கப்பல்கள் நமக்குப் பரிச்சயமாக இருந்து வருகின்றன.

கி. மு. 215-ல் ரோம் நகரத்துக்கு மேலே சில கப்பல்கள் பறந்து சென்றதாக வரலாற்றுக் குறிப்புகள் உண்டு! ஒன்பதாம் நூற்றாண்டில் கற்பனை அதிகமானது. 'மேகங்களுக்கு மேலே வசிக்கும் தேவபுருஷர்கள் அவ்வப்போது பறக்கும் கப்பல்களில் வெளிப்படுகிறார்கள். அவர்களும் பூமியில் வசிக்கும் மந்திரவாதிகளும் கூட்டணி அமைத்து சூறாவளி, கடல் கொந்தளிப்பு, வெள்ளம் போன்ற ஆபத்துகளை உருவாக்குகிறார்கள்' என்றெல்லாம் மக்கள் அச்சத்தோடு பேசிக்கொள்ள ஆரம்பித்தார்கள். 'இதெல்லாம் கட்டுக்கதை. இறைவனைத் தவிர யாருக்கும் இத்தகைய சக்திகள் கிடையாது!' என்று ஐரோப்பாவில் உள்ள கிறிஸ்தவ தேவாலயங்கள் கவலையோடு எதிர் பிரசாரம் செய்ய வேண்டி வந்தது!

'இனம்புரியாத தேவ சக்திகள்' என்கிற அச்சம் அகன்று விஞ்ஞானபூர்வமாகப் பறக்கும்

தட்டுகளை மனிதன் அலச ஆரம்பித்தது சென்ற நூற்றாண்டில்தான். இப்படியாக, பண்டைக்காலத்திலிருந்து இன்றுவரை, வெவ்வேறு கோணங்களில் பறக்கும் தட்டுகளை நாம் அலசிக் கொண்டிருக்கிறோம்.

இரண்டாம் உலகப் போர்நடந்த சமயம் ஏராளமான விமான பைலட்டுகளுக்கு பறக்கும் தட்டு அனுபவங்கள் நிகழ்ந்தன! அமெரிக்க விமானிகள் பலர் தாங்கள் ஓட்டிய போர் விமானத்தை ஒரு வித்தியாசமான, இனம் புரியாத விண்கலம் துரத்தியதாகத் தெரிவித்தனர். சம்பிரதாயமான போர் விமானங்களைத் தவிர, ரகசியமாக பறக்கும் சாதனங்களையும் ஜெர்மனி ஏவிவிடுகிறதோ என்று அமெரிக்க அரசுக்குச் சந்தேகம் வந்தது. தமாஷ் என்னவென்றால், அதேசமயம் ஜெர்மானிய விமானிகளும், தங்கள் விமானத்தை ஏதோ ஒளிவீசும் தட்டுகள் துரத்தியதாகப் பத்திரிகைகளுக்குப் பேட்டி தந்தார்கள்! போர் முடிந்து ரஷ்ய - அமெரிக்கப் பனிப்போர் ஆரம்பித்த பிறகும் இதே அனுபவங்கள் தொடர்ந்தன. இந்த முறை யு.எஸ்.ஸும், ரஷ்யாவும் ஒன்றை ஒன்று எதையோ ரகசியமாகப் பறக்கவிட்டு வேவு பார்ப்பதாகக் குற்றம் சாட்டிக் கொண்டன. இன்றுவரை உண்மையில் பறந்து வந்தவை என்னவென்று இரு அரசுகளாலும் கண்டுபிடிக்க முடியவில்லை.

1947 ஜூன் 27-ம் தேதி வாஷிங்டன் அருகே கென்னத் ஆர்னால்ட் - என்கிற அமெரிக்க பைலட் தன்னந்தனியே ஒரு சிறு விமானத்தில் பறந்து கொண்டிருந்தார். இரவு சுமார் 11 மணி. தொலைவில் இருந்த மலைக்குப் பின்னாலிருந்து ஒளி வீசியவாறு - ஒன்றல்ல, இரண்டல்ல - ஒன்பது பறக்கும் தட்டுகள் V ஷேப்பில் அணிவகுத்து அவரது விமானத்தைத் தொடர்ந்தன. திகைத்துப்போனார் ஆர்னால்ட். பிற்பாடு விமானப்படை அதிகாரிகள், அந்தச் சமயத்தில் எந்த விமானங்களும் பறக்க விடப்படவில்லை என்று அடித்துச் சொன்னார்கள். ஒன்பது பறக்கும் தட்டுகளையும் ஒருசேரப் பலர் பார்த்தாலும், மிக அருகில் பார்த்தவர் ஆர்னால்ட்தான்.

ஆர்னால்ட் செல்வாக்குள்ள பிஸினஸ்மேன். தேர்ந்த பைலட். சாரணர் படையின் தலைவர். ஒலிம்பிக்ஸில் நீச்சல் போட்டியில் தேர்ந்தெடுக்கப் பட்டவர். தன் விமானத்தை ஓவர்டேக் செய்த பறக்கும் தட்டுகள் 1,700 மைல் வேகத்தில் பறந்ததாகவும் ஒவ்வொன்றின் சைஸும் சராசரி ஜெட் விமானத்தை விடச் சற்று சிறியதாக இருந்ததாகவும் நிருபர்களிடம் கூறினார் ஆர்னால்ட். இவரது அனுபவத்துக்குப் பிறகுதான் அமெரிக்காவில் பறக்கும் தட்டுகள் மேலும் பிரபலமடைந்தன.

அதைத் தொடர்ந்து, விமானப்படைக்குத் தெரியாமல் ஏதோ வானத்தில் பறக்கின்றன என்கிற தகவல்கள் தொடர்ந்து வர ஆரம்பித்ததால் யு.எஸ். அரசுக்குக் கவலை வந்துவிட்டது. (1948-ல் U.F.O. (Unidentified Flying Objects) என்று புதிதாக நாமகரணம் சூட்டப்பட்டது அப்போதுதான் என்றாலும் நாம் பறக்கும் தட்டுகள் என்றே அழைப்போம்!) இவற்றைத் தீவிரமாக ஆராய Project Sign என்ற ரகசியக் குழு ஒன்றை யு.எஸ். அரசு நியமித்தது. 1947-ல் மட்டும் விண்ணில் பறந்த 122 தட்டுகள் பற்றிய தகவல்கள் விவரமாக

ஆராயப்பட்டன. இதில் 110 தட்டுகள் தனிப்பட்ட அல்லது வேவுபார்க்கும் ஏர்ஃபோர்ஸ் விமானங்கள் என்பது கண்டுபிடிக்கப்பட்டன. சில பறக்கும் தட்டுகள் விண்ணிலிருந்து சீறி பூமியில் விழுந்த எரிகற்கள் என்றும் கண்டுபிடித்தார்கள். 12 தட்டுகள் மட்டும் என்னவென்று யாராலும் துப்பறிந்து கண்டுபிடிக்கப்படவில்லை.

ஆகவே நிஜத் தட்டுகளுடன் நிறைய போலிகளும் உலாவுகின்றன என்பது தெரிய வந்தது! விண்வெளியிலிருந்து பறக்கும் தட்டுகள் நிஜமாகவே பூமிக்கு வரக்கூடும் என்கிற ஆர்வமும் அச்சமும் மனிதனின் ஆழ்மனத்தில் இருப்ப தாலேயோ என்னவோ, பலர் மிகுந்த கற்பனா சக்தியோடு போலி பறக்கும் தட்டுகளை உருவாக்க ஆரம்பித்தார்கள்!

டெலிபோன் ஒயர்களிலிருந்தும் மரங்களிலிருந்தும், கார் Hubcap ஐத் தொங்க விட்டு, தொலைவிலிருந்து சற்றே அவுட் ஆஃப் போகஸில் படமெடுத்துப் பத்திரிகைகளுக்கு அனுப்பியவர்கள் உண்டு. சிலர் தட்டையான பம்பரத்தை அந்தரத்தில் சுழலவிட்டுப் படம் பிடித்தார்கள். அச்சாகப் பறக்கும் தட்டு வருவதைப் போலவே ஃஃபோட்டோக்கள் இருந்ததால் பத்திரிகைகள் கூடக் குழம்பின. பிறகு விஞ்ஞானிகள் நடத்திய தீவிர விசாரணையில் பலர் மாட்டிக் கொண்டு 'நாங்கள் வீட்டில் தயாரித்ததுதான்' என்று உண்மையை ஒப்புக் கொண்டார்கள்.

இன்று கம்ப்யூட்டர் உதவியோடு எப்பேர்ப்பட்ட பறக்கும் தட்டின் படத்தையும் நிஜம் என்று நம்பும் அளவுக்குத் தயாரிக்க முடியும். எனவே புகைப்படங்களை மட்டும் வைத்துக்கொண்டு பறக்கும் தட்டுகளை நம்புவது காலாவதியாகிப் போய்விட்ட விஷயமாகி விட்டது. நிஜமாகவே பறக்கும் தட்டை ஃபோட்டோ பிடித்துக் காண்பித்தால் கூட நம்பாத நிலை! பிரச்னை இப்படியிருக்க, பறக்கும் தட்டு உண்டா, இல்லையா என்று எப்படித்தான் கண்டுபிடிப்பது? விஞ்ஞானிகளின் மூளையில் பளிச்சென்று ஓர் ஐடியா தோன்றியது!

31. பூமி – ஒரு கடுகு!

பறக்கும் தட்டு என்பது உண்மையிலேயே இருக்கிறது என்பதைத் திட்டவட்டமாக நிரூபிக்க ஒரே வழிதான் உண்டு. எப்படியேனும் ஒரு பறக்கும் தட்டையாவது நாம் கைப்பற்ற வேண்டும். இன்றுவரை அது சாத்தியப்படவில்லை. ஆவிகள் இருக்கின்றன என்று விஞ்ஞான உலகம் ஒப்புக் கொள்கிறது. ஆனால், சினிமாவிலும் பேய்க் கதைகளிலும் வருகிற பயமுறுத்தும் ஆவிகள் அல்ல அவை! அதே போலத்தான் பறக்கும் தட்டு என்பது தட்டு வடிவத்தில்தான் இருக்குமா என்பதுகூட நிச்சயமில்லை!

இதுவரை மனிதனுக்குத் தெரிந்த விஞ்ஞான உண்மைகள் தக்குனூண்டு. விஞ்ஞான மேதை ஐசக் நியூட்டனே குறிப்பிட்டது போல மனிதனுக்குப் புரிபடாத விஷயங்கள் இன்னும் கடலளவு இருக்கின்றன! மிகவும் ஸ்லோவாக ஒவ்வொன்றாகவே விஞ்ஞான மர்மங்கள் துலங்கிக் கொண்டிருக்கின்றன.

இன்றளவும் அகண்ட கண்டத்தைப் பற்றிய முழுமையான உண்மைகள் நமக்குத் தெரியவில்லை. யூனிவர்ஸ் என்பது எப்படித் தொடங்கியது, அதன் எல்லைகள் என்ன என்பது பற்றியெல்லாம் மாறுபட்ட கருத்துகள் இருக்கின்றன. வேற்றுக் கிரகங்களில் உயிரினங்கள் உண்டா,

இல்லையா என்பது பற்றி இன்னும் சந்தேகங்கள் உண்டு. பூமியில் உயிரினங்கள் தோன்றியது பற்றி ஆராய்ச்சிகள் செய்துவரும் விஞ்ஞானிகளில் சிலர் 'பூமியில் மட்டுமே மனிதர்கள் இருக்கக் கூடும். Single Cell-ல் தொடங்கி ஒரு திடீர் விபத்தில் அது இரண்டாகப் பிரிந்து, பிறகு நாலாக... எட்டாக... பதினாறாக... பிறகு கோடானுகோடி செல்களாகக் கிளர்ந்தெழுந்து வெவ்வேறு உயிரினங் களாகப் பரிணாம வளர்ச்சியடைவது என்பது எண்ணிப் பார்க்க முடியாத ஆச்சரியம்' என்கிறார்கள் விஞ்ஞானிகள்.

ஒரு போயிங் விமானத்தின் பாகங்களைத் தனித்தனியாகச் சிதறலாகப் போட்டு, அவை தானாகவே ஒன்றுசேர்ந்து பழையபடி விமானமாக உருவாவது எத்தனை அரிதான காரியமோ அதற்கு இணையான ஓர் அற்புதம்தான் உயிரினம்! இன்னொரு கிரகத்திலும் இதேபோல பரிணாம வளர்ச்சி ஏற்பட்டு மனிதர்கள் தோன்றுவதைக் கற்பனை செய்வது விஞ்ஞானிகளுக்குத் தர்மசங்கடமாக இருக்கிறது!

அப்படியிருக்க, நம்மைப் போலவே ஓரளவாவது தோற்றமளிக்கும் வேற்றுக் கிரக ஆசாமிகள் பறக்கும் தட்டில் பூமிக்கு வருவதை எப்படி நம்புவது?

இத்தனைக்கும் அகண்ட கண்டத்தின் அளவை வைத்துப் பார்க்கும்போது பூமி ஒரு கடுகு. கடுகை விடச் சிறிய புள்ளி என்றுகூடச் சொல்லலாம். கேட்கக் கஷ்டமாக இருந்தாலும் அகண்ட கண்டத்தில் பூமி என்கிற கிரகத்துக்கு ஒரு முக்கியத்துவமும் கிடையாது. அது ஒரு தூசி என்பதுதான் உண்மை!

இப்படிப்பட்ட வாதங்கள் நியாயமானவைதான் என்றாலும், கோடானு கோடி நட்சத்திர மண்டலங்கள் அகண்ட கண்டத்தில் இருக்கின்றன. அங்கே யுள்ள கிரகங்களிலும் எத்தனையோ அற்புதங்களும், ஆச்சரியமான பரிணாம மாற்றங்களும் ஏற்படாமல் இருக்க முடியாது. ஒளியின் வேகத்தை மிஞ்சிய வேகம் கிடையாது (ஒரு விநாடிக்கு 1,86,000 மைல் வேகம்!) அந்த வேகத்தில் சென்றாலும் சில (அருகில் உள்ள) நட்சத்திரங்களை அடையக்கூட பல்லாயிரக்கணக்கான வருஷங்கள் ஆகும் என்பது தெரிந்த விஷயம்! ஆனால், இதெல்லாம் மனிதக் கணக்கு! ஒளியின் வேகத்தை மிஞ்சும் வேகம் இருக்க முடியும் என்று விஞ்ஞானிகள் ஒப்புக்கொள்ள ஆரம்பித்திருக்கி றார்கள். தவிர, விமானம் அல்லது விண்வெளிக்கலத்தைப் போல பறக்கும் தட்டும் பறந்துதான் பூமிக்கு வரவேண்டும் என்று அவசியமில்லை. ஒரு இடத்தில் மறைந்து (Dematerialise) இன்னோர் இடத்தில் அது தோன்ற முடியுமென்றால்? அந்த அளவுக்கு வேற்றுக்கிரகங்களில் விஞ்ஞானம் வளர்ந்திருந்தால்?!

ஒன்று நிச்சயம். பறக்கும் தட்டுகள் என்கிற கண்டுபிடிக்க முடியாத பறக்கும் பொருள்கள் (U.F.O.) பூமிக்கு அவ்வப்போது வந்துகொண்டிருக்கின்றன என்று ஆயிரக்கணக்கானவர்கள் அடித்துச் சொல்லிக்கொண்டிருக்கிறார்கள். அதற்கான தடயங்களும் சாட்சியங்களும் ஏராளமாக இருக்கின்றன. பல U.F.O.

போட்டோக்கள் போலி என்று நிரூபிக்கப்பட்டாலும் சில போட்டோக்கள் தேர்ந்த விஞ்ஞானிகளையும் கேமரா நிபுணர்களையும் தலைசுற்ற வைக்கிறது!

வானத்தில் காற்றாடி பலூனில் ஆரம்பித்து விண்வெளிக்கலம் வரை எதுவும் பறக்க முடியும். அது எதுவாக இருந்தாலும் விண்ணிலேயே அது மறைந்து விட முடியாது. கீழே நிலத்தில் இறங்கித்தான் ஆகவேண்டும். அப்படியே சாமான்ய மனிதப் பார்வையை மிஞ்சிய ஒன்று (எவ்வளவு உயரத்தில்) பறந்தாலும் அதைக் கண்டுபிடிக்க மனிதன் ராடார் என்கிற கருவியை உருவாக்கியிருக்கிறான்.

ஆகவே, பறக்கும் தட்டு விஷயத்தில் ராடார் உதவியை விஞ்ஞானிகள் நாடினார்கள். கூடவே, பூமியில் பறக்கும் தட்டு இறங்கினால் அது விட்டுச் செல்லும் சாட்சியங்களை ஆராயத் தொடங்கினார்கள். பறக்கும் தட்டு வானில் பறந்து செல்லும்போது அதற்கு நேர் கீழாக உள்ள கார், லாரி விளக்குகளும், இன்ஜினும் தானாக நின்ற அனுபவங்கள் ஆராயப்பட்டன. (வாகனங்களில் உள்ள எலெக்ட்ரிக் சிஸ்டத்தைப் பறக்கும் தட்டின் மின்சக்தி தடை செய்வதாகப் பல தகவல்களிலிருந்து தெரிய வந்தது. மேலே ஏதோ பறந்தபோது தங்கள் கார் அல்லது மோட்டார் சைக்கிளின் இன்ஜின் தானாகவே அணைந்து போனதாக யு.எஸ்.ஸில் மட்டும் *440* பேர் சாட்சியம் சொன்னார்கள்.)

1971, நவம்பர் 2-ம் தேதி ரொனால்ட் ஜான்சன் என்னும் பதினாறு வயது இளைஞருக்கு விபரீதமான அனுபவம் ஒன்று ஏற்பட்டது. டெல்போஸ் என்னும் சிற்றூரில் மாலை நேரத்தில் வயற்புரத்தில் ஆடுகளை ஓட்டிக் கொண்டு வந்தார் அந்த இளைஞர். திடீரென்று விசித்திரமான சத்தம் கேட்க, நிமிர்ந்து பார்த்த ஜான்சன் கண் எதிரே ஒரு பெரிய புதருக்குப் பின்னாலிருந்து ஒன்பது அடி விட்டத்துடன் கூடிய பறக்கும் தட்டு ஒளிவீச டேக் ஆஃப் ஆனது. காளான் (Mushroom) ஷேப்பில் இருந்த அந்தத் தட்டின் அடிப்பாகத்திலிருந்து வெளிப்பட்ட ஒளியின் வெப்பம் ஜான்சனைத் தாக்கியது. அவருடைய தோல், ஆங்காங்கே தீக்காயம் ஏற்பட்டதைப் போல எரிந்து உரிந்து போனது. ஜான்சன் போட்ட அலறல் கேட்டு அவருடைய பெற்றோரும், பக்கத்து வீட்டுக்காரர்களும் ஓடிவந்தபோது... நீல நிற ஒளியை உமிழ்ந்தவாறு அந்த விண்வெளிக்கலம் சற்றுத் தொலைவில் பறந்து மறைந்தது. ஜான்சன் முகத்தை மூடியவாறு அலறிக் கொண்டிருக்க, அருகில் புல்தரை வட்டவடிவமாக எரிந்து கரிந்து கொண்டிருந்தது.

32. ரகசியம்... பரம ரகசியம்!

ஜான்சன் என்னும் அந்த இளைஞர் மண்டியிட்டு அமர்ந்தவாறு அலறிக்கொண்டிருக்க, அவருடைய பெற்றோரும், பக்கத்து வீட்டுக்காரர்களும் ஓடிவந்து திகைத்து நிற்க... தொலைவில் நீல ஒளியோடு மின்னிக்கொண்டு அந்தப் பறக்கும் தட்டு கிளம்பிச் சென்று ஒரு புள்ளியாகக் கீழ் வானத்தில் மறைந்துவிட்டது.

ஜான்சனின் தந்தையும் தாயும் மகன் இருந்த இடத்தைச் சுற்றிலும் வட்டமாகப் புல் கருகி யிருப்பதைப் பார்த்துவிட்டு, கீழே மெல்லத் தொட்டுப்பார்த்தனர். அப்போதுதான் பறக்கும் தட்டு கிளம்பிச் சென்றது என்பதால் அந்த இடம் ஒருவேளை சூடாக இருக்குமோ என்று பார்த்தால், ஆச்சரியம்! புல்தரை எரிந்து கரிந்த பிறகும், ஜில்லென்றுதான் இருந்தது! ஆனால், இன்னோர் அனுபவம் அவர்களுக்குக் கலவரத்தை ஏற்படுத்தியது. புல்லைத் தொட்ட அவர்களுடைய விரல்கள் சட்டென்று மரத்துப் போனது! ஜான்சனின் தாய் தன் விரல்களால், காலில் ஒட்டிக்கொண்டிருந்த புல்களையும் மண் ணையும் தட்டி விட்டார். அவர் தொட்ட இடத்தில் காலும் மரத்துப்போனது! ஒருநாள் முழுவதும் அந்த மரத்துப்போன அனுபவம் நீடித்ததாக, பிறகு அவர்கள் சொன்னார்கள்.

உடனடியாகப் பல விஞ்ஞான சோதனைகள் அங்கே நடத்தியிருந்தால் புதிய விஷயங்கள்

ஏதாவது கிடைத்திருக்கலாம்! ரொம்பப் பெரிதாக நினைக்காமல் லோக்கல் டாக்டர் ஒருவரிடம் மட்டும் ஜான்சனும் அவருடைய பெற்றோரும் நடந்ததைச் சொன்னார்கள். டாக்டரும் ஜான்சனின் தீக்காயத்துக்கு ஆயின் மெண்ட் தந்துவிட்டு, விரல்கள் மரத்துப்போனதற்கு ஏதேனும் அலர்ஜி காரணமாக இருக்கும் என்று மாத்திரைகள் தந்ததோடு சரி!

இரண்டு நாள்கள் கழித்து U.F.O. ஆய்வாளர் டெட் பிலிப்ஸ் விஷயம் கேள்விப்பட்டு அங்கு விரைந்தார். கொஞ்சம் லேட்தான்! இருப்பினும் பறக்கும்தட்டு லேண்ட் ஆன இடத்தில் ஆங்காங்கே மண் சாம்பிளை எடுத்துச் சென்று, அவை ஏழு விஞ்ஞான சோதனைக்கூடங்களில் சோதிக்கப்பட்டன. அதில் பல்வேறு (பூமியிலும் உள்ள) ஆசிட்களும், உப்புக் கரைசலும் கண்டுபிடிக்கப்பட்டன. ஒரு ஆச்சரியம்! அந்த மண்ணுக்குத் தண்ணீரை உறிஞ்சும் தன்மை அடியோடு போயிருந்தது! அதே மண்ணில் சின்னதாகத் துளிர்விட்ட செடிகளை நட்டார்கள். மறுநாள் அந்தச் செடிகளின் வளர்ச்சி நின்று போய், செடி இன்னும் சின்னதாகப் போயிருந்தது! இதையெல்லாம் தவிர, பறக்கும் தட்டு அனுபவம் நேர்ந்த அந்த இளைஞர் ஜான்சனுக்கு Psychic சக்திகள் வந்து சேர்ந்ததாக ஊரில் உள்ளவர்கள் கூறினார்கள்.

இந்த நிகழ்ச்சியைத் தொடர்ந்து நடந்த எல்லாச் சோதனைகளிலும் குட்டிக் குட்டியான ஆச்சரியங்களும், சில தடயங்களும் கிடைத்ததே தவிர, அதெல்லாமே பறக்கும் தட்டுகள் உண்டு என்பதை நிரூபிக்கப் போதுமானதாக இல்லை!

சரி, நம்ம விமானங்கள் சில சமயம் விபத்துக்குள்ளாவதைப் போல ஏதாவது ஒரு பறக்கும் தட்டாவது பூமியில் விழுந்து நொறுங்கக் கூடாதா என்று (சற்றுக் கொடூரமாக) எதிர்பார்க்கத் தொடங்கினார்கள் விஞ்ஞானிகள்.

சில பறக்கும் தட்டுகள் கீழே விழுந்து நொறுங்கியதாகவும், அதில் இருந்த பைலட்டுகளும் (வேற்றுக்கிரக மனிதர்கள்) இறந்து போனதாகவும் சில தகவல்கள் வராமல் இல்லை. இப்படித் தகவல்கள் வரும்போது விரைவாகவும் கவனமாகவும் செயல்பட வேண்டும் என்று விஞ்ஞானிகள் முடிவு கட்டினார்கள். ஆனால் பல தகவல்கள் டூப் என்று நிரூபிக்கப்பட்டன. அலைச்சல்தான் மிச்சம்.

ப்ராங்க் ஸ்கல்லி என்னும் எழுத்தாளர் 1950-ல் 'பறக்கும் தட்டுக்குப் பின்னால்' என்று ஒரு புத்தகம் எழுதினார். நியூ மெக்ஸிகோ என்னும் ஊரில் 1948-ல் விழுந்ததாகச் சொல்லப்பட்ட பறக்கும் தட்டைப் பற்றிய புலனாய்வுப் புத்தகம் அது. அந்த விபத்தில் இறந்தவர்கள் தவிர, உயிர் தப்பிய பதினாறு வேற்றுக் கிரக மனிதர்களை யு.எஸ். விமானப்படை பிடித்து ரகசியமாக எங்கோ வைத்திருப்பதாகத் துப்பறிந்து ஸ்கல்லியால் எழுதப்பட்ட புத்தகம் அது!

அப்படி எதுவும் நடக்கவில்லை என்று பிற்பாடு தெரிந்து இடிந்துபோனார் அந்த எழுத்தாளர். அவருக்குத் தகவல்கள் சொன்ன ஊர்க்காரர்களே சும்மா

தமாஷ் பண்ணியதாக ஒப்புக் கொண்டார்கள். U.F.O. சம்பந்தமாக நடந்த மிகப்பெரிய ஏப்ரல் ஃபூல் சம்பவம் அது.

1955-ல் பிரிட்டிஷ் பாதுகாப்பு அமைச்சர் பறக்கும் தட்டுகள் பற்றி ஆராய, விமானப்படை ஒரு கமிட்டியை ஏற்படுத்தியதாகவும், அது ஐந்தாண்டு சர்வே ஒன்றை எடுத்து முடித்ததாகவும் நாடாளுமன்றத்தில் (House of commons) ஒப்புக்கொண்டார். இப்படி ஒரு சர்வே நடந்ததைச் சில பத்திரிகைகள் கண்டுபிடித்து எழுதிவிட்டதுதான் ஒப்புதலுக்குக் காரணம்!

அதைத் தொடர்ந்து U.F.O. ஆராய்ச்சியாளர்களும் பிரிட்டிஷ் நாளிதழ்களும் உண்மைகளை மக்களுக்குத் தெரியப்படுத்தச் சொல்லி அரசுக்கு பிரஷர் கொடுத்தார்கள். ஆனால், கடைசி வரை நாட்டின் பாதுகாப்பு கருதி அந்த கமிட்டியின் அறிக்கையை வெளியிட முடியாது என்று பிரிட்டிஷ் அரசு திட்ட வட்டமாக மறுத்துவிட்டது. அப்படி என்னதான் ரகசியம் அந்த கமிட்டியின் கண்டுபிடிப்புகளில் இருக்கிறது என்று இன்றுவரை தெரியவில்லை.

ரஷ்யாவில் விண்வெளி வீரர்கள் சங்கம் (Cosmonaut committee) ஒன்று உண்டு. அது பறக்கும் தட்டுகள் பற்றிய ஆராய்ச்சிகளில் இறங்கியது. அந்தச் சங்கத்தின் தலைவர் விமானப் படையில் இருந்து ஓய்வு பெற்ற மேஜர் ஜெனரல் ஸ்டாலிஜராஃப். யு.எஸ்.எஸ்.ஆர். அரசும் ரகசியமாகப் பாதுகாப்பு இலாகாவில் ஓர் அறையில் பறக்கும் தட்டுகள் பற்றிய கோப்புகளைப் பூட்டி வைத்திருந்தது! ஸ்டாலிஜராஃப் அந்த ஃபைல்களைப் பார்க்க அனுமதி கேட்டபோது அது மறுக்கப்பட்டது. பாதுகாப்பு அமைச்சர் அவரிடம் இறுக்க மான முகத்துடன் சொன்னது இதுதான்: 'இது ரொம்பப் பெரிய விஷயம். சாமான்யர்களாகிய உங்களுக்கு இதை எப்படிக் கையாள வேண்டும் என்று தெரியாது!'

மனிதனும் மர்மங்களும் • 137

33. மூன்று கல்லறைப் பெட்டிகள்!

ஆக மொத்தத்தில் பறக்கும் தட்டுகள் பூமியில் விழுந்து நொறுங்கினாலும், சம்பந்தப்பட்ட நாடுகளின் அரசுகள் அதுபற்றிச் சேகரிக்கப்படும் தகவல்களை ரொம்ப ரகசியமாகவே வைத்துக் கொள்கின்றன.

1950-ல் யு.எஸ்.ஸில், ரோஸ்வெல் என்கிற ஊரில் ஏதோ ஒன்று விண்ணிலிருந்து விழுந்தபோது விமானப்படை அதிகாரிகள் விரைந்து சென்று ஆராய்ச்சிகள் நடத்தினார்கள். பிறகு நிருபர்களிடம், 'மிக உயரத்தில் நுணுக்கமான கருவிகளைச் சுமந்துகொண்டு பறந்த விமானப் படையின் பலூன் அது. பெரிதாக ஒரு ரகசியமும் கிடையாது!' என்று சலனமில்லாமல் சொன்னார்கள். மிகவும் வற்புறுத்திக் கேட்டதில் 'அந்த பலூன் சோவியத் அணு ஆயுதங்கள் இருக்கும் இடங்களைப் படம் பிடிப்பதற்காக யு.எஸ். அரசால் அனுப்பப்பட்டது' என்று மட்டும் சொல்லிவிட்டுப் போய்விட்டார்கள்!

ஆனால், ரோஸ்வெல் ஊரில் ஏதோ விழுந்ததை முதலில் பார்த்தவர் அங்கே விவசாயப் பண்ணை வைத்திருந்த மேக் ப்ரேஸல் என்பவர். 'நான் பார்த்தபோது நூறு அடி விட்டத்துக்கு ஏதேதோ கருவிகள் வயற்புரத்தில் சிதறிக் கிடந்தன. இதுவரை நான் கண்டிராத ஏதேதோ ஒயர்கள், கம்பிகள், வெள்ளித்தகடு மாதிரியான காகிதங்கள்

அங்கே கிடந்தன. குறிப்பாகப் பழுப்பு நிறத்தில், ஒருவகை உலோகத்தகடு ஒன்று பெரிசாகக் கிடந்து தகதகத்தது. அங்கே விழுந்து கிடந்தவற்றின் சாம்பிள்களை நான் வீட்டுக்கு எடுத்து வந்து நண்பர்களிடம்கூடக் காட்டினேன். பிற்பாடு விமானப்படை அதிகாரிகள் வந்து எல்லாவற்றையும் அள்ளிக்கொண்டு போய்விட்டார்கள்!' என்று ஒரு பிரபல பத்திரிகையின் நிருபரிடம் கூறினார்.

விமானப்படையும், ராணுவ வீரர்களும் அந்த நிலப்பரப்பைச் சுற்றி ஒரு வளையமே அமைத்திருந்ததால் நிருபர்கள் யாரும் அருகில் நெருங்கக்கூட முடியவில்லை! இது சம்பந்தமாக யு.எஸ். பாதுகாப்பு அமைச்சரையே சந்தித்தார் செல்வாக்குள்ள ஒரு நாளிதழ் ஆசிரியர். 'இதுபற்றி எதுவும் சொல்வதற்கில்லை' என்று அவருக்கே கறாராகப் பதில் வந்தது!

ரோஸ்வெல் அனுபவத்தில் ஒரு விஷயம் மட்டும் மக்களிடையே இனம் புரியாத கலவரத்தை ஏற்படுத்தியது. அந்த ஊரில் கல்லறைப் பெட்டிகள் தயாரிக்கும் ஒரு நிறுவனத்தின் மேனேஜரான க்ளென் டென்னிஸ் என்பவர் பறக்கும் தட்டு விழுந்ததாகச் சொல்லப்பட்ட பிறகு, ஒரு மாதம் கழித்து ஏர்ஃபோர்சிடமிருந்து தனக்கு அழைப்பு வந்ததாகவும், மூன்று (இறந்த குழந்தைகளைக் கிடத்துமளவுக்கு) சின்ன சைஸ் கல்லறைப் பெட்டிகளைத் தயாரித்து உடனே அனுப்பச் சொன்னதாகவும் பேட்டி தந்தார் அவர்.

இதைத் தொடர்ந்து விமானப் படையின் மருத்துவமனையில் சீனர்களை விட இடுங்கிய கண்களோடும், நான்கு விரல்கள் மட்டும் கொண்ட கைகளோடும் கூடிய மூன்று குள்ளமான உடல்கள் மார்ச்சுவரிக்கு ஸ்ட்ரெச்சரில் எடுத்துச் செல்லப்பட்டதைப் பார்த்ததாக ஒரு நர்ஸ், நிருபர்களிடம் பதற்றத்துடன் சொன்னதாகப் பிரபலப் பத்திரிகையொன்று எழுதியது.

'அதுபோல எதுவும் நடக்கவில்லை. நாங்கள் பெட்டிகள் தயாரிக்கச் சொன்னது உண்மைதான். வேற்றுக்கிரக மனிதர்களின் உடல்களைப் புதைப்பதற்காகவெல்லாம் இல்லை! ஊரில் அன்று கார்பெண்டர் யாரும் இல்லை. விமானப்படை சம்பந்தப்பட்ட சில தளவாடங்களை வைப்பதற்கு மரப்பெட்டிகள் தேவைப்பட்டன. கல்லறைப் பெட்டி தயாரிப்பவரும் தச்சர்தான்! ஆகவே, சொல்லியனுப்பினோம். மூன்று உடல்களை நர்ஸ் பார்த்ததாகச் சொன்னது கட்டுக்கதையே. அந்த நர்ஸ் யாரென்று சொல்லமுடியுமா?' என்று விமானப்படை அதிகாரிகள் சவால் விட்டனர். பத்திரிகைகளால் அந்த நர்ஸைக் கண்டுபிடிக்க முடியவில்லை. அவர் மாயமாய் மறைந்து போயிருந்தார்.

மற்ற எல்லா மர்மங்களைவிட, பறக்கும் தட்டு அனுபவங்களைப் பற்றி மட்டும் உலக அரசுகள் பதற்றத்தோடு கவலைப்படுவது ஏன்?

உண்மையிலேயே பறக்கும் தட்டுகள் இருந்தால் அது உலகத்துக்கே ஆபத்தான விளைவுகளை ஏற்படுத்தலாம். பறக்கும் தட்டுகளில் வரும் வேற்றுக்கிரக மனிதர்களின் விஞ்ஞான முன்னேற்றம் பற்றி நமக்கு எதுவும் தெரியாது. அவர்களுடைய ஆயுதங்களின் சக்தி பற்றியும் எதுவுமே தெரியாது. சில

நிமிஷங்களில் உலகத்தையே அழிக்கக்கூடிய வலிமையும் திறமையும் அவர்களுக்கு இருக்கக்கூடும். 'ஸ்டார்வார்ஸ்' போன்ற திரைப்படங்களில் ஒரு கிரகமே வெடித்துச் சிதறுவதைப் பார்த்திருக்கிறோம் அல்லவா?! ஆகவே தான், எல்லா அரசுகளும் முடிந்த வரையில், எச்சரிக்கையாக இருக்க நினைக் கின்றன!

நியாயம்தான்! சிறிய பறக்கும் தட்டில் ஓரிரு வேற்றுக்கிரக பைலட்டுகள் வந்தால்கூட அவர்களோடு வரும் விஞ்ஞானச் சாதனங்கள் எந்த வகை யானதோ! அணுகுண்டு மகாசக்தி வாய்ந்தது. ஒரு பட்டனை அமுக்கி அதை இயக்க ஒரே ஒரு மனிதன் போதுமே!

அமெரிக்காவுக்கும் ரஷ்யாவுக்கும் இன்னொரு பயமும் உண்டு. நவீன விமானங்களைப் பறக்கும் தட்டு போன்ற வடிவிலேயே உருவாக்கி, ரஷ்யா அமெரிக்காவை வேவு பார்க்க முடியும். இதே பயம் ரஷ்யாவுக்கும் உண்டு! அசட்டுத்தனமாக ஏமாறக்கூடாதில்லையா!

பறக்கும் தட்டுகள் உலக அரசுகளை இந்த அளவுக்கு அலைக்கழிப்பதற்கு இதெல்லாம்தான் காரணங்கள்!

வேற்றுக்கிரகங்களிலிருந்து பறக்கும் தட்டுகள் வருகின்றன என்றால் - ஒன்று, அவை தானாக (அல்லது ரோபோக்கள் மூலம்) இயங்கும் சாதனங்களாக இருக்க வேண்டும் அல்லது அவற்றை உயிருள்ள பைலட்டுகள் ஓட்டி வரவேண்டும். பறக்கும் தட்டு அனுபவங்களில் மூன்றில் ஒன்றில் அதிலிருந்து இறங்கிய ஏலியன்ஸ்களை நேரில் பார்த்ததாக மனிதர்கள் சொல்வது! இப்படி வேற்றுக்கிரகவாசிகளைப் பார்த்ததாகச் சொல்பவர்களில் முக்கால்வாசிப்பேர், வந்தவர்கள் ஏறக்குறைய நம்மைப் போலவே தோற்றமளித்ததாகக் கூறுகிறார்கள். இதைக்கேட்டு விஞ்ஞானிகள் நெளிகிறார்கள். முதலில் இன்னொரு கிரகத்தில் இருப்பவர்கள் நம்மைப் போல ஏன் இருக்க வேண்டும்? பூமியிலேயே எவ்வளவோ (லட்சக்கணக்கில்) விசித்திரமான உயிரினங்கள் இருக்கும்போது Aliens - மனிதர்களைப் போலவே தோற்றமளிப்பான் என்று சொல்வதிலிருந்தே பலருடைய அனுபவங்கள் வெறும் கற்பனைக் கதைகள் என்று தெரிகிறது! - இது விஞ்ஞானிகள் சலிப்புடன் சொல்லும் கருத்து!

அகண்ட கண்டத்தில் உள்ள கோடானு கோடி கிரகங்களில் லட்சக்கணக்கான உயிரினங்கள் ஆட்சி நடத்தக்கூடும் என்று ஒரு பேச்சுக்கு வைத்துக் கொண்டாலும், சில குறிப்பிட்ட கிரகங்களில் உள்ள உயிரினங்கள் பூமி என்கிற ஒரு கிரகத்தில் தங்களைப் போலவே உயிரினங்கள் உள்ளன என்பதைக் கண்டுபிடித்து ஆர்வத்துடன் பறக்கும் தட்டில் வந்து தொடர்பு கொள்ள முயற்சிக்கலாம் அல்லவா? அவர்கள் மொழி என்னவோ? டெலிபதி மூலம் பேசிக்கொள்ள முடியும் என்று நம்புகிறார்களோ என்னவோ?

சுமார் நூறு ஆண்டுகளுக்கு முன்பே வேற்றுக்கிரக மனிதர்களைச் சந்தித்த அனுபவங்கள் சிலருக்கு ஏற்பட்டிருக்கின்றன. 1897-ல் ஏப்ரல் 16-ம் தேதி, டபிள்யூ.ஹெச்.ஹாப்கின்ஸ் (யு.எஸ்.மிஸோரி) தன் ஊருக்கு அருகே ஒரு

பள்ளத்தாக்கில் பறக்கும் தட்டு இறங்குவதைப் பார்த்தார். நடுக்கத்துடன், மெல்ல அதன் அருகில் சென்ற அவருக்கு ஆச்சரியம் தலைக்கேறியது.

அங்கே ஒரு அழகிய பெண், திறந்த மேனியுடன் இடுப்பு வரை நீண்ட தலை முடியுடன் அங்கு வளர்ந்திருந்த சில காட்டுப்பூக்களை மென்மையாகப் பறித்து விநோதமான பெட்டியொன்றில் சேகரித்துக் கொண்டிருந்தாள். அவளருகில் திறந்த மேனியுடன், நீண்ட தாடியுடன் ஒரு மனிதன் தரையில் அமர்ந்து கால்குலேட்டர் போன்ற ஒரு கருவியை ஏதோ செய்து கொண்டிருந்தான். மேலும் சற்று அருகில் சென்று மிகுந்த எச்சரிக்கையோடு ஒரு புதருக்குப் பின்னாலிருந்து எட்டிப்பார்த்தார் ஹாப்கின்ஸ்.

சரேலென்று ஏககாலத்தில் நிமிர்ந்த அந்த இருவரும் ஹாப்கின்ஸைப் பார்த்துவிட்டனர்!

34. நம்மை கவனிக்கும் இன்னொரு உலகம்!

பிரும்மாண்டமான பம்பரம் போலிருந்த அந்தப் பறக்கும் தட்டுக்குப் பத்தடி தொலைவில், திறந்த மேனியுடன், அற்புதமான அழகுடன் நின்றிருந்த அந்தப்பெண், புதருக்குப் பின்னால் நின்றிருந்த ஹாப்கின்ஸைப் பார்த்துவிட்டு கிறீச்சிட்டு அலறினாள். கீழே அமர்ந்திருந்த தாடிக்காரனும் திடுக்கிட்டு எழுந்து பெண் அருகே ஓடிவந்து பாதுகாப்பாக நின்றான்.

உடனடியாக ஹாப்கின்ஸ் யோசித்தது இதுதான்! 'இவர்களுக்கு என்னவெல்லாம் சக்தி உண்டோ? நமக்குப் புரியாத நவீன ஆயுதங்கள் இவர்களிடம் இருக்கக்கூடும். ஒரு பொத்தானை அமுக்கினால் நான் சாம்பலாகக்கூடிய ஆயுதம்கூட இவர்களிடம் இருக்கலாம். தவிர, டெலிபதி மூலம் என் எண்ணங்களைத் தெரிந்துகொள்கிற அமானுஷ்ய சக்தியும் இவர்களிடம் இருந்தால்? எனவே சரணாகதிதான் சிறந்தது!'

இரு கரங்களையும் உயர்த்தியவாறு கூடவே, மண்டியிட்டு அமர்ந்தார் ஹாப்கின்ஸ். கூடவே மனசுக்குள் 'நான் நல்லவன். உங்கள் நண்பன். உங்களை நான் வரவேற்கிறேன்...' என்று தியானம் பண்ண ஆரம்பித்தார்!

தாடி மனிதன் மட்டும் ஹாப்கின்ஸ் அருகில் வந்து வெகுநேரம் அவரை உற்றுப் பார்த்தான். பிறகு அந்த அழகியும் அவனும் ஏதோ தங்களுக்குள்

பேசிக்கொண்டார்கள். அது ஹாப்கின்ஸ் இதுவரை கேட்டிராத மிகவும் வித்தியாசமான மொழி.

ஒருவழியாகத் தைரியத்தை வரவழைத்துக்கொண்டு பறக்கும் தட்டைச் சுட்டிக்காட்டி சைகையால் 'நீங்கள் யார்?' என்று ஹாப்கின்ஸ் கேட்க, தாடிக்காரன் கையை உயர்த்தி விண்வெளியைக் காட்டினான். பிறகு அந்த இருவரும் நின்றவாறே மிதந்து, பறக்கும் தட்டுக்கு அடிப்பகுதியில் சென்று, செங்குத்தாக மேலே கிளம்பி உள்ளே போய்விட்டனர். சரேலென்று பறக்கும் தட்டு கிளம்பிச்சென்று மறைந்தது.

பிற்பாடு U.F.O. விஞ்ஞானிகள் ஹாப்கின்ஸைப் பல சோதனைகளுக்கு உட்படுத்தினர். அவர் பொய் சொன்னதாகத் தெரியவில்லை. பறக்கும் தட்டு அனுபவத்தைப் பற்றிப் பேசும் போதெல்லாம் உண்மையான பரவச உணர்வு அவரை ஆட்கொண்டது. தவிர, அவர் பறக்கும் தட்டு இறங்கியதாகச் சொன்ன இடத்தில் அதற்கான அறிகுறிகளும் இருந்தன. மற்றபடி வசமாக எந்தத் தடயமும் கிடைக்கவில்லை.

1955, ஆகஸ்ட் 21-ம் தேதி இரவில், அமெரிக்காவில் கெல்லி என்கிற சிற்றூரில் ஒன்பது பேர் அடங்கியதொரு குடும்பம் உறவினர்களுக்கும் நண்பர் களுக்கும் பார்ட்டி வைத்தது. இரவு எட்டு மணி சுமாருக்குத் தோட்டத்தில் விசித்திரமான ஒளி வீச, பறக்கும் தட்டு ஒன்று இறங்கியதை எல்லோருமே பார்த்தார்கள். அதற்குப் பிறகுதான் பயங்கரம்! அதிலிருந்து இறங்கிய நான்கு பேர் அந்த வீட்டுக்குள் நுழைய முயற்சித்தனர். அவர்களுடைய கண்கள் மஞ்சள் நிறத்தில் பளபளத்தன. தலைக்குமேல் வரை நீண்ட காதுகள் கொண்ட அவர்களுடைய உயரம் மூன்றடி இருக்கும்.

கலவரப்பட்டுப் போன குடும்பத்தினர் துப்பாக்கிகளால் அவர்களைப் பார்த்துச் சுட ஆரம்பித்தார்கள். சில தோட்டாக்களால் தாக்கப்பட்டுக் கீழே விழுந்தும், ஒரு பாதிப்பும் இல்லாமல் எழுந்து வந்தனர் அந்த ஏலியன்ஸ்! விடியற்காலை வரையில் பலமுறை வீட்டுக்குள் நுழைய அவர்கள் முயற்சித்து விட்டு, பிறகு, திடீரென்று பறக்கும் தட்டில் ஏறிச்சென்று விட்டனர்.

இத்தாலியில், ஜெனோவா ஊரில் (1972, டிசம்பர் 6-ம் தேதியன்று) இருபத்தாறு வயதான நைட் வாட்ச்மேன் ஸான் ஃப்ரெட்டா லேசாகக் கண்ணயர்ந்தபோது அவர் மீது சூடான மூச்சுக்காற்று வீசியது. திடுக்கிட்டு விழித்த அவருக்கு முன்னால் பத்தடி உயரத்துக்குப் பச்சை நிற உருவம் ஒன்று நின்றுகொண்டிருந்தது. தலையில் குட்டிக் குட்டிக் கொம்புகளுடன், முக்கோண வடிவுள்ள பூனை விழிகளுடன் இருந்த அந்த உருவம் நெற்றியில் இருந்த இன்னொரு கண்ணைத் (!) திறந்து பார்க்க, ஸான் ஃப்ரெட்டா மயக்கமானார். சில நிமிஷங்கள் கழித்து அவருக்கு நினைவு வந்தபோது முக்கோண வடிவில் ஒரு பறக்கும் தட்டு விசில் ஒலியுடன் கிளம்பிச் சென்றுகொண்டிருந்தது.

இதுவரை அமெரிக்க U.F.O. ஆராய்ச்சிக்கூடத்தில் பதிவு செய்யப்பட்டிருக்கும் 'பறக்கும் தட்டு அனுபவங்கள்' எத்தனை இருக்கும் என்று ஊகிக்க முடியுமா?

- ஒரு லட்சத்துக்கும் மேல்! இதில் பதினைந்து சதவிகிதம் மட்டுமே நம்பக் கூடியவை என்று விஞ்ஞானிகள் கருத்துத் தெரிவிக்கிறார்கள்.

நெருடுகிற ஒரு விஷயம் என்னவென்றால் - தொண்ணூறு சதவிகித ஏலியன்ஸ் மனிதர்களுக்கும் நம்மை மாதிரியே இரண்டு கால், இரண்டு கை, ஒரு தலை என்றிருப்பது! தவிர, யு.எஸ்.ஸில் இறங்குகிற வேற்றுக்கிரகவாசிகள் எல்லாரும் ஒரே மாதிரி தோற்றமளிப்பதாகத் தகவல்கள். பிரிட்டனில் இறங்கும் ஏலியன்ஸ் சற்று வேறு மாதிரி இருக்கிறார்கள். கிழக்காசியாவில் இறங்கும் வேற்றுக்கிரகவாசிகள் குள்ளமாகவே இருக்கிறார்கள். ஒவ்வொரு நாட்டு மக்களின் மனநிலை, கற்பனைக்கேற்ப ஏலியன்ஸ்களின் தோற்றமும் மாறுபடுகிறது! ஆகவே முக்கால்வாசிப் பேருடைய அனுபவங்கள் பிரமை (Hallucination) அல்லது ஆழ்ந்த தூக்கத்தில் வரும் தத்ரூபமான கனவு என்பது விஞ்ஞானிகளின் எண்ணம்.

பறக்கும் தட்டுகளைப் பார்த்தவர்கள் விவரித்தபடியே வேற்றுக்கிரகவாசிகளின் உருவங்களை U.F.O. ஆராய்ச்சிக் கூடத்தில் ஓவியர்கள் வரைந்திருக்கிறார்கள். ஆயிரக்கணக்கில் வித்தியாசமான உருவங்கள்! அப்படியென்றால் ஏராளமான வேற்றுக்கிரகங்களிலிருந்து வெவ்வேறு வகையான தோற்றமுள்ள ஏலியன்ஸ் கள் பூமிக்கு அவ்வப்போது ஜாலியாக வந்து போய்க்கொண்டு இருக் கிறார்களா?

அவர்கள் வந்து போவதைக் கூட கண்டுபிடிக்க முடியாத, நிரூபிக்க முடியாத அளவுக்கு, விஞ்ஞானத்தின் ஆரம்ப கட்டத்தில் நாம் இருக்கிறோமா?! ஜெரால்ட் ஹெர்டு என்பவர் 1951-ல் 'இன்னொரு உலகம் கவனிக்கிறது!' என்று ஒரு புத்தகம் எழுதினார். அதில் வேற்றுக்கிரகவாசிகள் நாம் நினைப்பது போல மனித உருவில் தோற்றமளிக்க வாய்ப்பே இல்லை. முதலில் ஒளியின் வேகத்தை மிஞ்சும் வேகத்தில் அவர்கள் பயணிக்க வேண்டியிருக்கும். பால்வீதி போன்ற பல நட்சத்திர மண்டலங்களையும், பல்வேறு வகையான புவிஈர்ப்பு சக்திகளையும்கடக்க வேண்டும். மனித உருவில் இருப்பவர்களால் இது முடியாது. எந்த வேகத்திலும், உடலுக்குப் பாதிப்பு ஏற்படாத ஒரே உயிரினம் பூச்சிகள்தான். ஆகவே வேற்றுக்கிரகவாசிகள் இரண்டங்குல உயரத்துக்கு, வண்டுகள் வடிவில்தான் இருக்க முடியும்!' என்கிற கருத்தை வெளியிட்டார்.

தேனீக்களின் சுறுசுறுப்பையும் புத்திசாலித்தனத்தையும் பார்க்கும்போதும், சில வகை வண்டுகளின் உறுதியான உடற்கவசங்களைப் பார்க்கும்போதும் ஜெரால்ட் ஹெர்டு சொல்வதில் ஒரு லாஜிக் இருக்கிறது என்றுதான் சொல்லத் தோன்றுகிறது.

'மாண்ட்ரேக்' என்கிற மேஜிக் நிபுணரை ஹீரோவாகக் கொண்ட காமிக்ஸ் கதை ஒன்று உண்டு. அதில் வேற்றுக்கிரகவாசிகள் பறக்கும் தட்டுகளில் பூமியை நோக்கி வருவார்கள். 'உங்கள் கிரகத்தை அழிக்கப் போகிறோம்!' என்று தகவல் வேறு அனுப்புவார்கள். யு.எஸ்., ரஷ்ய ராக்கெட்டுகள் தயார் நிலையில் வைக்கப்படும். எந்த நிமிஷமும் தாக்குதல் நிகழலாம் என்று ரேடியோ,

டி.வி.க்களில் செய்திகள் வந்து மக்களிடையே பீதியை ஏற்படுத்தும். ஒரு விண்வெளிக்கூடத்தில் உச்சி மாடியில் விஞ்ஞானிகளுடன் நிற்கும் மாண்ட்ரேக் டெலிபதி மூலம் ஏலியன்ஸுடன் தொடர்பு கொண்டு சமாதானப்படுத்தப் பார்ப்பார். பலனிருக்காது! கடைசியில் அண்ணாந்து பார்த்துக் கொண்டிருக்கும் மாண்ட்ரேக் கண்ணில் தூசி விழுந்து கண் கலங்கிப் போகும். சட்டென்று மாண்ட்ரேக்குக்குப் பொறி தட்டும்!

கண்ணில் விழுந்தது தூசியல்ல. நிஜமாகவே ஒரு பறக்கும் தட்டு - தூசியளவுக்கு! சக்தி வாய்ந்த மைக்ராஸ்கோப்பைக் கொண்டு வந்து விஞ்ஞானி ஒருவர் மாண்ட்ரேக் கண்ணில் மிதக்கும் தக்குனூண்டு பறக்கும் தட்டைப் பார்த்துப் பிரமிப்பார்! 'நாங்கள் வெண்மையான ஒரு ஏரியில் இறங்கியிருக்கிறோம். தொலைவில் வட்டவடிவமான கருமை நிறத் தீவு தெரிகிறது!' என்று வேற்றுக்கிரகவாசிகள் தகவல் அனுப்ப, மாண்ட்ரேக் 'மனிதர்கள் எவ்வளவு பிரும்மாண்டமானவர்கள்' என்று டெலிபதி மூலம் விளக்கி அவர்களைச் சமாதானப்படுத்த, கடைசியில் அவர் கண்ணிலிருந்து பறக்கும் தட்டு தப்பித்தோம் பிழைத்தோம் என்று டேக் ஆஃப் ஆகும்!

காமிக்ஸ் கதைதான் என்றாலும் இப்படி தம்மாத்தூண்டு பறக்கும் தட்டுகள் பூமிக்கு வருவது ஏன் சாத்தியமில்லை? பூமியிலேயே எல்.ஐ.சி. கட்டட உயரத்துக்கு டைனோசரும் இருந்திருக்கிறது. எறும்பைவிடப் பலமடங்கு சிறிய பூச்சிகளும் இருந்திருக்கின்றன அல்லவா!

இன்னொரு விஷயம்! மனிதர்களாகிய நாம், ஒரு புதுவகைப் பூச்சி தென்பட்டால்கூட அதை எடுத்து வந்து சோதனைக்கூடத்தில் ஆராய்ச்சி செய்கிறோம். அது பற்றி விஞ்ஞானப் பத்திரிகைகளில் கட்டுரைகளும் வரும். அப்படியிருக்க, மெனக்கெட்டு பல கோடி மைல்கள் பறக்கும் தட்டில் வந்து பூமியில் இறங்கி, மனிதர்களை நேருக்கு நேர் பார்த்த பிறகும் வேற்றுக்கிரகவாசிகள் சும்மா இருந்துவிட்டு தேமேயென்று கிளம்பிச் சென்று விடுவது ஏன்? மனிதர்களைத் தொட்டுப் பார்க்கும் ஆசைகூடவா அவர்களுக்கு இருக்காது?

இந்தக் கேள்விகளுக்கான பதில்களைக் கற்பனை செய்யத்தான் முடியுமே தவிர, உண்மை என்னவென்று விஞ்ஞானிகளால் சொல்ல முடியவில்லை. அதேசமயம், உலகில் திடீரென்று ஒரு சுவடும் இல்லாமல் காணாமல் போய்விடுகிற ஆயிரக்கணக்கானவர்கள் வேற்றுக்கிரகவாசிகளால் கடத்தப் பட்டிருக்கலாம் என்று சில U.F.O. நிபுணர்கள் எடுத்துச் சொல்லித் திடுக்கிட வைத்தார்கள்.

ஏறக்குறைய அப்படி ஒரு பயங்கர அனுபவம் பிரேசில் நாட்டில், ரியோடிஜெனீரோ நகரில் வசிக்கும் அன்டோனியோ ரூபியா என்கிற பஸ் டிரைவருக்கு 1977 செப்டம்பர் 15-ம் தேதி இரவு நிகழ்ந்தது!

35. ஸிரிஞ்ச் மூலம் கொஞ்சம் ரத்தம்!

பிரேசில் நாட்டைச் சேர்ந்த பஸ் டிரைவர் அன்டோனியா ரூபியாவுக்கு நேர்ந்த விநோத மான அனுபவத்தைப் பற்றிப் படிக்கும்போது சயின்ஸ் ஃபிக்ஷன் சினிமாக்களிலும் கதை களிலும் வரும் கற்பனை போலிருக்கிறதே என்கிற ஆச்சரியம் ஏற்படுகிறது. ஆனால், இப்படி ஒரு பயங்கர அனுபவம் நிஜமாகவே 1977-ம் ஆண்டு செப்டம்பர் 15-ம் தேதி தனக்கு ஏற்பட்டதாக ரூபியா அடித்துக் கூறினார். அவரை ஹிப்னாடிசம் செய்வித்துக் கேள்விகள் கேட்ட போதும் அதையே திருப்பித் திருப்பிச் சொன்னார்.

'ஹிப்னாடிசத்தில் நூறு சதவிகிதம் உண்மை யிருப்பதாகச் சொல்ல முடியாது. அந்த நிலை யில் அறிவுபூர்வமான மனம் (Consciousness) இயங்காமல் போய்விடுவதால் சிந்தித்துப் பொய் சொல்ல முடியாதுதான். ஆனால் ஆழ் மனம் (Sub Consciousness) அப்போதும்கூட இயங்கிக் கொண்டிருக்கிறது. ஆழ்மனத்திலும் - கற்பனைகள், பயங்கள், பிரமை போன்றவை தங்கியிருந்து, சிக்கலான கதைகள் புனையப் பட்டு வெளிப்படலாம்!' என்கிறார்கள் மனோ தத்துவ நிபுணர்கள்.

ரூபியா போன்ற ஓரிருவருக்கு இப்படிப்பட்ட விசித்திரமான அனுபவங்கள் நிகழ்வது வேறு. ஆனால் வெவ்வேறு நாடுகளில் உள்ள ஆயிரக் கணக்கானவர்கள் இதேபோன்ற கதைகளைச்

சொல்லும்போது யோசிக்கத் தோன்றுகிறது! அவர்கள் சொல்வதில் மாறுபடுவது - வேற்றுக்கிரகவாசிகளின் தோற்றங்கள் மட்டுமே!

அன்டோனியோ ரூபியாவுக்கு அன்று நைட்ஷிப்ட். இரவு இரண்டு மணிக்கு வீட்டிலிருந்து கிளம்பி பஸ் டெப்போவுக்கு நடந்து சென்று கொண்டிருந்தார் அவர். போகிற வழியில் ஒரு கால்பந்து மைதானம் உண்டு. அந்த இரவு வேளையில் மைதானம் வெளிச்சமாக இருந்தது கண்டு வியந்த ரூபியா, மைதானத்தின் காம்பவுண்டு சுவர் அருகே சென்று எட்டிப் பார்த்து, திகைப்பிலும் வியப்பிலும் உறைந்து போனார்!

அங்கே, பறக்கும் தட்டு ஒன்று மெல்லக் கீழே இறங்கி நின்றது. U.F.O. பற்றிச் சில புத்தகங்கள் படித்திருந்த ரூபியாவைப் பயம் தொற்றிக்கொள்ள, 'இந்த விளையாட்டு வேண்டாம்' என்று முடிவு கட்டி ஓடப் பார்த்தால், முடிய வில்லை! பறக்கும் தட்டிலிருந்து லேசர் போல நீண்டு வந்த நீல நிற ஒளிக்கதிர் அவர் மீது பாய்ந்த அந்தக்கணம் ரூபியா செயலிழந்து போனார். கை, கால்களைத் துளி கூட அசைக்க முடியவில்லை. அடுத்த விநாடி சரேலென்று அவர் அருகில் மூன்று உருவங்கள் தோன்றின. பிறகு நடந்ததை ரூபியாவே சொல்லட்டும்!

'அந்த மூன்று உருவங்களின் தலையும் கால்பந்து போல உருண்டையாக இருந்தது. உச்சந்தலையில் ஒரு அடி நீள ஆன்டெனா. நெற்றியில் வரிசையாக நீல வண்ணத்தில் குட்டி விளக்குகள் போலக் கண்கள். சுமார் நாலடி உயர மிருந்த அந்த உருவங்களின் உடல்கள் செதில் செதிலாக, அலுமினிய வண்ணத்தில் இருந்தன. கைகள் யானையின் தும்பிக்கை போலவும், கடல் பிராணியான ஆக்டபஸ்ஸின் வால் போலவும் இருந்தன. ஒரே ஒரு கால்! பாதம், விரல்கள் இல்லாத ஒயின் கோப்பையின் கீழ்ப்பகுதி மாதிரி நீண்டு வட்ட வடிவமாகத் தரையில் பதிந்திருந்த கால்! மனிதனைப்போல தடுக்கிவிழ சான்ஸே இல்லை!

அந்த மூன்று உருவங்களும் மிதந்தவாறு என்னைச் சுற்றி வந்தன. என் தாடைப் பகுதிகூட பாரலைஸ் ஆகியிருந்ததால், என்னால் பேசவோ கத்தவோ முடிய வில்லை.

ஓர் உருவம் இடுப்பிலிருந்து ஏதோ கருவியை எடுத்து என்னை நோக்கி நீட்டியது. மறுபடி கண்ணைத் திறந்து பார்த்தபோது, நான் (பறக்கும் தட்டுக்கு) உள்ளே படுத்திருந்தேன். ஏதேதோ கருவிகள் மிதந்தவாறு என்னை ஸ்கேன் செய்தன. அது ஒரு பெரிய ஹால். கதவுகள், ஜன்னல் எதுவும் இல்லை. மூலையில் பியானோ போல ஏதோ பெரிசாக ஒன்று மட்டும் இருந்தது.

பிறகு சுவரில் டி.வி. ஸ்கிரீன் போன்ற எதுவோ விலக, அதில் சில காட்சிகள் தெரிந்தன. ஒன்றில் நான் திறந்த மேனியோடு படுத்திருந்தேன்! பிறகு ஒரு குதிரை வண்டி போகிற காட்சி. கடைசியாக ஒரு மைதானத்தில் நாய் (என் முன் தோன்றிய) உருவங்களில் ஒன்றைப் பார்த்துக் குரைக்கிறது. பதிலுக்கு அந்த உருவம் ஸிரிஞ்ச் ஒன்றை நீட்ட, நாய் செயலிழந்து பொம்மையாக நின்று,

நீல நிறமாக மாறி, பிறகு ஒரேயடியாக மறைந்துபோய் விட்டது! இதைத் திரையில் பார்த்தபோது என் உடல் நடுங்கியது. கடைசியில் அவர்கள் எனக்குப் போட்டுக் காட்டிய காட்சி ஒரு U.F.O. தொழிற்சாலை! அங்கே நூற்றுக்கணக்கான ரோபோக்கள் வேலை செய்து கொண்டிருந்தன!

டி.வி. திரை மூடிக்கொண்ட பிறகு, ஓர் உருவம் வந்து என் விரலிலிருந்து ஒரு ஸிரிஞ்ச் மூலம் கொஞ்சம் ரத்தம் எடுத்துக் கொண்டது. அவ்வளவுதான் எனக்குத் தெரியும்!

மீண்டும் கண்விழித்தபோது பஸ் டெப்போ அருகில், தெருவோரமாகக் கிடந்தேன் நான். உடம்பெல்லாம் சோர்வான வலி. சுற்றிலும் பார்த்தேன். பறக்கும் தட்டு. உருவங்கள் எதுவும் காணவில்லை!'

- ரூபியா விவரமாகச் சொன்ன இந்த அனுபவம் நிஜத்தில் நடந்ததா அல்லது பிரமையா என்று தெரியவில்லை.

ஆனால், பிரேசில் நாட்டில் ரூபியாவுக்கு நேர்ந்த இதே அனுபவம், அட்லாண்டிக் கடலின் மறுபக்கம் உள்ள பிரிட்டனில் வசிக்கும் ஜீன் ஹிங்லே என்கிற பெண்மணிக்கு 1979-ல் நேர்ந்தது. ஒரு மாற்றம் கூட இல்லாமல் ரூபியாவுக்கு நேர்ந்த அதே மாதிரி அனுபவம்.

ரூபியா வேற்றுக்கிரகவாசிகளை நேருக்கு நேர் பார்த்ததற்கு முன்பே, யு.எஸ்.ஸில் 1975-ல் அக்டோபரில், டேவிட் ஸ்டீபன்ஸ், க்ளென் க்ரே என்ற நண்பர்கள் இரவில் காரில் போய்க் கொண்டிருந்தபோது திடுதிப் என்று ஒரு பறக்கும் தட்டு காரை மடக்கிய அனுபவம் நிகழ்ந்ததுண்டு. வானிலிருந்து கீழே இறங்கிய பறக்கும் தட்டு அந்த நண்பர்களின் காரை நோக்கி வந்தபோது கலவரத்தில் ஆழ்ந்த க்ளென் க்ரே காரை வேகமாகத் திருப்பித் தப்பிக்கப் பார்த்தார். முடியவில்லை! விநாடியில், காருக்கு முன் வழி மறித்தவாறு மிதந்தது பறக்கும் தட்டு. உடனே கார் தானாகவே நின்று போனது.

சற்று நேரத்தில் மேலும் இரண்டு பறக்கும் தட்டுகள் சரேலென்று மிதந்து வந்தன. மூன்று தட்டுகளும் ஏதோ Air Show மாதிரி வளைந்து பறந்து விளையாட்டு காண்பித்துவிட்டு, லேண்ட் ஆயின. நண்பர்கள் பீதியோடு அமர்ந்திருந்த காரை நீல நிற ஒளி சூழ்ந்துகொண்டது. பிறகு, இருவருக்கும் மயக்கம் தெளிந்தபோது, அவர்களுடைய கார் இரண்டு மைல்கள் தள்ளி நின்றிருந்தது! தவிர, நாலைந்து நாள்களுக்கு இருவர் கண்களும் மஞ்சள் நிறத்தில் மின்னிக் கொண்டிருந்தன. அதற்கான காரணத்தை எந்தக் கண் மருத்துவராலும் விளக்க முடியவில்லை!

டேவிட் ஸ்டீபன்ஸை பிரபல மருத்துவரும் ஹிப்னாடிச நிபுணருமான ஹெர்பர்ட் ஹாப்கின்ஸ் சோதனைகளுக்கு உட்படுத்தினார் (1960-லிருந்தே U.F.O. அனுபவத்தால் பாதிக்கப்பட்டவர்களை ஹிப்னாடிசத்துக்கு உட்படுத்த ஆரம்பித்து விட்டார்கள்.)

வேற்றுக்கிரகவாசிகள் கடத்தி, பறக்கும் தட்டுக்குள் தூக்கிச் சென்றது ஸ்டீபன்ஸை மட்டும்தான். செயலிழந்து நின்ற காரில் ஸ்டியரிங்கைப்

பிடித்திருந்த க்ளென் க்ரே திரும்பத் திரும்பச் சொன்னது ஒன்றைத்தான் - 'நான் மயக்கமடைவதற்கு முன்பு பக்கத்து சீட்டில் பார்த்தபோது, ஸ்டீபன்ஸை அங்கு காணோம். பிறகு மயக்கம் தெளிந்தபோது பக்கத்தில் அவர் இருந்தார். மற்றபடி, நடந்தது எதுவும் எனக்குத் தெரியாது!'

ஹிப்னாடிசத்தின் போது ஸ்டீபன்ஸை டாக்டர்கள், 'பறக்கும் தட்டுக்குள் நீங்கள் இருந்தபோது வேற்றுக்கிரகவாசிகள் அங்கே இருந்தார்களா?' என்று கேட்டதற்கு 'ஆமாம்!' என்றார் க்ரே. 'அவர்கள் பார்ப்பதற்கு எப்படி இருந் தார்கள்?' என்ற அடுத்த கேள்விக்குப் பதில் சொல்லும்போது ஸ்டீபன்ஸின் உடல் நடுங்கியது. மூச்சுத் திணற ஆரம்பித்தது. திக்கித் திணறியவாறு - 'அவர்கள் தலை பெரிதாக நாய்க்குடை (Mushroom) மாதிரி இருந்தது. கோடுகள் போல இடுங்கிய கண்கள். ரொம்ப தக்குனூண்டு மூக்கு. வாய் என்பதே இல்லை! மூன்று உருவங்களும் நீண்ட கருப்பு அங்கி போல ஏதோ உடை அணிந்திருந்தன!' என்றார் ஸ்டீபன்ஸ்.

பிறகு ஓர் உருவம் அவரோடு பேச ஆரம்பித்ததாம் டெலிபதி மூலம்!

'உன் பெயர் எங்களுக்குத் தெரியும்!' என்று அது சொன்னது ஸ்டீபன்ஸ் மூளைக்குள் சுளீரென்று கேட்டது!

36. 'ஏலியன்' பெண்ணுடன் செக்ஸ்!

வேற்றுக்கிரகவாசிகள் சூழ்ந்து நிற்க, அந்த விண்வெளிக் கலத்துக்குள் படுக்க வைக்கப் பட்டிருந்த டேவிட் ஸ்டீபன்ஸுக்கு சப்த நாடியும் ஒடுங்கிப் போயிருந்தாலும் நினைவு கூர்மை யாகவே இருந்தது. எல்லாவற்றையும் அவரால் கணிக்க முடிந்தது. அப்போது, மிக அருகில் வந்து நின்றது ஓர் உருவம்! அந்த ஏலியனின் முகத்தில் உதடுகள், வாய் என்று எதுவும் இல்லை. கண்கள் மட்டும் தீட்சண்யமாக ஸ்டீபன்ஸை உற்று நோக்கின!

டெலிபதி மூலம் அந்த ஏலியன் ஸ்டீபன்ஸுடன் பேச ஆரம்பித்தான். தாங்கள் அகண்ட கண்டத்தில் உள்ள வேறு ஒரு நட்சத்திர மண்டலத்திலிருந்து வந்தவர்கள் என்றும், கொஞ்ச காலமாகவே இந்தக் கிரகத்தை (பூமி) கவனித்துக் கொண் டிருப்பதாகவும், ஸ்டீபன்ஸின் பெயர் தங்களுக்குத் தெரியும் என்றும், சில நாள்களாகவே குறிப்பாக அவரைக் கண்காணித்து வருவதாகவும், தங்களால் ஸ்டீபன்ஸுக்கு ஒரு ஆபத்தும் வராது என்றும் சொல்லி அமைதிப்படுத்தினான். பூமியில் உள்ள பல்வேறு விதமான உயிரினங்களைச் சில சோதனைகளுக்கு உட்படுத்தி விட்டதாகவும், ஸ்டீபன்ஸிடம் சில சோதனைகள் மேற்கொண்ட பிறகு அவரைப் பத்திரமாக வெளியே விட்டுவிடு வதாகவும் அந்த ஏலியன் தெரியப்படுத்தினான்.

வாய் திறந்து பேசவில்லையே தவிர, அந்த ஏலியன் டெலிபதி மூலம் சொன்ன விஷயங்கள் எல்லாம் ஓர் ஆடியோ போல தன் மூளைக்குக் கேட்டதாக, பிற்பாடு ஸ்டீபன்ஸ் குறிப்பிட்டார்.

பிறகு, ஸ்டீபன்ஸ் பக்கத்து அறைக்குத் தூக்கிச் செல்லப்பட்டார். அங்கு நான்கு ஏலியன்ஸ் நின்றிருந்தனர். அது ஆஸ்பத்திரியின் எமர்ஜென்ஸி அறைபோல இருந்தது. அந்த வேற்றுக்கிரகவாசிகள் வயதானவர்களாகவோ, இளமை யாகவோ தென்படவில்லை. எல்லாரும் ஒரே மாதிரி தோற்றமளித்தார்கள்! அங்கிருந்த ஓர் உருவம் ஸ்டீபன்ஸ் வலது தோள்பட்டை அருகே ஒரு சிரிஞ்சைச் செலுத்தி ரத்தம் எடுத்துக் கொண்டது. அடுத்ததாக, அங்கிருந்த ஆபரேஷன் டேபிள் போன்ற ஒரு மேஜையில் படுக்க வைக்க அவர்கள் முயற்சித்த போது, ஸ்டீபன்ஸ் முரண்டு பிடித்தார். திமிறிய அவரைப் பலவந்த மாக டேபிள் மீது படுக்க வைத்தனர். டேபிள் மீது அந்தரத்தில் தொங்கிய கருவிகள் ஸ்டீபன்ஸுக்குக் கலவரத்தை ஏற்படுத்தின. பயமும் கோபமும் அவரைச் சூழ, அருகில் வந்த ஏலியனின் முகத்தில் குத்து விட்டார் அவர். சற்றே பின் வாங்கியதோடு சரி, அந்த ஏலியனுக்கு எந்த வலியும் ஏற்பட்டதாகத் தெரியவில்லை! மறுநிமிஷம் எக்ஸ்ரே கருவி போன்ற எதுவோ 'விர்ர்...' என்ற ஒலியுடன் அவர் உடல் மீது பயணித்தது. ஸ்டீபன்ஸின் தலைமுடியும் நகங்களும் ஏலியன்ஸை ஆச்சரியப்படுத்திய தாகத் தெரிந்தது. கொஞ்சம் முடி, நகங்களை வெட்டியெடுத்த அவர்கள் அந்த சாம்பிள்களை ஒரு குப்பியில் போட்டுக்கொண்டனர். கூடவே அவருடைய சட்டையிலிருந்த பொத்தான்களில் ஒன்றை மட்டும் கத்தரித்து எடுத்துக் கொண்டனர்!

கடைசியாக ஓர் இன்ஜெக்ஷன் செலுத்திய பிறகு ஸ்டீபன்ஸ் நினைவிழந்தார். கண்விழித்தபோது நண்பர் க்ரே அருகில், காரில் தான் அமர்ந்திருந்ததைக் கண்டார்!

நாற்பத்தைந்து நிமிஷங்கள், தான் பறக்கும் தட்டுக்குள் இருந்ததாகக் குறிப்பிடுகிறார் ஸ்டீபன்ஸ். அதுவரை அந்த வனாந்தரத்தில் காரில் அமர்ந்திருந்த நண்பர் க்ரேவுக்கு ஸ்டீபன்ஸ் போனதும் தெரியாது, திரும்பி வந்ததும் தெரியாது! தேவையில்லாமல் க்ரேயையும் தூக்கிச்சென்று எனர்ஜியை வீணாக்கவில்லை அந்த ஏலியன்ஸ்!

'ஸ்டீபன்ஸ் அனுபவம்' அத்தனையும் கற்பனை என்று தூக்கியெறிந்து விடலாம் என்றால் அவரைப் போலவே, வெவ்வேறு நாடுகளில் வசிக்கும் ஆயிரக்கணக்கானவர்களுக்கு இதே போன்ற கடத்தல் அனுபவம் ஏற்பட்டிருப்பது நம்மைச் சற்று யோசிக்க வைக்கிறது. அதில் 90 சதவிகிதத் தினரின் அனுபவங்கள் ஏறக்குறைய ஒரே மாதிரி இருப்பது ஆச்சரியம்! பறக்கும் தட்டுகளில் இருந்த கருவிகளின் விவரிப்பு கூட ஒரே மாதிரிதான். ஏலியன்ஸ் தோற்றங்கள் மட்டும் சில சமயம் மாறுபடுகிறது!

1957-ல் பிரேசில் நாட்டில் அன்டோனியா வில்லாஸ் போயஸ் என்கிற பணக்கார விவசாயி, அவர் வசித்த கிராமத்தில் வந்து இறங்கிய பறக்கும்

தட்டுக்குள் கடத்திச் செல்லப்பட்டார். அங்கு படுக்க வைக்கப்பட்ட அவர் மீது வேற்றுக்கிரகப் பெண் ஒருத்தி படர்ந்து உடலுறவு கொண்டாள். சில நிமிஷங்களில் தான் பரவச உணர்வு அடைந்ததாகவும் சொன்னார் அவர்! அதைத் தவிர நடந்த எதுவும் அவருக்கு நினைவில்லை.

'அமெரிக்காவில், நியூஹாம்ப்ஷையரில் (1961 செப்டம்பர்) பெட்டீ என்கிற பெண்மணி தன் கணவர் பார்னேஹில்லுடன் இரவில் காரில் போய்க் கொண்டிருந்த போது, பறக்கும் தட்டு ஒன்றினால் அந்தத் தம்பதி வழிமறிக்கப்பட்டார்கள். டஜனுக்கு மேற்பட்ட ஏலியன்ஸ் அவர்களை உள்ளே தூக்கிச் சென்று பலவிதமான சோதனைகளுக்கு உட்படுத்தினார்கள். இவர்கள் சந்தித்த ஏலியன்ஸ் குள்ளமாக இருந்தனர். அவர்களுடைய தோல் மங்கிய கருப்பு நிறத்தில் இருந்தது. நீல நிற உதடுகள், நீள மூக்கு, தவிர அவர்களுக்குக் கருப்பு முடியும் இருந்தது!

பிரபல U.F.O. நிபுணரான டாக்டர் பெஞ்சமின் ஸைமன் இந்தத் தம்பதியை, பறக்கும் தட்டு அனுபவ நிலைக்கு ஹிப்னாடிசம் மூலம் கொண்டுசென்று பல கேள்விகள் கேட்டார்.

தன் வயிற்றுக்குக் கீழே ஒரு கருவியைப் பொருத்தி அதன் மூலம் விந்தணுக்களை ஏலியன்ஸ் எடுத்துக் கொண்டதாகப் பார்னேஹில் குறிப்பிட்டார்! திருமதி பெட்டீயின் உடைகளைக் களைந்து, அவரைப் படுக்கவைத்து நீளமான சிரிஞ்ச் ஒன்றைத் தொப்புளுக்குக்கீழே செலுத்தி, சில சோதனைகளும் செய்திருக்கிறார்கள். 'இரண்டாண்டுகளுக்கு முன்பே என் கர்ப்பப்பை அகற்றப்பட்டு விட்டது. ஆகவே ஏலியன்ஸ் சற்றுக் குழப்ப மடைந்திருக்க வேண்டும்! ஆனால் அவர்களுடைய முகங்களிலிருந்து எந்த உணர்ச்சிகளையும் தெரிந்துகொள்ள முடியவில்லை!' என்று டாக்டரிடம் குறிப்பிட்டார் பெட்டீ!

சுமார் 1960-ல் ஆரம்பித்து, 1970-களிலும் 1980-களிலும் ஆயிரக்கணக் கானவர்கள் தாங்கள் வேற்றுக்கிரகவாசிகளால் கடத்தப்பட்டதாக ரிப்போர்ட் செய்திருக்கிறார்கள். இதில் பல தகவல்கள் கற்பனையாக இருக்கலாம் என்றாலும் சிலர் மிகவும் நம்பிக்கை ஏற்படுத்தும் அளவுக்கு நுணுக்கமான தகவல்களைத் தந்திருக்கிறார்கள்.

மனிதர்களைக் கொஞ்ச நேரம் ஆர்வமாகப் பார்த்துவிட்டுப் போய்விடுகிற ஏலியன்களும் உண்டு. சில சமயங்களில் குறிப்பிட்ட சிலரை அவர்கள் கடத்திக்கொண்டுபோய் பல சோதனைகளுக்கு உட்படுத்திய பிறகு கீழே இறக்கிவிட்டுப் போய்விடுவதும் உண்டு. சில ஏலியன்கள் ஆண்களையும் பெண்களையும் தேர்ந்தெடுத்து அழைத்துச்சென்று செக்ஸ் சோதனை களுக்கு உட்படுத்தியிருக்கிறார்கள். ஏதோ சொக்க வைக்கும் விழிகளோடு, உதட்டை செக்ஸியாகக் கடித்தவாறு, ஒய்யாரமாக ஏலியன் பெண் பாடிக் கொண்டே வந்து கட்டியணைத்ததாக இதற்கு அர்த்தமில்லை!

லேபரேட்டரியில் நிகழும் சோதனை போல, ரொம்ப க்ளினிக்கலாக, ஆபரேஷன் தியேட்டர்களில் உள்ள மருத்துவர்களின் முகபாவத்தோடு, கச்சிதமாக செக்ஸ் சோதனைகள் கடத்தப்பட்டவர்களுக்கு நடத்தப்பட்டன! உடற்கூறு ரீதியாக, க்ளைமாக்ஸ் என்கிற பரவச உணர்வு சம்பந்தப்பட்ட நபருக்கு ஏற்பட்டாலும் ஏலியன்ஸ் மேற்கொண்ட அணுகுமுறை, பீதியையும் கலவரத்தையும் ஏற்படுத்துகிறது. அந்தப் பயங்கரத்தை முழுமையாக அனுபவித்தவர் வில்பார்க்கர் என்னும் இளைஞர்!

37. சின்னச் சின்னதாகக் குழந்தைகள்!

பறக்கும் தட்டுக்குள் கடத்தப்பட்ட வில் பார்க்கர் என்னும் இளைஞருக்கு ஏற்பட்ட அனுபவத்தை அவரால் வாழ்நாள் முழுவதும் மறக்க முடியாது!

பார்க்கரை டாக்டர் ஜோசப் என்னும் U.F.O. நிபுணர் ஹிப்னடைஸ் செய்து கேள்விகள் கேட்டபோது, தனக்கு நிகழ்ந்த விபரீதத்தை நுணுக்கமாக விவரித்தார் அந்த இளைஞர்!

'என் உடைகளை முழுவதும் களைந்து டேபிள் மீது மல்லாக்கப் படுக்க வைத்தார்கள். என்னால் கைகால்களை அசைக்க முடியவில்லை. ஒரு கருவி என் பிறப்பு உறுப்பின் மீது பொருத்தப் பட்டது. 'விர்ர்' என்று மெலிதான ஒலியுடன் அது இயங்கியது. குறுகுறுவென்ற உணர்வு என் கீழ்ப்பகுதியில் ஏற்பட்டது!

'அப்போது உங்கள் மனத்தில் என்ன தோன்றி யது?' - டாக்டர்.

'அந்தக் கருவி என் உறுப்பின் மீது வைக்கப்பட்ட பிறகு விறைப்புத்தன்மை ஏற்பட்டதை உணர்ந் தேன். என்னுடைய உயிரணுக்களை (Sperm Samples) அவர்கள் எடுக்கிறார்கள் என்று நன்கு புரிந்தது.

'டெஸ்ட் பண்ணுவதற்காக சிறுநீரை அவர்கள் எடுத்திருக்கலாம் இல்லையா?'

'இல்லை! வித்தியாசம் தெரியுமே!'

'உயிரணுக்கள் எடுக்கப்பட்ட போது உங்கள் உணர்வுகள் எப்படி இருந்தன?'

'மனத்தளவில் அச்சமாக இருந்தது. என் விருப்பத்துக்கு மாறாக, அவர்கள் என் பிரத்யேக உறுப்பைக் கையாள்வது கண்டு கோபம் வந்தது. ஸிரிஞ்ச் போட்டு எடுப்பதைப் போல Sperm-ஐச் சேகரித்தார்கள். வெள்ளை எலி (Guinea Pig) போல உணர்ந்தேன்.'

'அதற்காகக் கருவிகள் ஏதேனும் உபயோகித்தார்களா? அதை விவரிக்க முடியுமா?'

'பாலீஷ் செய்யப்பட்டு பளபளத்த ஒரு கருவி அது! ஸ்டெயின்லெஸ் ஸ்டீலோ, அலுமினியமோ, க்ரோமியமோ தெரியவில்லை. சிலிண்டர் போல அந்தக் கருவி என் உறுப்பை காண்டோம் போல முழுவதும் மூடிக் கொண்டது. அதில் பொருத்தப்பட்டிருந்த ஒரு கப் என் விரைகளைத் தாங்கிக் கொண்டது. கடைசியாக என்னிடம் அவர்கள் மேற்கொண்ட சோதனை இதுதான்! பிறகு நான் ரொம்பத் துவண்டு போய்விட்டேன்.'

ஆண்கள் அனுபவம் இப்படி! கடத்தப்படுகிற பெண்கள் விஷயம் எப்படி? ட்ரேஸிநேப் என்கிற இளம் பெண்ணை வேற்றுக்கிரகவாசிகள் பலவந்த மாகப் பறக்கும் தட்டுக்குள் கொண்டு சென்றார்கள். பிற்பாடு டாக்டர் ஹாப்கின்ஸ் அந்தப் பெண்ணை வசியப்படுத்தி அவளுடைய நினைவுகளைப் பின்னோக்கிப் போகச் செய்தார். அப்போது டாக்டர் கேட்ட கேள்விகளும் ட்ரேஸி சொன்ன பதில்களும் இதோ!

'என் பக்கத்தில் ஒரு ஏலியன். கால்களுக்கு அருகே மேலும் இருவர் நிற்கிறார்கள். என்னை நகரவிடாமல் ஏதோசக்தி அழுத்திக் கொண்டிருக்கிறது. பிரசவம் நிகழ்வதுபோல என் கால்களை அகற்றி உயர்த்திக் கட்டியிருந்தார்கள். சுருக், சுருக்கென்று கத்தரிக்கும் உணர்வு ஏற்படுகிறது! - உடலுக்கு உள்ளே! உள்ளே சுரீர் என்று எரிகிற உணர்வு ஏற்படுகிறது!'

'நிறைய கருவிகள் பயன்படுத்தப்படுகின்றனவா?'

'ஆபரேஷன் தியேட்டரில் ட்ரேயில் உள்ளதுபோல குட்டிக் குட்டியான கருவிகள் - ஸிரிஞ்ச், கத்திரிக்கோல் மாதிரி! சில நீண்ட கருவிகளும் இருக் கின்றன. முனையில் கத்திரிக்கோல் மாதிரி இருந்த ஒரு நீண்ட கருவியை முழுக்க என் Vagina-வுக்குள்ளே நுழைத்து, தையல் பிரிப்பது போல உடலுக்குள் எதையோ கத்திரிக்கிறார்கள்.'

'எதையாவது வெளியே எடுத்ததை நீங்கள் பார்க்க முடிந்ததா?'

'ஆமாம்! குழந்தை மாதிரி, ஆனால் ரொம்பச்சின்னதாக எடுத்தார்கள். இரண்டு அங்குல நீளம்தான் இருக்கும். அது குழந்தையில்லை என்று நினைக்கிறேன்!'

'இல்லை ட்ரேஸி! குழந்தை தான்! அது கரு (Embryo) அதை என்ன செய்கிறார்கள்?'

'வெள்ளியால் ஆனது போன்ற சுமார் ஆறு அங்குல நீளமான சிலிண்டருக்குள் வைக்கிறார்கள். ஆனால் கண்ணாடி மாதிரி அது வெளியில் தெரிகிறது.'

'பிறகு என்ன தெரிகிறது?'

'கடவுளே! அதோ நிறைய சிலிண்டர்கள் அங்கே வரிசையாக வைக்கப் பட்டிருக்கின்றன. எல்லாவற்றிலும் சின்னச் சின்னதாக குழந்தைகள், கருக்கள்!' - ட்ரேஸிநேப் வீறிட்டு அலறுகிறாள்.

ஏறக்குறைய இதே ரீதியில் ஆயிரக்கணக்கானவர்களுக்கு நிகழ்ந்த (கற்பழிப்பு) அனுபவங்கள் ஒரு பெரிய புத்தகமாகத் தொகுக்கப்பட்டிருக்கிறது! பெரும்பாலானவர்களின் விவரிப்புகள் ஒரே ரீதியில் இருப்பதும் குறிப்பிடத்தக்கது.

இப்படிக்கடத்தப்படுகிறவர்கள் முன்கூட்டியே தேர்ந்தெடுக்கப்படுகிறார்கள் என்று U.F.O. நிபுணர்கள் சிலர் சந்தேகப்படுகின்றனர்! அநேகமாக 90 சதவிகிதக் கடத்தல்கள் உலகின் வடபகுதிகளில்தான் நிகழ்கிறது. இந்தியா, சீனா, எகிப்து போன்ற நாடுகளிலிருந்து கடத்தல் அனுபவங்கள் எதுவும் இல்லை என்பது ஆச்சரியம்! (இந்தியாவைப் பொறுத்தமட்டில் நமக்கு இருக்கும் ஏராளமான பிரச்னைகளில் இதுபோன்ற ஏலியன் கடத்தல் நிகழ்ச்சிகளையெல்லாம் மெனக்கெட்டு ஆராய்ச்சி செய்யும் ஐடியாவெல்லாம் முதலில் இருக்கிறதா என்பது வேறு விஷயம்!)

உலகின் வடக்கே உள்ள நாடுகளில் மட்டுமே கடத்தல்கள் நிகழ்வது பெரிய வியப்பல்ல! விண்வெளிக் கலங்கள் ஒரு கிரகத்தின் குறிப்பிட்ட பகுதிகளில் மட்டும் திரும்பத் திரும்ப இறங்குவதும் நடக்கக் கூடியதுதான்! நிலவுக்குப் பூமியிலிருந்து நாம் அனுப்பும் விண்வெளிக் கலங்களும் திரும்பத் திரும்ப குறிப்பிட்ட பகுதிகளில்தான் இறக்குகிறோம்!

ஏலியன்களால் கடத்தப்படுகிறவர்கள் முன்கூட்டியே தேர்ந்தெடுக்கப் படுகிறார்கள் என்பதற்குச் சில சாட்சியங்கள் இருக்கின்றன. சிலருடைய உடலில் வித்தியாசமான - ஏதோ லேசர் கீற்றால் போடப்பட்டது போன்ற - குறியீடுகளை விஞ்ஞானிகள் கண்டார்கள். ஏதோ டிக் மார்க் போட்டது போல! சிலருடைய உடலுக்குள் மைக்ரோசிப் அளவுக்கு உலோகப் பகுதிகள் கண்டுபிடிக்கப்பட்டிருக்கின்றன. ஒரு பெண்ணின் உடலில் இப்படி விசித்திரமான ஒரு தகடு இருந்ததை எக்ஸ்ரே மூலம் கண்டுபிடித்து மறுநாள் அவளைச் சோதனைக்கு வரச்சொன்னார்கள். ஆனால் மறுநாள் மீண்டும் எக்ஸ்ரே எடுக்கப்பட்டபோது அந்தத் தகடு உடலில் காணப் படவில்லை! இரவோடு இரவாக, சம்பந்தப்பட்டவர் உறக்கத்தில் இருக்கும்போதே ஏலியன்ஸ் வந்து சத்தம் போடாமல் எடுத்துச் சென்று விடுகிறார்களா?

அப்படியென்றால் இங்கு நடக்கும் எல்லாமே தெரிந்த அமானுஷ்ய கிரக மனிதர்கள் பூமியையும், மனித இனத்தையும் கவனித்துக் கொண்டிருக் கிறார்களா?

யாருக்குத் தெரியும்?

ஆண்களின் விந்தணுக்களையும் பெண்களின் முட்டைகளையும் ஏதோ அறுவடை செய்வது போல அவர்கள் எடுத்துச் செல்வது ஏன்? Embryo-க்களை ஏன் மெனக்கெட்டு கத்தரித்து எடுத்துச் செல்ல வேண்டும்?

ஓர் உயிரினத்தின் செல்கள் இன்னொரு எந்த உயிரினத்துக்கும் பயன்படாது என்கிற நிலையில் அவர்களின் தேவைதான் என்ன?

சில விஞ்ஞானிகள், 'நாம் இங்கு டெஸ்ட் ட்யூப் குழந்தைகளை உருவாக்கு வது போல அவர்கள் தங்கள் கிரகத்தில் சோதனைக் கூடங்களில் மனிதர்களை உருவாக்கி அடிமைகள் போலப் பயன்படுத்தலாம் இல்லையா?' என்கிறார்கள். அதாவது நாம் இங்கே நாய்கள், பறவைகள் வளர்ப்பது போல. நினைக்கவே தர்மசங்கடமாகத்தான் இருக்கிறது!

ஆவிகளும் சரி, டெலிபதியும் சரி, பறக்கும் தட்டுகளும் சரி- இன்றளவில் மனித அறிவுக்கு முழுதும் புரிபடாத மர்மங்களாகவே இருக்கின்றன. சில நூற்றாண்டுகளுக்கு முன்பு வரையில், மேலே வீசப்படுகிற ஒரு பொருள் திரும்பக் கீழே விழுவதேகூட மர்மமாகவே இருந்தது - ஐசக் நியூட்டன் தலைமீது ஆப்பிள் விழும் வரையில்!

ஆம்! ஒவ்வொன்றாக, நேற்றைய மர்மங்கள் இன்றைய விஞ்ஞானமாகின்றன! இறைவன் வைத்திருக்கும் பல லட்சக்கணக்கான அலமாரிகளில் மிக மிகச் சிலவற்றை மட்டும்தான் மனிதன் இதுவரை திறந்து பார்த்திருக்கிறான். அறிவும் ஆர்வமும் இருக்கும்வரை மனிதனின் அந்தத் தேடும் படலம் தொடரத்தான் செய்யும். அது ஒரு நீண்ட நெடிய பயணம் என்பது மட்டும் உண்மை!

முடிவாக...

மனித சமுதாயத்தை மிகவும் பாதித்துள்ள, முக்கியமான பெரும் மர்மங்களை மட்டுமே நான் வாசகர்களுக்கு அறிமுகம் செய்து வைக்க விரும்பினேன். மிகச்சிறு முயற்சிதான் இது! உண்மையில் மனிதனைச் சூழ்ந்திருக்கும் மர்மங்களை நுணுக்கமாக விளக்குவதற்கு, பல வால்யூம்கள் கொண்ட என்சைக்ளோபீடியாக்கள் உண்டு. நான் படிக்காத புத்தகங்கள் இன்னும் ஏராளமாக, ஆயிரக்கணக்கில் இருக்கின்றன. படித்தது ஒரு டஜன் இருக்கலாம். தவிர, இதைப்பற்றி மட்டுமே தொடர்ந்து நூற்றுக்கணக்கில் புத்தகங்கள் படித்துக்கொண்டு போனால் நானே ஒரு மாதிரி ஆகிவிடுவேனோ என்கிற பயமும் எனக்கு உண்டு! 'ஓவராக எழுதுகிறாய்!' என்று வேற்றுக்கிரகவாசிகள் மூடு அவுட் ஆகி என்னைக் கடத்திக் கொண்டுகூடப் போகலாம். இருப்பினும்

சில வாசகர்களுக்கு மேலும் இதுபற்றிப் படிக்கும் ஆர்வத்தை இந்தப் புத்தகம் ஏற்படுத்தியிருக்கலாம்! பெரிய நூலகங்களிலும், சென்னையில் உள்ள முக்கியமான புத்தகக் கடைகளிலும் இப்படிப்பட்ட அதிசயங்கள் பற்றிய புத்தகங்கள் ஏராளமாக இருக்கின்றன. ஏதேனும் ஆவிகளிடம் கேட்டால்கூட அந்தக் கடைகளுக்கு அவை வழி சொல்லும்!
